എസ്.ടി. അഗസ്റ്റിൻ ... 354–
430) എ...

ഉത്ഭവം എ വിശ്രമമില്ലാത്ത ഹൃദയം വരെ
എ എഴുതിയത് ജീവിതം

ലിവിംഗ് ലേഖനങ്ങൾ – 40 (40) ദിവസം ഭക്തിഗാനങ്ങൾ
പരമ്പര - 1

എഴുതിയത്

ഔറേലിയസ് അഗസ്റ്റിനസ് – സെന്റ്

അഗസ്റ്റിൻ യുടെ ഹിപ്പോ; സക്കറിയാസ്

ഗോഡ്സീഗിൾ;

ആംബ്. എം. ഓ. ഒഗ്ബെ;

സി. ലാഡി ഒഗ്ബെ;

മേശ യുടെ ഉള്ളടക്കം

പകർപ്പവകാശം © പേജ്

S ടി. അഗസ്റ്റിൻ ഓഫ് ഹിപ്പോ (354–430) എഡി)
ഉത്ഭവം എ വിശ്രമമില്ലാത്ത ഹൃദയം വരെ എ
എഴുതിയത് ജീവിതം
ലിവിംഗ് ലേഖനങ്ങൾ – 40 (40) ദിവസം ഭക്തിഗാനങ്ങൾ പരമ്പര
| പുസ്തകം 1

അവലോകനങ്ങൾ അല്ലെങ്കിൽ പണ്ഡിതോചിതമായ പ്രവർത്തിക്കുന്നു.

രചയിതാക്കൾ

ഔറേലിയസ് അഗസ്റ്റിനസ് (സെന്റ്.

അഗസ്റ്റിൻ യുടെ ഹിപ്പോ) സക്കറിയാസ്

ഗോഡ്സീഗിൾ

അംബാസഡർ തിങ്കളാഴ്ച

ഓ. ഒഗ്ബെ കംഫർട്ട് ലാഡി

ഒഗ്ബെ പബ്ലിഷർ

സഖറിയാസ് ഗോഡ്സീഗിൾ ഒപ്പം ഗോഡ്സീഗിൾ ശുശ്രൂഷകൾ
പ്രസിദ്ധീകരിച്ചത്:

സക്കറിയാസ് ഗോഡ്സീഗിൾ

കോൺടാക്റ്റ് - **https ://www.ota**

കാഡ് a.org

അംബാസഡർ@otakada.org

ടെൽ/എസ്എംഎസ് +13024922440;
വാട്ട്സ്ആപ്പ് +2348032835348

നിരാകരണം

ഈ പുസ്തകം ആണ് എ ഭക്തിഗാനാത്മകമായ ഒപ്പം ശിഷ്യത്വം വിഭവം. അതേസമയം അത് വരയ്ക്കുന്നു *സെന്റ് അഗസ്റ്റിന്റെ കുമ്പസാരങ്ങൾ* ഉൾപ്പെടെയുള്ള ചരിത്ര രചനകളിൽ നിന്ന് , ഇത് ഉദ്ദേശിച്ചുള്ളതല്ല എ നിർണായകമായ അക്കാദമിക് പതിപ്പ് അല്ലെങ്കിൽ എ മാറ്റിസ്ഥാപിക്കൽ വേണ്ടി പ്രാഥമികം ദൈവശാസ്ത്രപരമായ പാഠങ്ങൾ.

തിരുവെഴുത്ത് ഉദ്ധരണികൾ ആകുന്നു ഉപയോഗിച്ചു വേണ്ടി ഭക്തിഗാനാത്മകമായ ഒപ്പം പ്രബോധനപരമായ ഉദ്ദേശ്യങ്ങൾ. വ്യാഖ്യാനങ്ങൾ ഒപ്പം അപേക്ഷകൾ ആകുന്നു അവതരിപ്പിച്ചു പ്രാർത്ഥനാപൂർവ്വം ഒപ്പം പാസ്റ്ററൽ ആയി.

തിരുവെഴുത്ത് അറിയിപ്പ്

ഉപയോഗിക്കുന്ന പദങ്ങളിൽ നിന്ന് എടുത്തിട്ടുണ്ട്. ഇംഗ്ലീഷ് വിവർത്തനങ്ങൾ. ഊന്നൽ ഉണ്ട് ആയിരുന്നു ചേർത്തു ഇൻ സ്ഥലങ്ങൾ വേണ്ടി വ്യക്തത ഭക്തിഗാനങ്ങളും ശ്രദ്ധ കേന്ദ്രീകരിക്കുക.

പ്രിന്റിംഗ് വിവരങ്ങൾ

അച്ചടിച്ചത് ഇൻ ദി
യുണൈറ്റഡ് സംസ്ഥാനങ്ങൾ
യുടെ അമേരിക്ക ആദ്യം
പതിപ്പ്

പുസ്തകത്തെക്കുറിച്ച് – ഹിപ്പോയിലെ വിശുദ്ധ അഗസ്റ്റിൻ (എ).ഡി. 354–430) –

ഉത്ഭവം എ വിശ്രമമില്ലാത്ത ഹൃദയം വരെ എ എഴുതിയത് ജീവിതം

W തൊപ്പി ചെയ്യുന്നു അത് നോക്കൂ പോലെ എപ്പോൾ ദൈവം നിരസിക്കുന്നു വരെ ഉപേക്ഷിക്കുക എ ആത്മാവ്?

ഹിപ്പോയിലെ അഗസ്റ്റിന്റെ ജീവിതം (എ).ഡി. 354–430) ആ ചോദ്യത്തിന് ഉത്തരം നൽകുന്നു. കൂടെ അസാധാരണമായ സത്യസന്ധത ഒപ്പം നിലനിൽക്കുന്ന ശക്തി.

അഗസ്റ്റിന്റെ കഥ തുടരുന്നു വരെ സംസാരിക്കുക കുറുകെ നൂറ്റാണ്ടുകൾ കാരണം അത് പ്രതിഫലിപ്പിക്കുന്നു ഒരു പോരാട്ടം ധാരാളം വിശ്വാസികൾ ഇപ്പോഴും തിരിച്ചറിയുക ഇന്ന്—ഒരു ജീവിതം അടയാളപ്പെടുത്തി എഴുതിയത് ആഗ്രഹം വിശ്രമമില്ലാതെ, അനുസരണമില്ലാതെ അറിവോടെ, കീഴടങ്ങാതെ വിശ്വാസം, ഉപേക്ഷിക്കാൻ വിസമ്മതിക്കുന്ന കൃപ എന്നിവയിലൂടെയാണ് അദ്ദേഹത്തിന്റെ യാത്ര മനുഷ്യഹൃദയത്തിന്റെയും മനസ്സിന്റെയും ആന്തരിക

സംഘർഷത്തെ തുറന്നുകാട്ടുന്നത് . നിരന്തരമായ കാരുണ്യം യുടെ ദൈവം WHO പിന്തുടരുന്നു, നേരിടുന്നു, പുനഃസ്ഥാപിക്കുന്നു, ഒപ്പം രൂപാന്തരപ്പെടുന്നു.

ലിവിംഗ് ലേഖനങ്ങൾ: സെന്റ്. അഗസ്റ്റിൻ യുടെ ഹിപ്പോ (354–430) **എഡി) ആണ് എ ക്രിസ്തീയ ഭക്തിഗാനങ്ങൾ ജീവചരിത്രം** രൂപകൽപ്പന ചെയ്തത് വരെ ശിഷ്യൻ വിശ്വാസികൾ വഴി ജീവിച്ചു അമൂർത്ത സിദ്ധാന്തത്തേക്കാൾ സാക്ഷ്യം . *അഗസ്റ്റിന്റെ കൺഫെഷൻസിൽ* നിന്ന് എടുത്തതും നങ്കൂരമിട്ടതും ഉറച്ചു ഇൻ തിരുവെഴുത്ത്, ഇത് പുസ്തകം സമ്മാനങ്ങൾ അഗസ്റ്റിന്റെ ജീവിതം അല്ല പോലെ വിദൂര ചരിത്രം, പക്ഷേ പോലെ എ **ജീവിക്കുന്നത് കത്ത് എഴുതിയത് എഴുതിയത് ദൈവം വേണ്ടി ദി പള്ളി ഇന്ന്** .

ശ്രദ്ധേയമായ ഒരു ജീവചരിത്ര വിവരണത്തിലൂടെയും ശ്രദ്ധാപൂർവ്വം ക്രമീകരിച്ച 40 **ദിവസത്തെ ഭക്തി യാത്രയിലൂടെയും , വായനക്കാരെ മാനസാന്തരം,** സ്വത്വം, എന്നീ വിഷയങ്ങളിലൂടെ നയിക്കുന്നു. വൈകി അനുസരണം, വിഭജിച്ചു ആഗ്രഹം, അകം സംഘർഷം, കൃപ, വിശുദ്ധി, സഹിഷ്ണുത, ആത്മീയ യുദ്ധം, പക്വത, ഒപ്പം ദൃശ്യം പഴങ്ങൾ. ദി അഗസ്റ്റിന്റെ രൂപീകരണത്തിൽ നിന്ന് വായനക്കാരന്റെ പരിവർത്തനത്തിലേക്ക് മനഃപൂർവ്വം യാത്ര നീങ്ങുന്നു. ഫൈനൽ ചലനം യുടെ ദി പുസ്തകം ഷിഫ്റ്റുകൾ നിർണ്ണായകമായി നേരെ ദി വായനക്കാരൻ.

സൂക്ഷ്മവും കഥാധിഷ്ഠിതവുമായ സാഹചര്യങ്ങളിലൂടെയും അനുസരണത്തിന്റെ പ്രായോഗിക പ്രവൃത്തികളിലൂടെയും വായനക്കാർ

ക്ഷണിച്ചു വരെ ഉൾക്കൊള്ളുക എന്ത് അവർ ഉണ്ട് പഠിച്ചു - പരിശോധിക്കുന്നു അവരുടെ സ്വന്തം ജീവിതം ജീവിക്കുന്നതുപോലെ **ലേഖനങ്ങൾ യുടെ ക്രിസ്തു** , എഴുതിയത് എഴുതിയത് ദി ആത്മാവ് യുടെ ദി ജീവിക്കുന്നത് ദൈവം ഒപ്പം വായിക്കുക എഴുതിയത് ലോകം.

ഈ പുസ്തകം **വ്യക്തിഗത ഭക്തി, ഗ്രൂപ്പ് പഠനം, സഭാ ശിഷ്യത്വം, നേതൃത്വം രൂപീകരണം, ഒപ്പം ദൗത്യങ്ങൾ പരിശീലനം** . അത് ആണ് രൂപകൽപ്പന ചെയ്തത് വെറുതെയല്ല വരെ അറിയിക്കുക, പക്ഷേ വരെ ഫോം— വിളിക്കൽ വിശ്വാസികൾ വരെ എ വിശ്വാസം അത് ആണ് ദൃശ്യമായ, വായിക്കാവുന്നതും , ഫലപ്രദം.

ഈ ആണ് അല്ല വെറുതെ എ കഥ കുറിച്ച് അഗസ്റ്റിൻ.

അത് ആണ് എ വിളി വരെ ആയിത്തീരുക **എഴുതാവുന്ന ഇൻ ദി കൈകൾ യുടെ ദൈവമേ** . **ഈ പുസ്തകം ആർക്കുവേണ്ടിയാണ്?**

ഈ പുസ്തകം ആണ് ഇതിനായി:

- ക്രിസ്ത്യാനികൾ വിശക്കുന്നു വേണ്ടി ആത്മീയ ആഴം ഒപ്പം അനുസരണയുള്ള വിശ്വാസം
- വിശ്വാസികൾ ഗുസ്തി കൂടെ വൈകി കീഴടങ്ങുക അല്ലെങ്കിൽ വിഭജിച്ചു ആഗ്രഹം
- പള്ളി നേതാക്കൾ ശിക്ഷണം മറ്റുള്ളവർ ഇൻ യഥാർത്ഥ ജീവിതം ക്രിസ്തുമതം
- പുതിയത് വിശ്വാസികൾ അന്വേഷിക്കുന്നു ആധികാരികമായ മോഡലുകൾ യുടെ ജീവിച്ചു വിശ്വാസം
- വായനക്കാർ WHO വേണം തിരുവെഴുത്ത് **പ്രയോഗിച്ചു** , അല്ല വെറുതെ വിശദീകരിച്ചു

സത്യത്തെ വ്യക്തിപരമാക്കാൻ പരിശുദ്ധാത്മാവിനെ വിശ്വസിക്കുന്നു. പ്രകാരം വരെ ഓരോന്നും വായനക്കാരുടെ യാത്ര.

ദി വാഗ്ദാനം ഓഫ് ഇത് പുസ്തകം

ഈ പുസ്തകം വാഗ്ദാനങ്ങൾ ലേക്ക്:

- ഉണരുക ആത്മീയ വിശപ്പ്
- നേരിടുക അർദ്ധമനസ്സോടെ അനുസരണം
- ശക്തിപ്പെടുത്തുക വിശ്വാസം വഴി സത്യസന്ധൻ സാക്ഷ്യം
- ആഴത്തിലാക്കുക സ്നേഹം വേണ്ടി തിരുവെഴുത്ത്
- പ്രചോദനം നൽകുക എ ജീവിതം അത് കരടികൾ ദൃശ്യം പഴം
- സജ്ജമാക്കുക വായനക്കാർ വരെ തത്സമയം പോലെ അംബാസഡർമാർ യുടെ ക്രിസ്തു

അത് ചെയ്യുന്നു **അല്ല** വാഗ്ദാനം ആശ്വാസം ഇല്ലാതെ മാറ്റം. അത് വാഗ്ദാനങ്ങൾ **പരിവർത്തനം വഴി**

കീഴടങ്ങുക . ശാലോം!

സക്കറിയാസ് ഗോഡ്സീഗിൾ; Amb MO Ogbe; സി ലാഡി ഒഗ്ബെ ഗോഡ്സ്
ഈഗിൾ മിനിസ്ട്രികൾ
https://www.ot.org/
അംബാസഡർ@otak
ada.org

സമർപ്പണം

Tഅവന്റെ പുസ്തകം ആണ് സമർപ്പിത വരെ ഓരോ ആത്മാവ് ദൈവം നിരസിച്ചു വരെ ഉപേക്ഷിക്കുക.

ലേക്ക് അവ WHO വിശ്വസിച്ചു
നീളമുള്ള മുമ്പ് അവർ അനുസരിച്ചു.
വരെ അവ WHO സ്നേഹിച്ചു ദൈവം
പക്ഷേ ഗുസ്തി പിടിച്ചു കൂടെ
കീഴടങ്ങുക . അവ WHO
അറിയാമായിരുന്നു ദി സത്യം
ഇതുവരെ വൈകി വിന്യാസം.

ലേക്ക് അവ ആരുടെ യാത്ര ഉണ്ട് ആയിരുന്നു പതുക്കെ,
സങ്കീർണ്ണമായ, ഒപ്പം ആഴത്തിൽ മത്സരിച്ചു. ഇത് ജോലി
ആണ് സമർപ്പിത വരെ വിശ്വാസികൾ WHO ആകുന്നു
ഇപ്പോഴും ആയിരിക്കൽ എഴുതിയത്—
അവരുടെ ജീവിതം ഇതുവരെ
വൃത്തിയുള്ളതല്ലെങ്കിലും ഇപ്പോഴും
വഴങ്ങിയിരിക്കുന്നു; അവരുടെ
വിശ്വാസം പൂർണ്ണമല്ല, മറിച്ച്
സ്ഥിരതയുള്ളതാണ്;
ആരുടെ കഥ പൂർത്തിയായിട്ടില്ല, മറിച്ച്
വിശ്വസ്തതയോടെ ദൈവത്തിന്
സമർപ്പിച്ചിരിക്കുന്നു. മുകളിൽ എല്ലാം, ഇത്
പുസ്തകം ആണ് സമർപ്പിത വരെ ദി

മഹത്വം യുടെ ദൈവം,
WHO പിന്തുടരുന്നു ദി അലഞ്ഞുതിരിയുന്ന,
നേരിടുന്നു ദി പ്രതിരോധശേഷിയുള്ളവൻ,
തകർന്നവ പുനഃസ്ഥാപിക്കുന്നവൻ, അവൻ
ആരംഭിക്കുന്ന പ്രവൃത്തി
പൂർത്തിയാക്കുന്നവൻ.
ക്രിസ്തുവിന്റെ കൂടുതൽ
വ്യക്തമായ സാക്ഷിയായി മാറട്ടെ .
എ കൂടുതൽ
സത്യമായ
പ്രതിഫലനം യുടെ
കൃപയും, ജീവനുള്ള
ഒരു ലേഖനവും—
എഴുതിയത് എഴുതിയത് ദി ആത്മാവ് യുടെ ദി
ജീവിക്കുന്നത് ദൈവം.

അംഗീകാരങ്ങൾ

T അവന്റെ ജോലി സ്റ്റാൻഡ്സ് ഓൺ വിശുദ്ധമായ നിലം ആകൃതിയിലുള്ള എഴുതിയത് തിരുവെഴുത്ത്, ചരിത്രം, പ്രാർത്ഥന, അനുസരണവും.

ആദ്യം ഒപ്പം എപ്പോഴും, എല്ലാം ബഹുമതി ഒപ്പം കൃതജ്ഞത ഉൾപ്പെടുന്ന വരെ ദൈവം—ദി രചയിതാവ് ജീവൻ, സത്യം, പരിവർത്തനം എന്നിവയുടെ. അവന്റെ ആത്മാവില്ലാതെ ഒരു വെളിപ്പെടുത്തലുമില്ല; അവന്റെ കൃപയില്ലാതെ, അനുതാപമില്ല; അവന്റെ ക്ഷമയില്ലാതെ, പൂർത്തിയായ പ്രവൃത്തിയുമില്ല. ഈ പുസ്തകം നിലവിലുണ്ട് കാരണം ദൈവം തുടരുന്നു വരെ എഴുതുക ഓൺ മനുഷ്യൻ ഹൃദയങ്ങൾ ഒപ്പം നിരസിക്കുന്നു അവന്റെ കൈകളുടെ പ്രവൃത്തിയെ ഉപേക്ഷിക്കാൻ.

ഹിപ്പോയിലെ അഗസ്റ്റിന്റെ സത്യസന്ധതയുടെ ശാശ്വത സാക്ഷിയെ ഞങ്ങൾ അംഗീകരിക്കുന്നു. മുമ്പ് ദൈവം ഒപ്പം ദി പള്ളി തുടരുന്നു വരെ നിർദ്ദേശിക്കുക, കുറ്റവാളി, ഒപ്പം നൂറ്റാണ്ടുകളെ സുഖപ്പെടുത്തുക പിന്നീട്. അവന്റെ സന്നദ്ധത വരെ കുറ്റസമ്മതം നടത്തുക ബലഹീനത പകരം അധികം ക്യൂറേറ്റ് ശക്തി സഭയ്ക്ക് എല്ലാ തലമുറകളിലും ആഴത്തിൽ പ്രസക്തമായ ഒരു സാക്ഷ്യം നൽകിയിട്ടുണ്ട്.

കുമ്പസാരങ്ങളുടെയും തലമുറകളുടെയും

സംരക്ഷണത്തിന് ഞങ്ങൾ നന്ദിയുള്ളവരാണ്. യുടെ വിശ്വാസികൾ, പണ്ഡിതന്മാർ, വിവർത്തകർ, പാസ്റ്റർമാർ, ഒപ്പം അധ്യാപകർ WHO സംരക്ഷിച്ചു ദി തിരുവെഴുത്തുകൾ ഒപ്പം വിശ്വസ്തതയോടെ പാസ്സായി താഴേക്ക് ദി ക്രിസ്ത്യൻ സാക്ഷി. ഞങ്ങൾ നിൽക്കുക അല്ല പോലെ കണ്ടുപിടുത്തക്കാർ യുടെ സത്യം, പക്ഷേ പോലെ സ്റ്റുവാർഡുകൾ യുടെ എ പവിത്രമായ അനന്തരാവകാശം.

ഈ പുസ്തകം ആണ് കൂടാതെ ആകൃതിയിലുള്ള എഴുതിയത് ദി കാണാത്ത അധ്വാനം യുടെ ദി പള്ളി—വഴി ഉപദേഷ്ടാക്കൾ പഠിപ്പിച്ചു അനുസരണം പകരം അധികം കരഘോഷം, എഴുതിയത് നേതാക്കൾ WHO മാതൃകയാക്കി സമഗ്രതയ്ക്ക് കീഴിൽ സമ്മർദ്ദം, എഴുതിയത് കമ്മ്യൂണിറ്റികൾ അത് വിലമതിക്കുന്ന രൂപീകരണം കഴിഞ്ഞു പ്രകടനം, കൂടാതെ മധ്യസ്ഥർ ആരുടെ പ്രാർത്ഥനകൾ ആകുന്നു അറിയപ്പെടുന്നത് മാത്രം വരെ ദൈവം.

ഒടുവിൽ, ഞങ്ങൾ അംഗീകരിക്കുക ഓരോ വായനക്കാരൻ WHO ചെയ്യും ഇടപെടുക ഇവ പേജുകൾ അല്ല ഉള്ളടക്കമായി വരെ ഉപഭോഗം ചെയ്യുക, പക്ഷേ പോലെ എ വിളി വരെ പ്രതികരിക്കുക. ഈ പുസ്തകം ആണ് അപൂർണ്ണമായ നിങ്ങളില്ലാതെ അനുസരണം. അതിന്റെ സത്യം പഴം ചെയ്യും അല്ല ആകുക അളന്നു ഇൻ പേജുകൾ വായിക്കുക, പക്ഷേ ഇൻ ജീവിതങ്ങൾ ഒത്തുചേർന്നു, ശീലങ്ങൾ മാറി, ഒപ്പം ക്രിസ്തു നിർമ്മിച്ചത് ദൃശ്യം വഴി വിശ്വസ്തനായ സാക്ഷി.

മെയ് ദൈവം സ്വീകരിക്കുക ദി മഹത്വം വേണ്ടി എന്ത് അവൻ ഒറ്റയ്ക്ക് കഴിയും എഴുതുക.

ആമുഖം

Tഅവൻ ക്രിസ്ത്യൻ വിശ്വാസം ഉണ്ട് ഒരിക്കലും ആയിരുന്നു സുസ്ഥിരമായ എഴുതിയത് ആശയങ്ങൾ ഒറ്റയ്ക്ക്.

അത് ഉണ്ട് എപ്പോഴും ആയിരുന്നു സൂക്ഷിച്ചിരിക്കുന്നു വഴി **ജീവിക്കുന്നു** .

പരിചയത്തിൽ നിന്ന് അകന്നു പോകുന്ന അബ്രഹാം മുതൽ, ഭാരം ചുമക്കുന്ന മോശ വരെ യുടെ എ) രാഷ്ട്രം, വരെ പോൾ ഉൾക്കൊള്ളുന്നു ദി സുവിശേഷം അവൻ ഒരിക്കൽ എതിർത്തു, ദൈവം എഴുതപ്പെട്ട വെളിപ്പെടുത്തലിലൂടെ മാത്രമല്ല, മറിച്ച് **മൂർത്തീകരിക്കപ്പെട്ടതിലൂടെയും** തന്നെത്തന്നെ വെളിപ്പെടുത്താൻ അദ്ദേഹം സ്ഥിരമായി തിരഞ്ഞെടുത്തു. **അനുസരണം** . തിരുവെഴുത്ത് സത്യം വെളിപ്പെടുത്തുന്നു; ജീവിതം തെളിയിക്കുന്നു അത്. ഉപദേശം നിർദ്ദേശിക്കുന്നു; സാക്ഷി ബോധ്യപ്പെടുത്തുന്നു.

എല്ലാ തലമുറകളിലും, സഭ ഒരേ നിശബ്ദ അപകടത്തെ അഭിമുഖീകരിക്കുന്നു: സത്യത്തോടുള്ള യോജിപ്പ് അതിനോടുള്ള കീഴടങ്ങലിന് തുല്യമാണെന്ന് വിശ്വസിക്കുന്നത്. തിരുവെഴുത്തുകളിലേക്കും ദൈവശാസ്ത്രത്തിലേക്കും ക്രിസ്തീയ ഉള്ളടക്കത്തിലേക്കും അഭൂതപൂർവമായ പ്രവേശനത്തിന്റെ ഒരു കാലഘട്ടത്തിലാണ് നാം

ജീവിക്കുന്നത് - എന്നിരുന്നാലും ദൃശ്യമായ ഫലം, ആത്മീയ സഹിഷ്ണുത, അനുസരണയുള്ള വിശ്വാസം എന്നിവ കൂടുതൽ അപൂർവമായിക്കൊണ്ടിരിക്കുന്ന ഒരു കാലഘട്ടത്തിലും നാം ജീവിക്കുന്നു . സത്യത്തെക്കുറിച്ചുള്ള അജ്ഞതയല്ല, മറിച്ച് **രൂപീകരണത്തിനെതിരായ പ്രതിരോധമാണ്** ആധുനിക വെല്ലുവിളി.

ദി *ലിവിംഗ് ലേഖനങ്ങൾ* പരമ്പര നിലവിലുണ്ട് കാരണം ദി ബൈബിൾ സ്വയം നിർബന്ധിക്കുന്നു അത് വിശ്വാസികൾ അല്ല വെറുതെ വായനക്കാർ യുടെ തിരുവെഴുത്ത്, പക്ഷേ **അതിന്റെ തുടർച്ച** — അക്ഷരങ്ങൾ എഴുതിയത് കൂടെയല്ല മഷി, പക്ഷേ കൂടെ ദി ആത്മാവ് യുടെ ദി ജീവിക്കുന്നത് ദൈവം, അറിയപ്പെടുന്നത് ഒപ്പം വായിക്കുക എഴുതിയത് എല്ലാം ആളുകൾ. ക്രിസ്തുമതം ഒരിക്കലും അകലെ നിന്ന് അഭിനന്ദിക്കപ്പെടേണ്ട ഒന്നായിരുന്നില്ല. അത് കാണാൻ വേണ്ടിയായിരുന്നു , **പരീക്ഷിച്ചു, ഒപ്പം വ്യാഖ്യാനിച്ചു വഴി ജീവിക്കുന്നു** .

ഏറ്റവും വ്യക്തവും സത്യസന്ധവുമായ ഉദാഹരണങ്ങളിൽ ഒന്നാണ് **ഹിപ്പോയിലെ അഗസ്റ്റിൻ** . അദ്ദേഹത്തിന്റെ ജീവിതം ചിട്ടയുള്ളതോ രേഖീയമോ ആയിരുന്നില്ല. അത് പരസ്യവും, സംഘർഷഭരിതവും, ബൗദ്ധികവുമായിരുന്നു. മിടുക്കൻ, ധാർമ്മികമായി വിഭജിച്ച, ആഴത്തിൽ പാപകരമായ, ആത്മാർത്ഥമായി പശ്ചാത്തപിക്കുന്ന, ഒടുവിൽ കീഴടങ്ങി. അഗസ്റ്റിൻ ചെയ്തു അല്ല ക്യൂറേറ്റ് എ സാക്ഷ്യം; അവൻ **കുറ്റസമ്മതം നടത്തി ഒരു ജീവിതം** . അവൻ തന്റെ പരാജയങ്ങൾ മറച്ചുവെച്ചില്ല; മറ്റുള്ളവർക്ക് സുഖം പ്രാപിക്കാനും,

മുന്നറിയിപ്പ് നൽകാനും, ശക്തിപ്പെടുത്താനും വേണ്ടി അവൻ അവയെ ദൈവത്തിന്റെ മുമ്പാകെ വച്ചു.

ഈ വാല്യം *ലിവിംഗ് എപ്പിസ്റ്റൽസ് - 40 ദിവസത്തെ ഭക്തിഗാന പരമ്പര ആരംഭിക്കുന്നത്* ബോധപൂർവ്വമായ ഒരു ആശയത്തോടെയാണ്. ബോധ്യം: ശിഷ്യത്വം ആണ് ത്വരിതപ്പെടുത്തി എപ്പോൾ വിശ്വാസികൾ കാണുക എങ്ങനെ സത്യം ജീവിച്ചു **കീഴിൽ സമ്മർദ്ദം , കഴിഞ്ഞു സമയം , വഴി കാലതാമസം , ഇൻ പരാജയം ,** ഒപ്പം **എഴുതിയത് കൃപ .**

അഗസ്റ്റിന്റെ കഥ തെളിയിക്കുന്നു അത് പരിവർത്തനം ആണ് പലപ്പോഴും പതുക്കെ പോകൂ അധികം ഞങ്ങൾ പ്രതീക്ഷിക്കുന്നത്, നമ്മൾ ഇഷ്ടപ്പെടുന്നതിനേക്കാൾ കുഴപ്പമുള്ളത്, വെറും വിശ്വാസത്തേക്കാൾ വളരെ ആവശ്യപ്പെടുന്നതും - മാത്രമല്ല വളരെ കൂടുതൽ നിലനിൽക്കുന്ന.

ഈ പുസ്തകം എഴുതിയിരിക്കുന്നത്, വിശ്വസിക്കുന്നത് മാത്രമല്ല, **എങ്ങനെ ജീവിക്കുന്നു എന്നതും വീണ്ടെടുക്കേണ്ട ഒരു സഭയ്ക്കുവേണ്ടിയാണ്** .

വായനക്കാരൻ അവലോകനം

“Tഅവന്റെ പുസ്തകം രൂപാന്തരപ്പെടുന്നു അഗസ്റ്റിൻ നിന്ന് എ ദൂരെയുള്ള ദൈവശാസ്ത്രപരമായ ഭീമൻ ഒരു സഹപ്രവർത്തകൻ തീർത്ഥാടകൻ ആരുടെ പോരാട്ടങ്ങൾ, കാലതാമസം, ഒപ്പം കീഴടങ്ങുക അനുഭവപ്പെടുക ശ്രദ്ധേയമായി ആധുനികം. അത് ആണ് രണ്ടും ഗൗരവമുള്ള ഒപ്പം പ്രതീക്ഷ നിറഞ്ഞത്.”

"ജീവചരിത്രം, തിരുവെഴുത്ത്, ആത്മീയ രൂപീകരണം എന്നിവയുടെ ഒരു അപൂർവ മിശ്രിതം. ഈ ഭക്തിഗാനങ്ങൾ മനസ്സിനെ അറിയിക്കുക മാത്രമല്ല ചെയ്യുന്നത് - അത് സൌമ്യമായി എന്നാൽ ദൃഢമായി ഹൃദയത്തിൽ അമർത്തുന്നു."

“ജീവിക്കുന്നു എപ്പിസ്റ്റലുകൾ ക്ഷണിക്കുന്നു ദി വായനക്കാരൻ വരെ നിർത്തുക നിരീക്ഷിക്കുന്നു വിശ്വാസം നിന്ന് ഒരു അകലം പാലിച്ചുകൊണ്ട് അത് ദൃശ്യമായി ജീവിക്കാൻ തുടങ്ങുക. അഗസ്റ്റിന്റെ സത്യസന്ധത വ്യക്തിത്വത്തിലേക്കുള്ള ഒരു വാതിലായി മാറുന്നു പശ്ചാത്താപം ഒപ്പം പുതുക്കൽ.”

"ദൈവത്തിന്റെ ഏറ്റവും വലിയ സാക്ഷ്യങ്ങൾ മിനുക്കിയതല്ലെന്ന് ഈ പ്രവൃത്തി നമ്മെ ഓർമ്മിപ്പിക്കുന്നു . ജീവിതങ്ങൾ, പക്ഷേ വഴങ്ങി ഒന്ന്. അഗസ്റ്റിന്റെ കഥ ആണ് കൈകാര്യം ചെയ്തു കൂടെ ആദരവ്, ആഴം, ഒപ്പം പാസ്റ്ററൽ ജ്ഞാനം."

"കൂടുതൽ അധികം അ 40-ദിവസം ഭക്തിനിർഭരമായ, ഇത് പുസ്തകം ആണ് എ സുസ്ഥിരമായ കൃപയുമായുള്ള കണ്ടുമുട്ടൽ - പിന്തുടരുന്ന, കാത്തിരിക്കുന്ന, നേരിടുന്ന, ഒടുവിൽ രൂപാന്തരപ്പെടുന്ന തരം.

ആമുഖം

“Yഓ ആകുന്നു നമ്മുടെ ലേഖനം, എഴുതിയത് ഇൻ നമ്മുടെ ഹൃദയങ്ങൾ, അറിയപ്പെടുന്നത് ഒപ്പം വായിക്കുക എഴുതിയത് എല്ലാം പുരുഷന്മാർ.”

—2 കൊരിന്ത്യർ 3:2

ദൈവം ഒരിക്കലും ഉദ്ദേശിച്ചത് അവന്റെ പദം വരെ നിലനിൽക്കുക അമൂർത്തമായ.

അവൻ ഉദ്ദേശിച്ചത് അത് വരെ ആയിത്തീരുക മാംസം വീണ്ടും—വഴി അവന്റെ ആളുകൾ.

ദി തിരുവെഴുത്തുകൾ ആയിരുന്നു അല്ല നൽകിയിരിക്കുന്നു വെറുതെ വരെ അറിയിക്കുക ദി മനസ്സ്, പക്ഷേ വരെ **രൂപം ജീവിതം** . ഉത്ഭവം ദി തുടക്കം, ദൈവത്തിന്റെ ഡിസൈൻ ഉണ്ട് ആയിരുന്നു അത് അവന്റെ സത്യം ചെയ്യും ആകുക മനുഷ്യന്റെ അനുസരണത്തിലൂടെ ദൃശ്യമായി നടപ്പിലാക്കപ്പെട്ടു - അങ്ങനെ ലോകം എന്താണെന്ന് കേൾക്കുക മാത്രമല്ല ചെയ്തത് സത്യം, പക്ഷേ **കാണുക എന്ത് അത് ഉത്പാദിപ്പിക്കുന്നു** .

ഹിപ്പോയിലെ അഗസ്റ്റിന്റെ ജീവിതം ഈ രൂപകൽപ്പനയെ അമ്പരപ്പിക്കുന്ന വ്യക്തതയോടെ വെളിപ്പെടുത്തുന്നു. സത്യം അനുസരിക്കുന്നതിന് വളരെ മുമ്പുതന്നെ അഗസ്റ്റിന് അത് അറിയാമായിരുന്നു. ദൈവത്തിന് പൂർണ്ണമായി കീഴടങ്ങുന്നതിനുമുമ്പ് അദ്ദേഹം ദൈവത്തെ സ്നേഹിച്ചു. ക്രിസ്തീയ

അനുസരണത്തെ എതിർക്കുമ്പോൾ തന്നെ അദ്ദേഹത്തിന് ക്രിസ്തീയ സിദ്ധാന്തം വ്യക്തമാക്കാൻ കഴിഞ്ഞു. അദ്ദേഹത്തിന്റെ കഥ പല വിശ്വാസികളെയും നിശബ്ദമായി ഒരു പിരിമുറുക്കത്തിലേക്ക് തള്ളിവിടുന്നു. കൊണ്ടുപോകുക ഇന്ന്: ദി വിടവ് ഇടയിൽ എന്ത് ഞങ്ങൾ കുറ്റസമ്മതം നടത്തുക ഒപ്പം എന്ത് ഞങ്ങൾ പരിശീലിക്കുക.

അഗസ്റ്റിന്റെ യാത്ര ആണ് അല്ല ദി കഥ യുടെ എ പുരുഷൻ WHO കുറവായിരുന്നു അറിവ്. അത് ആണ് കഥ യുടെ എ പുരുഷൻ ആരുടെ **ചെയ്യും ലാഗ്ഡ് പിന്നിൽ അവന്റെ വിശ്വാസം** , ആരുടെ ആഗ്രഹങ്ങൾ പ്രതിരോധിച്ച വിന്യാസം, ഒപ്പം ആരുടെ കീഴടങ്ങുക വന്നു മാത്രം ശേഷം നീണ്ടുനിൽക്കുന്ന സമരം. ദൈവം ആ കാലതാമസത്തിൽ അവനെ കൈവിട്ടില്ല. പകരം, അവൻ അഭിലാഷത്തിലൂടെ അഗസ്റ്റിനെ പിന്തുടർന്നു, ബുദ്ധി, വിജയം, പരാജയം, ആഗ്രഹം, നാണക്കേട്, ഒപ്പം പ്രതിരോധം—വരെ ക്രിസ്തു ആയിരുന്നു അല്ല വെറുതെ വിശ്വസിച്ചു, പക്ഷേ **രൂപപ്പെട്ടു ഉള്ളിൽ** .

ഈ പുസ്തകം നിങ്ങളെ അഗസ്റ്റിന്റെ ജീവിതത്തിലേക്ക് ക്ഷണിക്കുന്നത് ഒരു കാഴ്ചക്കാരനായിട്ടല്ല, മറിച്ച് ഒരു പങ്കാളിയായാണ്. അദ്ദേഹത്തിന്റെ മതപരിവർത്തനത്തെ അഭിനന്ദിക്കാനോ സുരക്ഷിതമായ അകലത്തിൽ നിന്ന് അദ്ദേഹത്തിന്റെ ദൈവശാസ്ത്രം വിശകലനം ചെയ്യാനോ ഇത് നിങ്ങളോട് ആവശ്യപ്പെടുന്നില്ല. നിങ്ങളുടെ സ്വന്തം കാലതാമസങ്ങൾ, വിഭജിച്ച് പരിശോധിക്കാൻ ഇത് നിങ്ങളെ ക്ഷണിക്കുന്നു.

സ്നേഹിക്കുന്നു, സ്വകാര്യം വിട്ടുവീഴ്ചകൾ, ഒപ്പം പാറ്റേണുകൾ യുടെ പ്രതിരോധം ഇൻ ദി വെളിച്ചം തിരുവെഴുത്തിന്റെയും ജീവിച്ചിരുന്ന സാക്ഷ്യത്തിന്റെയും.

ഭക്തിഗാനത്തിന്റെ വികാസത്തോടെ, ശ്രദ്ധ ക്രമേണ മാറുന്നു. അഗസ്റ്റിന്റെ ജീവിതം ഒരു കണ്ണാടിയായി മാറുന്നു, ഒടുവിൽ കണ്ണാടി പൂർണ്ണമായും വായനക്കാരിലേക്ക് തിരിയുന്നു. ഫൈനൽ ചലനം യുടെ ഇത് യാത്ര ആണ് മനഃപൂർവ്വം പ്രായോഗികം ഒപ്പം

തിരയുന്നു—അവതരിപ്പിക്കുന്നു ആധുനികമായ സാഹചര്യങ്ങൾ, നിശബ്ദം പ്രവൃത്തികൾ യുടെ അനുസരണം, നിമിഷങ്ങളും യുടെ തീരുമാനം എവിടെ വിശ്വാസം വേണം ആയിത്തീരുക ദൃശ്യമാണ്.

നീ ആകുന്നു അല്ല വായന ചരിത്രം ഒറ്റയ്ക്ക്.
ഒടുവിൽ വഴങ്ങുന്ന ഒരു ജീവിതം കൊണ്ട്
ദൈവത്തിന് എന്തുചെയ്യാൻ കഴിയുമെന്ന്
നിങ്ങൾ വായിക്കുന്നു. എഴുതിയത് ദി
അവസാനിക്കുന്നു, നീ ആകുന്നു ഇല്ല
നീളമുള്ളത് മാത്രം എ വായനക്കാരൻ.
നീ ആകുന്നു ദി കത്ത് ആയിരിക്കൽ എഴുതിയത്.

എങ്ങനെ ലേക്ക് ഉപയോഗിക്കുക ഇത് പുസ്തകം

വേണ്ടി വ്യക്തികൾ ഒപ്പം ഗ്രൂപ്പുകൾ

1. ഉപയോഗിക്കുന്നു ഇത് പുസ്തകം പോലെ എ.എൻ. വ്യക്തി ഈ ഭക്തിഗാനാത്മകമായ ആണ് അല്ല രൂപകൽപ്പന ചെയ്തത് വേണ്ടി വേഗത, വ്യാപ്തം, അല്ലെങ്കിൽ വിവര ശേഖരണം. ഇത് **രൂപീകരണത്തിനായി രൂപകൽപ്പന ചെയ്തിരിക്കുന്നു** .

A. ദിവസേന താളം (15–30) മിനിറ്റ്)
ഓരോന്നും ദിവസം ആണ് ഘടനാപരമായ വരെ ആകുക ജീവിച്ചു, അല്ല തിരക്കി.
ശുപാർശ ചെയ്ത ഒഴുക്ക്:

1. **വായിക്കുക പതുക്കെ**
   ചെയ്യുക അല്ല സ്കിം. വായിക്കുക പോലെ എങ്കിലും ദി വാചകം ആണ് വായന *നീ.*
2. **നൽകുക ദി രംഗം**
   ചെയ്യുക അല്ല വിശകലനം ചെയ്യുക അത്.
   സങ്കൽപ്പിക്കുക സ്വയം ഇൻ അത്. അനുവദിക്കുക അത് ഉപരിതലം സത്യസന്ധൻ പ്രതികരണങ്ങൾ.
3. **ഇരിക്കുക കൂടെ ദി ചോദ്യം**
   ദി ചോദ്യങ്ങൾ ആകുന്നു അല്ല ഉദ്ദേശിച്ചത് വരെ ആകുക ഉത്തരം നൽകി വേഗത്തിൽ.

ചിലത് ദിവസം മുഴുവൻ തങ്ങാൻ
ഉദ്ദേശിച്ചുള്ളതാണ്.

4. **പരിശീലിക്കുക ദി ആക്ഷൻ**
ഓരോന്നും ദിവസം ഉൾപ്പെടുന്നു എ ചെറുത്
പ്രവർത്തിക്കുക യുടെ അനുസരണം.
ചെയ്യുക അത് നിശബ്ദമായി. ചെയ്യുക അല്ല
പ്രഖ്യാപിക്കുക അത്. അനുവദിക്കുക അത് ആകൃതി നീ.

5. **പ്രാർത്ഥിക്കുക ലളിതമായി**
ദി പ്രാർത്ഥനകൾ ആകുന്നു മനഃപൂർവ്വം പ്ലെയിൻ.
ഉപയോഗിക്കുക അവരെ പോലെ എഴുതിയത്
അല്ലെങ്കിൽ അനുവദിക്കുക അവരെ തുറക്കുക നിങ്ങളുടെ
സ്വന്തം വാക്കുകൾ.

B. ഭാവം വേണ്ടി വ്യക്തി ഉപയോഗിക്കുക

- വായിക്കുക **ഒന്ന് ദിവസം ഓരോ ദിവസം മാത്രം**
- ഒഴിവാക്കുക ചാടുന്നു മുന്നോട്ട്, പോലും എങ്കിൽ ദി
അടുത്തത് ദിവസം അനുഭവപ്പെടുന്നു ആകർഷകമായ

- ചെയ്യുക അല്ല നോക്കൂ വേണ്ടി വൈകാരികമായ അനുഭവങ്ങൾ—നോക്കൂ വേണ്ടി വിന്യാസം
- ജേണൽ മാത്രം എന്ത് ആണ് അത്യാവശ്യം; അനുസരണം കാര്യങ്ങൾ കൂടുതൽ അധികം ഉൾക്കാഴ്ച

ഈ പുസ്തകം പ്രവർത്തിക്കുന്നു മികച്ചത് എപ്പോൾ വായിക്കുക **കൂടെ നിയന്ത്രണം** .

C. എപ്പോൾ വരെ താൽക്കാലികമായി നിർത്തുക

എങ്കിൽ എ ദിവസം തുറന്നുകാട്ടുന്നു പ്രതിരോധം, ബോധ്യം, അല്ലെങ്കിൽ ക്ഷീണം:

- താമസിക്കുക കൂടെ അത് ദിവസം വേണ്ടി ഒരു അധിക 24–48 മണിക്കൂറുകൾ
- പരിശീലിക്കുക ദി നടപടി വീണ്ടും
- ചെയ്യുക അല്ല തിരക്ക് പരിവർത്തനം

ആത്മീയം രൂപീകരണം ആണ് അല്ല രേഖീയമായ.

2. ഉപയോഗിക്കുന്നു ഇത് പുസ്തകം എ.ടി അ ഗ്രൂപ്പ് ക്രമീകരണം

ഈ പുസ്തകം ആണ് മനഃപൂർവ്വം എഴുതിയത് വരെ പ്രവർത്തനം ഇൻ **ചെറുത് ഗ്രൂപ്പുകൾ, ശിഷ്യത്വ വൃത്തങ്ങൾ, നേതൃത്വ കൂട്ടങ്ങൾ, ശുശ്രൂഷാ സംഘങ്ങൾ** .

A. ആദർശം ഗ്രൂപ്പ് വലുപ്പം

- 4–8 **ആളുകൾ** ആണ് ഒപ്റ്റിമൽ
- കുറവ് അധികം 4 പരിധികൾ സാക്ഷി
- കൂടുതൽ അധികം 10 പരിധികൾ സത്യസന്ധത

ഈ ആണ് എ **രൂപീകരണം സ്ഥലം** , അല്ല എ ക്ലാസ് മുറി.

B. ആഴ്ചതോറും ഗ്രൂപ്പ് താളം (ശുപാർശ ചെയ്യുന്നത്)

പകരം അധികം യോഗം ദിവസേന, ഗ്രൂപ്പുകൾ വേണം നീക്കുക ചെയ്തത് എ) **ആഴ്ചതോറും വേഗത** .

നിർദ്ദേശിച്ചത് ഘടന:

- 5 ഭക്തിഗാനാത്മകമായ ദിവസങ്ങൾ വ്യക്തിപരമായി (ദിവസങ്ങൾ 1–5)
- 1 ഗ്രൂപ്പ് യോഗം വരെ പ്രക്രിയ
- 1 വിശ്രമം അല്ലെങ്കിൽ പിന്നീട് കാണുക ദിവസം

ഈ അനുവദിക്കുന്നു അനുസരണം വരെ ആകുക പരിശീലിച്ചു സ്വകാര്യമായി ഒപ്പം പ്രോസസ്സ് ചെയ്തു കോർപ്പറേറ്റ് ആയി.

C. ഗ്രൂപ്പ് മീറ്റിംഗ് ഘടന (60–90) മിനിറ്റ്)

1. ഉദ്ഘാടനം നിശ്ചലത (5) മിനിറ്റ്)

അപ്ഡേറ്റുകളൊന്നുമില്ല. ചർച്ചയില്ല. മുറി നിശബ്ദമാക്കുക.

2. പങ്കിട്ടു ചിന്തകൾ (30) മിനിറ്റ്)
ഓരോന്നും വ്യക്തി ഉത്തരങ്ങൾ മാത്രം:

- *എന്ത് ചെറുത്തുനിന്നു ഞാൻ ഇത് ആഴ്ച?*
- *എന്ത് ചെയ്തു ദൈവം ഉപരിതലം?*

ഇല്ല ഉറപ്പിക്കൽ. ഇല്ല പഠിപ്പിക്കൽ.
3. തിരുവെഴുത്ത് & വിവേചനാധികാരം (20) മിനിറ്റ്)
വായിക്കുക ദി താക്കോൽ
തിരുവെഴുത്തുകൾ
ഉച്ചത്തിൽ പതുക്കെ.
ചോദിക്കൂ:

- *എന്ത് പഴം ആണ് രൂപപ്പെടുന്നത്?*
- *എന്ത് വിന്യാസം ആണ് ദൈവം ചോദിക്കുന്നു വേണ്ടി?*

4. പ്രാർത്ഥന & പ്രഖ്യാപനം (15 മിനിറ്റ്)
പ്രാർത്ഥിക്കുക വേണ്ടി
അനുസരണം, അല്ല
ആശ്വസിപ്പിക്കുക.
സംസാരിക്കുക ദി
പ്രഖ്യാപനങ്ങൾ ഒരുമിച്ച്.
D. ഗ്രൂപ്പ് നിയമങ്ങൾ (വളരെ പ്രധാനം)
വേണ്ടി ഇത് പുസ്തകം വരെ ജോലി ഇൻ ഗ്രൂപ്പുകൾ, ദി പിന്തുടരുന്നു വേണം ആകുക സമ്മതിച്ചു ഇനിപ്പറയുന്നതിൽ:

- ഇല്ല തിരുത്തൽ ഒന്ന് മറ്റൊന്ന്
- ഇല്ല പഠിപ്പിക്കൽ ക്ഷണിച്ചില്ലെങ്കിൽ
- ഇല്ല ഉപദേശം അല്ലാതെ അഭ്യർത്ഥിച്ചു

- ഇല്ല പങ്കിടൽ പുറത്ത് ദി ഗ്രൂപ്പ്
- ഇല്ല ആത്മീയ താരതമ്യം

ഈ ആണ് എ **സുരക്ഷിതം രൂപീകരണം** പരിസ്ഥിതി, അല്ല എ സംവാദം ഫോറം.

3. ഉപയോഗിക്കുന്നു ഇത് പുസ്തകം വേണ്ടി നേതൃത്വം & ശിഷ്യത്വം

ഈ ഭക്തിഗാനാത്മകമായ ആണ് പ്രത്യേകിച്ച് ഫലപ്രദമായ ഇതിനായി:

- പള്ളി നേതൃത്വം ടീമുകൾ
- മന്ത്രാലയം ഇന്റേണുകൾ
- ഉയർന്നുവരുന്നത് നേതാക്കൾ
- പ്രായപൂർത്തിയായവർ വിശ്വാസികൾ പ്രവേശിക്കുന്നു പുതിയത് ഉത്തരവാദിത്തം

A. നേതൃത്വം ഊന്നൽ

നേതാക്കൾ വേണം പണം നൽകുക പ്രത്യേക ശ്രദ്ധ ലേക്ക്:

- ദിവസങ്ങളിൽ ഓൺ അധികാരം, നിശബ്ദത, സഹിഷ്ണുത, ഒപ്പം പ്രകടനം
- സാഹചര്യങ്ങൾ അത് തുറന്നുകാട്ടുക സ്വരം, നിയന്ത്രണം, ഒപ്പം ദൃശ്യപരത
- പ്രവർത്തനങ്ങൾ അത് ആവശ്യപ്പെടുക നിയന്ത്രണം പകരം അധികം മുൻകൈ

ഈ പുസ്തകം ഫോമുകൾ **സ്വഭാവം മുമ്പ് ശേഷി**.

B. ഫെസിലിറ്റേറ്റർ പങ്ക്

എങ്കിൽ നീ ആകുന്നു നയിക്കുന്നത് മറ്റുള്ളവർ വഴി ഇത് പുസ്തകം:

- ചെയ്യുക അല്ല ആധിപത്യം സ്ഥാപിക്കുക ചർച്ച
- മോഡൽ ദുർബലത ഇല്ലാതെ അമിതമായി പങ്കിടൽ
- അനുവദിക്കുക നിശബ്ദത
- സംരക്ഷിക്കുക ദി വേഗത

നിങ്ങളുടെ പങ്ക് ആണ് **രക്ഷാധികാരി**യുടെ ദി പരിസ്ഥിതി, അല്ല ദി വിദഗ്ദ്ധൻ.

4. എന്ത് ഇത് പുസ്തകം ഐ.എസ്. — ഒപ്പം ഐ.എസ്. അല്ല

ഈ പുസ്തകം ഇതാണ്:

- അ രൂപീകരണം യാത്ര
- അ ശിഷ്യത്വം ഉപകരണം
- അ കണ്ണാടി വേണ്ടി അനുസരണം
- അ കമ്മീഷൻ ചെയ്യുന്നു ഉറവിടം

ഈ പുസ്തകം ആണ് അല്ല:

- അ ദൈവശാസ്ത്രം പാഠപുസ്തകം
- അ പ്രചോദനാത്മകമായ ഭക്തിഗാനാത്മകമായ
- അ വേഗത്തിൽ വായിക്കാവുന്ന പ്രോഗ്രാം
- അ വ്യക്തിത്വത്താൽ നയിക്കപ്പെടുന്നത് പഠനം

അത് ആണ് രൂപകൽപ്പന ചെയ്തത് വരെ വിടുക മാർക്ക് , അല്ല ഇംപ്രഷനുകൾ.

5. അ ഫൈനൽ വാക്ക് ലേക്ക് വായനക്കാർ

എന്ന് നീ നടക്കുക വഴി ഇത് പുസ്തകം ഒറ്റയ്ക്ക് അല്ലെങ്കിൽ കൂടെ മറ്റുള്ളവർ, ഉത്തരവാദിത്തം ഒന്നുതന്നെയാണ്:

നീ ആകുന്നു അല്ല ചോദിച്ചു വരെ അഭിനന്ദിക്കുക സത്യം.

നീ ആകുന്നു ചോദിച്ചു വരെ
ആയിത്തീരുക വായിക്കാൻ
കഴിയുന്നത് . വായിക്കുക
പതുക്കെ.
അനുസ
രിക്കുക
നിശബ്ദമാ
യി.
ജീവിക്കു
ക
വ്യക്തമാ
യി.
ദി ലോകം ആണ് വായന.

എസ്.ടി. അഗസ്റ്റിൻ ഓഫ് ഹിപ്പോ (354–430) എഡി)
- അ ജീവിതം ദൈവം നിരസിച്ചു വരെ വിടുക ഒറ്റയ്ക്ക്

ദി പൂർണ്ണം പേര് ഓഫ് എസ്.ടി. അഗസ്റ്റിൻ യുടെ ഹിപ്പോ ആയിരുന്നു ഔറേലിയസ് അഗസ്റ്റിനസ് (ലാറ്റിൻ ഭാഷയിൽ) അല്ലെങ്കിൽ ഔറേലിയസ് അഗസ്റ്റിൻ . അവൻ ആണ് പ്രസിദ്ധമായി അറിയപ്പെടുന്നത് പോലെ അഗസ്റ്റിൻ യുടെ ഹിപ്പോ (ലാറ്റിൻ: *ഔറേലിയസ് അഗസ്റ്റിനസ് ഹിപ്പോനെൻസിസ്*), ഉള്ളത് വിളമ്പി പോലെ ദി ബിഷപ്പ് യുടെ എ.ഡി. 396 മുതൽ 430 വരെ വടക്കേ ആഫ്രിക്കയിലെ ഹിപ്പോ റീജിയസ്.

- **ജനനം പേര്**: ഔറേലിയസ് അഗസ്റ്റിനസ്.
- **പ്രാധാന്യം:** സഭയുടെ ലാറ്റിൻ പിതാവ്, തത്ത്വചിന്തകൻ, കത്തോലിക്കാ സഭയുടെ ഡോക്ടർ.
- **സന്ദർഭം:** അവൻ ആണ് തിരിച്ചറിഞ്ഞു വേണ്ടി അവന്റെ സംഭാവനകൾ വരെ പാശ്ചാത്യ ക്രിസ്തുമതം ഒപ്പം തത്ത്വചിന്ത, കൂടെ പ്രശസ്ത പ്രവർത്തിക്കുന്നു *കൺഫെഷൻസ്*, *ദി സിറ്റി ഓഫ് ഗോഡ്* എന്നിവയുൾപ്പെടെ .

അധ്യായം ഒന്ന്

വിശ്രമമില്ലാത്ത കുട്ടി, പ്രാർത്ഥിക്കുന്ന അമ്മ, കാവൽ നിൽക്കുന്ന ദൈവം

H ഇ ചെയ്യും പിന്നീട് ആയിത്തീരുക ഒന്ന് യുടെ ദി ഏറ്റവും കൂടുതൽ സ്വാധീനമുള്ള ക്രിസ്ത്യാനികൾ WHO ജീവിച്ചിരുന്നു .

പക്ഷേ ചെയ്തത് ദി തുടക്കം, ഒന്നുമില്ല കുറിച്ച്

അഗസ്റ്റിൻ നിർദ്ദേശിച്ചത് കീഴടങ്ങുക .

എളിമയുള്ളവനാകുന്നതിനുമുമ്പ് അവൻ

മിടുക്കനായിരുന്നു.

അവൻ

അനുസരണയുള്ളവനാകു

ന്നതിനുമുമ്പ്

ജിജ്ഞാസയോടെ.

അസ്വസ്ഥനായി നീളമുള്ള

മുമ്പ് അവൻ ആയിരുന്നു

വീണ്ടെടുത്തു.

അഗസ്റ്റിൻ എ.ഡി. 354-ൽ വടക്കേ ആഫ്രിക്കയിലെ ഒരു ചെറിയ പട്ടണത്തിൽ ജനിച്ചു . തഗാസ്റ്റെ, ഇൻ എന്ത് ആണ് ഇപ്പോൾ ആധുനിക കാലത്തെ അൾജീരിയ. അവൻ പ്രവേശിച്ചു ദി ലോകം ഒരു വിശുദ്ധനായിട്ടല്ല , മറിച്ച് ഒരു വൈരുദ്ധ്യമായി - വിശ്വാസത്താൽ വിഭജിക്കപ്പെട്ട ഒരു

വീട്ടിൽ വളർത്തിയതും രൂപപ്പെടുത്തിയതും എ അമ്മ WHO പ്രാർത്ഥിച്ചു നിരന്തരം, ഒപ്പം സ്വാധീനിക്കപ്പെട്ട എഴുതിയത് എ അച്ഛൻ WHO വിശുദ്ധിയെക്കാൾ അഭിലാഷത്തെ ആരാധിച്ചു.

ഉത്ഭവം അവന്റെ ഏറ്റവും ആദ്യം ദിവസങ്ങൾ, അഗസ്റ്റിന്റെ ഹൃദയം ചാരി നേരെ *കൂടുതൽ ആഗ്രഹിക്കുന്നു* - കൂടുതൽ ആനന്ദം, കൂടുതൽ അറിവ്, കൂടുതൽ അംഗീകാരം, കൂടുതൽ സ്വാതന്ത്ര്യം. എന്നിട്ടും പോലും പോലെ എ കുട്ടി, എന്തോ അല്ലെങ്കിൽ ആയിരുന്നു വർത്തമാനം: എ ആഴമുള്ള, പേരില്ലാത്ത എല്ലായിടത്തും അവനെ പിന്തുടർന്ന അസംതൃപ്തി.

പിന്നീട് അദ്ദേഹം കുറ്റസമ്മതം നടത്തിയത് തന്റെ ദൈവത്തെക്കുറിച്ചുള്ള അജ്ഞതയായിരുന്നില്ല പ്രശ്നം, പക്ഷേ
വഴിതെറ്റിയ സ്നേഹം.

പക്ഷേ എങ്ങനെ ചെയ്യുന്നു എ കുട്ടി പഠിക്കുക എന്ത് വരെ പ്രണയമോ?

ഒപ്പം WHO ആണ് രൂപപ്പെടുത്തൽ നമ്മുടെ ആഗ്രഹങ്ങൾ മുമ്പ് ഞങ്ങൾ ആകുന്നു പോലും അവബോധമുള്ള യുടെ അവയോ? ഇവയോ ? ചോദ്യങ്ങൾ ചെയ്യും വേട്ടയാടുക അഗസ്റ്റിന്റെ ജീവിതം.

അ വീട് വിഭജിക്കപ്പെട്ടു

അഗസ്റ്റിൻ തന്റെ അമ്മ മോണിക്കയുടെ ശ്രദ്ധാപൂർവ്വമായ പരിചരണത്തിലാണ് വളർന്നത് - a ക്രിസ്ത്യൻ സ്ത്രീ ആരുടെ വിശ്വാസം ആയിരുന്നു അല്ല നിശബ്ദമായ, മര്യാദയുള്ള, അല്ലെങ്കിൽ സ്വകാര്യം. അവൾ പ്രാർത്ഥിച്ചു കൂടെ കണ്ണുനീർ. അവൾ വിശ്വസിച്ചു കൂടെ സ്ഥിരോത്സാഹം. അവൾ വിശ്വസനീയം ദൈവം വേണ്ടി അവൾ മകൻ പോലും എപ്പോൾ അവന്റെ തിരഞ്ഞെടുപ്പുകൾ തോന്നി വരെ എതിർക്കുക ഓരോ പ്രത്യാശ അവൾ നടത്തി.

അദ്ദേഹത്തിന്റെ പിതാവ് പട്രീഷ്യസ് ഒരു പുറജാതീയനായിരുന്നു - അതിമോഹമുള്ളവനും, സാമൂഹികമായി മുന്നോട്ട് പോകുന്നവനും, കൂടുതൽ ഉത്കണ്ഠയുള്ളവനും. കൂടെ അഗസ്റ്റിന്റെ ഭാവി വിജയം അധികം അവന്റെ ഭാവി ആത്മാവ്. അവൻ അഗസ്റ്റിന്റെ ബുദ്ധിശക്തിയെ ആഘോഷിക്കുകയും സമൂഹത്തിലെ അദ്ദേഹത്തിന്റെ ഉയർച്ചയെക്കുറിച്ച് സ്വപ്നം കാണുകയും ചെയ്തു, എന്നിട്ടും കാര്യമായ ആശങ്ക കാണിച്ചില്ല. വേണ്ടി ദി രൂപീകരണം യുടെ അവന്റെ സ്വഭാവം.

രണ്ട് ശബ്ദങ്ങൾ ആകൃതിയിലുള്ള ദി ചെറുപ്പം അഗസ്റ്റിൻ:

- ഒന്ന് വിളിക്കുന്നു അവൻ മുകളിലേക്ക് ഇൻ വിശ്വാസം
- ദി മറ്റുള്ളവ തള്ളൽ അവൻ പുറത്തേക്ക് നേരെ നേട്ടം

അവർക്കിടയിൽ ഒരു ആൺകുട്ടി ഉണ്ടായിരുന്നു, **ബുദ്ധിശക്തി ജ്ഞാനത്തേക്കാൾ വേഗത്തിൽ വളരുമെന്നും** ദൈവത്തോടുള്ള അനുസരണം കൂടാതെ ദൈവത്തോടുള്ള

സ്നേഹം നിലനിൽക്കുമെന്നും അവൻ നേരത്തെ മനസ്സിലാക്കിക്കൊണ്ടിരുന്നു. ദൈവം.

ഏത് ശബ്ദം ചെയ്യുക ഞങ്ങൾ കേൾക്കുക വരെ എപ്പോൾ രണ്ടും വാഗ്ദാനം എ ഭാവി?

അ മൂർച്ചയുള്ളത് മനസ്സ് ഒപ്പം അ അയഞ്ഞത് ഹൃദയം

അഗസ്റ്റിൻ സ്കൂളിൽ മിടുക്കനായിരുന്നു. വാക്കുകൾ അവന് എളുപ്പത്തിൽ മനസ്സിലായി. വാദപ്രതിവാദങ്ങൾ ആവേശഭരിതമായി. അവനെ. സ്തുതി ഭക്ഷണം നൽകി അവനെ. പോലും പോലെ എ കുട്ടി, അവൻ കണ്ടെത്തി അത് ബുദ്ധി പ്രശംസ നേടാൻ കഴിയും - പ്രശംസയ്ക്ക് ശൂന്യതയെ മറയ്ക്കാൻ കഴിയും.

എന്നിട്ടും അരികിൽ അവന്റെ അക്കാദമിക് വിജയം ഓടി എ വളരുന്നു വിശപ്പ് വേണ്ടി ആഹ്ലാദം. ആഗ്രഹിച്ചതുകൊണ്ട് മാത്രം അത് എങ്ങനെ സ്വീകരിക്കാമെന്ന് അഗസ്റ്റിൻ വളരെ നേരത്തെ തന്നെ പഠിച്ചു . അദ്ദേഹത്തിന്റെ ആദ്യകാല ഏറ്റുപറച്ചിലുകളിൽ ഒന്ന് - ഞെട്ടിപ്പിക്കുന്ന തരത്തിൽ സത്യസന്ധമായി - അജ്ഞതയെക്കുറിച്ചല്ല, മറിച്ച് സ്വന്തം നന്മയ്ക്കായി *തെറ്റുകൾ ആസ്വദിക്കുന്നതിനെക്കുറിച്ചായിരുന്നു*.

ഒരിക്കൽ അവൻ പഴങ്ങൾ മോഷ്ടിച്ചു - വിശന്നതുകൊണ്ടല്ല, മറിച്ച് അത് നിഷിദ്ധമായിരുന്നതുകൊണ്ടാണ്.

എന്തുകൊണ്ട് ചെയ്യുന്നു ദി മനുഷ്യൻ ഹൃദയം ആഗ്രഹം എന്ത് അത് അറിയാം ആണ് തെറ്റാണോ? എന്തുകൊണ്ട്? ചെയ്യുന്നു ആനന്ദം പലപ്പോഴും

അനുഭവപ്പെടുക കൂടുതൽ
ബോധ്യപ്പെടുത്തുന്ന അധികം
സത്യമാണോ? ഇവ പഴയ ചോദ്യങ്ങളല്ല.
അവർ ആകുന്നു മനുഷ്യൻ ഒന്ന്.

അ ദൈവം WHO ആയിരുന്നു വർത്തമാനം പക്ഷേ സ്വാഗതം

അഗസ്റ്റിൻ ക്രിസ്തുമതത്തിലേക്ക് വളരെ നേരത്തെ തന്നെ കടന്നുവന്നു. അദ്ദേഹത്തിന് ആ പേര് അറിയാമായിരുന്നു. യുടെ ക്രിസ്തു. അവൻ ബഹുമാന്യനായ തിരുവെഴുത്ത്. അവൻ പോലും ആരാധിച്ചു ക്രിസ്ത്യൻ ധാർമ്മികത നിന്ന് ഒരു ദൂരം. പക്ഷേ ആരാധന ചെയ്തു അല്ല വിവർത്തനം ചെയ്യുക കടന്നു കീഴടങ്ങുക.

അവന് സത്യം വേണം -
പക്ഷേ അധികാരമല്ല. അവൻ
ആഗ്രഹിച്ചു അർത്ഥം—
പക്ഷേ അല്ല അവന്
ദൈവത്തെ വേണം - പക്ഷേ
ഇതുവരെ കഴിഞ്ഞില്ല.
അങ്ങനെ ദൈവം കാത്തിരുന്നു.
അഥവാ മറിച്ച് - ദൈവം കണ്ടു.

അഗസ്റ്റിൻ നടത്തിയ ഓരോ തിരഞ്ഞെടുപ്പിന്റെയും പശ്ചാത്തലത്തിൽ, ഒരു പ്രാർത്ഥന ഉണ്ടായിരുന്നു അമ്മ, എ ക്ഷമയുള്ള ദൈവം, ഒപ്പം എ വളരുന്നു അസ്വസ്ഥത അത് ഇല്ല വിജയം നിശബ്ദത പാലിക്കാൻ കഴിയും .

ചോദ്യങ്ങൾ അത് ചെയ്യും അല്ല പോകൂ ദൂരെ

അഗസ്റ്റിന്റെ ജീവിതം ചുരുളഴിയുമ്പോൾ, ചില ചോദ്യങ്ങൾ അദ്ദേഹത്തെ പിന്തുടരാൻ തുടങ്ങി - അദ്ദേഹത്തിന്റെ യാത്രയെ രൂപപ്പെടുത്തുകയും ഒടുവിൽ സഭയെ രൂപപ്പെടുത്തുകയും ചെയ്യുന്ന

ചോദ്യങ്ങൾ:

- എന്തുകൊണ്ട് ചെയ്യുക ഞങ്ങൾ അറിയാം എന്ത് ആണ് ശരി ഇതുവരെ തിരഞ്ഞെടുക്കുക എന്ത് ആണ് തെറ്റാണോ
- കഴിയും വിശ്വാസം നിലവിലുണ്ട് ഇല്ലാതെ അനുസരണം?
- ആണ് ആഗ്രഹം ദി ശത്രു, അല്ലെങ്കിൽ ആണ് അത് ലളിതമായി വഴിതെറ്റിയോ?
- എന്തുകൊണ്ട് ചെയ്യുന്നു ദൈവം അനുവദിക്കുക കാലതാമസം ഇൻ പരിവർത്തനം?
- കഴിയും ബുദ്ധി ആയിത്തീരുക എ തടസ്സം വരെ കീഴടങ്ങണോ?
- ചെയ്യുന്നു ദൈവം പിന്തുടരുക ഞങ്ങളെ പോലും എപ്പോൾ ഞങ്ങൾ ചെറുക്കുക അവനെയോ?
- എന്ത് സംഭവിക്കുന്നു എപ്പോൾ സത്യം നേരിടുന്നു ആനന്ദമോ?

ഇവ ചോദ്യങ്ങൾ ചെയ്യും അല്ല ആകുക ഉത്തരം നൽക എല്ലാം ചെയ്തത് ഒരിക്കൽ.

അഗസ്റ്റിന്റെ പരാജയങ്ങളിലൂടെയും, കുറ്റസമ്മതങ്ങളിലൂടെയും, അവയ്ക്ക് ദിവസം തോറും ഉത്തരം ലഭിക്കും . അവന്റെ തിരിയുന്നു പോയിന്റുകൾ, ഒപ്പം അവന്റെ അന്തിമമായ കീഴടങ്ങുക - കുറുകെ ദി തുടർന്നുള്ള 40 ദിവസത്തെ യാത്ര.

അ ജീവിതം കീഴിൽ നിരീക്ഷണം

എ.ടി. ഇത് സ്റ്റേജ് ഓഫ് അവന്റെ ജീവിതം, അഗസ്റ്റിൻ ചെയ്തു അല്ല പരിഗണിക്കുക സ്വയം നഷ്ടപ്പെട്ടു.

പക്ഷേ സ്വർഗ്ഗം ഉണ്ടായിരുന്നു ഇതിനകം അടയാളപ്പെടുത്ത അവനെ.

അവൻ ചെയ്യും പിന്നീട് എഴുതുക അത് ദൈവം ആയിരുന്നു അടുത്ത് വരെ അവൻ അധികം അവൻ ആയിരുന്നു തനിക്കുതന്നെ—സന്നിഹിതൻ പോലും എപ്പോൾ അവഗണിച്ചു, വിശ്വസ്തനായ പോലും എപ്പോൾ ചെറുത്തുനിന്നു.

അഗസ്റ്റിന്റെ കഥ ആരംഭിക്കുന്നത്
മതപരിവർത്തനത്തോടെയല്ല ,
പിന്തുടരലിലാണ് .
ഒപ്പം അത് പിന്തുടരൽ ഉണ്ട് ഇതിനകം ആരംഭിച്ചു.

ചോദ്യങ്ങൾ ലേക്ക് കാരി മുന്നോട്ട്

ചെയ്യുക അല്ല ഉത്തരം ഇവ ഇതുവരെ. അനുവദിക്കുക അവരെ താമസിക്കുക:

- എന്ത് ശബ്ദങ്ങൾ ആകൃതിയിലുള്ള നിങ്ങളുടെ ഏറ്റവും ആദ്യം ആഗ്രഹങ്ങൾ?
- എവിടെ ചെയ്തു ബുദ്ധിശക്തി അല്ലെങ്കിൽ കഴിവ് ഒഴികഴിവ് അനുസരണക്കേട്?
- എന്ത് ഉണ്ട് ദൈവം ആയിരുന്നു ക്ഷമയുള്ള കൂടെ ഇൻ നിങ്ങളുടെ ജീവിതമോ?
- ആണ് നിങ്ങളുടെ ഹൃദയം വിശ്രമമില്ലാത്തത്—ഒപ്പം എങ്കിൽ അതിനാൽ, എന്തുകൊണ്ട്?

ഇവ ചോദ്യങ്ങൾ ചെയ്യും കണ്ടുമുട്ടുക അവരുടെ ഉത്തരങ്ങൾ പോലെ ദി യാത്ര വികസിക്കുന്നു.

അധ്യായം രണ്ട്

വിജയത്തിന്റെ വശീകരണവും ആഗ്രഹത്തിന്റെ വിദ്യാഭ്യാസവും

A അഗസ്റ്റിൻ പഠിച്ചു നേരത്തെ അത് വിജയം കഴിയും അനുഭവപ്പെടുക പോലെ രക്ഷ .

പോലെ അവൻ വളർന്നു, അവന്റെ തിളക്കം ആയി നിഷേധിക്കാനാവാത്ത. അധ്യാപകർ പ്രശംസിച്ചു അവനെ. സമപ്രായക്കാർ അവനോട് അസൂയപ്പെട്ടു. അവന്റെ മുന്നിൽ അവസരങ്ങൾ തുറന്നു. പുരോഗതി നിറഞ്ഞ ഒരു ലോകത്ത് ആശ്രയിച്ചു ഓൺ വാചാടോപം ഒപ്പം പ്രേരണ, അഗസ്റ്റിന്റെ സമ്മാനം കൂടെ വാക്കുകൾ അവനെ വേറിട്ടു നിർത്തി.

ഒപ്പം കൂടെ ഓരോ നേട്ടം വന്നു ബലപ്പെടുത്തൽ:
നീ ആകുന്നു അസാധാരണമായ. നീ ആകുന്നു വിധിക്കപ്പെട്ടത് വേണ്ടി കൂടുതൽ.

പക്ഷേ കൂടുതൽ യുടെ *എന്ത്*?

അത് ചോദ്യം ആയിരുന്നു ഒരിക്കലും ചോദിച്ചു ഉച്ചത്തിൽ—കാരണം വിജയം ചെയ്യുന്നു അല്ല ചോദ്യം ചെയ്യലിന് ക്ഷണിക്കുക. അത് ആക്കം കൂട്ടുന്നു.

അഭിലാഷം പോലെ അ പകരം വയ്ക്കുക വേണ്ടി വിളിക്കുന്നു

അഗസ്റ്റിന്റെ വിദ്യാഭ്യാസം അദ്ദേഹത്തെ ജന്മനാട്ടിൽ നിന്ന് വലിയ നഗരങ്ങളിലേക്കും, വിശാലമായ വേദികളിലേക്കും, ഉച്ചത്തിലുള്ള കരഘോഷത്തിലേക്കും കൊണ്ടുപോയി. അദ്ദേഹം വാചാടോപത്തിൽ, പ്രേരണ, ദി ക്രാഫ്റ്റ് യുടെ പ്രത്യക്ഷപ്പെടുന്നു ജ്ഞാനി. അവൻ പഠിച്ചു എങ്ങനെ വരെ നീക്കുക ജനക്കൂട്ടം, എങ്ങനെ ജയിക്കുക വാദങ്ങൾ, എങ്ങനെ വരെ ശബ്ദം ബോധ്യപ്പെടുത്തുന്നത് പോലും എപ്പോൾ സത്യം ആയിരുന്നു അനിശ്ചിതത്വം.

ആഗ്രഹങ്ങളെ എങ്ങനെ
നിയന്ത്രിക്കണമെന്ന് അവൻ
പഠിച്ചില്ല. ലോകം അവന്റെ
കഴിവിന് പ്രതിഫലം നൽകി.
അവന്റെ ഹൃദയം
അവന്റെ
പ്രേരണകൾക്ക്
പ്രതിഫലം നൽകി.
ദൈവം - ഇപ്പോഴും
ക്ഷമയോടെ - അവനെ
നിരീക്ഷിച്ചു.
ആണ് അത് സാധ്യമായ വേണ്ടി എ
സമ്മാനം വരെ മുന്നേറുക വേഗത്തിൽ
അധികം കഥാപാത്രമോ? കഴിയുമോ ?
വിജയം ആയിത്തീരുക എ അഭയം
നിന്ന് ബോധ്യം?
അഗസ്റ്റിൻ ചെയ്യും പിന്നീട് ഉത്തരം ഇവ ചോദ്യങ്ങൾ
വേദനാജനകമായി.

ദി നിശബ്ദത രൂപീകരണം ഓഫ് അ വിഭജിക്കപ്പെട്ടു ആത്മാവ്

ഈ വർഷങ്ങളിൽ, അഗസ്റ്റിന്റെ ജീവിതം പല ഭാഗങ്ങളായി പിരിഞ്ഞു. പരസ്യമായി, അദ്ദേഹം ആയിരുന്നു അച്ചടക്കമുള്ള, പ്രശംസിക്കപ്പെട്ട, ഒപ്പം വാഗ്ദാനം ചെയ്യുന്നു. സ്വകാര്യമായി, അവൻ ആഹ്ലാദിച്ചു ആഗ്രഹങ്ങൾ അത് അദ്ദേഹം വിലമതിക്കുന്നുവെന്ന് അവകാശപ്പെട്ട എല്ലാത്തിനും വിരുദ്ധമായിരുന്നു.

അവൻ ചെയ്തു അല്ല
കാണുക ഇത് പോലെ
കാപട്യം. അയാൾ
അതിനെ
സാധാരണമായി കണ്ടു

.

എല്ലാത്തിനുമുപരി, പലരും ഈ രീതിയിൽ ജീവിച്ചു - പകൽ വിജയിച്ചു, രാത്രിയിൽ സുഖിച്ചു. എന്ത് പ്രാധാന്യമുള്ള, അവൻ വിശ്വസിച്ചു, ആയിരുന്നു അന്തിമമായ ഉദ്ദേശം. ഒന്ന് ദിവസം അവൻ മാറും. ഒന്ന് ദിവസം അവൻ ചെയ്യും ആകുക നല്ലത്. ഒന്ന് ദിവസം അവൻ ചെയ്യും സമർപ്പിക്കുക പൂർണ്ണമായും വരെ ദൈവം.

വെറും അല്ല ഇതുവരെ.
എന്തുകൊണ്ട് ചെയ്യുന്നു "പിന്നീട്"
അനുഭവപ്പെടുക അങ്ങനെ ന്യായമായ എപ്പോൾ
അനുസരണം അനുഭവപ്പെടുന്നു
ചെലവേറിയതാണോ? എന്തുകൊണ്ട്? ചെയ്യുക
ഞങ്ങൾ കരുതുക സമയം ചെയ്യും ഉണ്ടാക്കുക

കീഴടങ്ങുക വളരെ എളുപ്പം?

അഗസ്റ്റിന്റെ കാലതാമസം ആയിരുന്നു അല്ല കലാപം—അത് ആയിരുന്നു ചർച്ച.

അ വിശ്വാസം അത് കഴിയും കാത്തിരിക്കുക

അഗസ്റ്റിൻ വിശ്വസിച്ചു ഇൻ ദൈവം.

അവൻ

ക്രിസ്തുവിനെ

ബഹുമാനിച്ചു.

അവൻ

ആരാധിച്ചു

തിരുവെഴുത്ത്.

പക്ഷേ വിശ്വാസം ഇല്ലാതെ അനുസരണം സൃഷ്ടിക്കുന്നു ഒരു മിഥ്യാധാരണ യുടെ സുരക്ഷ.

വിശുദ്ധിയെയാണ് താൻ ഭയപ്പെട്ടതെന്ന് അദ്ദേഹം പിന്നീട് ഏറ്റുപറയും - അല്ല കാരണം അവൻ സംശയിച്ചു ദൈവത്തിന്റെ നന്മ, പക്ഷേ കാരണം അവൻ സംശയിച്ചു അവന്റെ മാറ്റത്തിനുള്ള സ്വന്തം സന്നദ്ധത.

അവൻ

പ്രാർത്ഥിച്ചു—

പക്ഷേ അവൻ

ശ്രദ്ധയോടെ കേട്ടു -

പക്ഷേ

തിരഞ്ഞെടുത്തു.

അവൻ അനുസരണം മാറ്റിവച്ചു - അവൻ

ഇപ്പോഴും നിയന്ത്രണത്തിലാണെന്ന

ആത്മവിശ്വാസത്തോടെ. എന്നിരുന്നാലും

നിയന്ത്രണം എല്ലായ്പ്പോഴും

താൽക്കാലികമാണ്.

ദി ആഗ്രഹം അത് ആയിത്തീർന്നു അ മാസ്റ്റർ

അഗസ്റ്റിന്റെ ജീവിതം പുരോഗമിക്കുന്തോറും, അവന്റെ സുഖഭോഗങ്ങളും വളർന്നു. ഒരിക്കൽ ഉണർത്തപ്പെട്ട ആഗ്രഹം പിന്നീട് ആവശ്യപ്പെടുന്നതായി വളർന്നു. തിരഞ്ഞെടുപ്പായി തുടങ്ങിയത് പതുക്കെ ശീലമായി. സ്വാതന്ത്ര്യമായി തുടങ്ങിയത് ആശ്രയത്വമായി ഉറച്ചു.

അവൻ സ്നേഹിച്ചു
ആഴത്തിൽ—പക്ഷേ അല്ല
ബുദ്ധിപൂർവ്വം. അവൻ
പ്രതിജ്ഞാബദ്ധനായിരു
ന്നു - പക്ഷേ
പൂർണ്ണമായും അല്ല.
അവൻ കൊതിച്ചു വേണ്ടി അടുപ്പം—പക്ഷേ ചെറുത്തുനിന്ന
ഉത്തരവാദിത്തം.

ആഗ്രഹം സംതൃപ്തി

വാഗ്ദാനം ചെയ്തു.

പകരം, അത് മുറുക്കി

അതിന്റെ പിടി.

എപ്പോഴാണ് ആനന്ദം നമ്മെ

സേവിക്കുന്നത് നിർത്തി ഭരിക്കാൻ

തുടങ്ങുന്നത്? വാത്സല്യത്തെയും

ആസക്തിയെയും എങ്ങനെ

വേർതിരിക്കാം?

ഇവ ആയിരുന്നു ചോദ്യങ്ങൾ അഗസ്റ്റിൻ കഴിയും അല്ല ഇതുവരെ മുഖം.

അ അമ്മ WHO ചെയ്യും അല്ല നിർത്തുക പ്രാർത്ഥിക്കുന്നു

എല്ലാം ദി അതേസമയം, മോണിക്ക പ്രാർത്ഥിച്ചു.

നിരാശയിലൂടെ അവൾ

പ്രാർത്ഥിച്ചു. അവൾ

പ്രാർത്ഥിച്ചു വഴി

നാണക്കേട്.

അവൾ പ്രാർത്ഥിച്ചു വഴി പൊതുജനങ്ങൾ വിജയം ഒപ്പം സ്വകാര്യം പരാജയം.

തന്റെ മകൻ പദവിയിൽ ഉയരുന്നതും സ്വഭാവത്തിൽ അധഃപതിക്കുന്നതും അവൾ കണ്ടു - ദൈവം ഇപ്പോഴും എഴുതുന്നുണ്ടെന്ന് വിശ്വസിക്കുന്നത് നിർത്താൻ അവൾ വിസമ്മതിച്ചു.

ആത്മീയമായി നിലനിൽക്കുന്ന ഒരാൾക്ക് വേണ്ടി മധ്യസ്ഥത വഹിക്കുക എന്നതിന്റെ അർത്ഥമെന്താണ്? ഒഴുകി നടക്കുന്നുണ്ടോ?

ദൃശ്യമായ മാറ്റമില്ലെങ്കിൽ പ്രാർത്ഥനകൾ
എങ്ങനെ ഫലിക്കും? മോണിക്കയ്ക്ക്
ഉത്തരങ്ങൾ അറിയില്ലായിരുന്നു.
അവൾ വിശ്വസനീയം ദി രചയിതാവ്.

അ ജീവിതം നീങ്ങുന്നു മുന്നോട്ട് - ഒപ്പം ഉള്ളിൽ തൂങ്ങിക്കിടക്കുന്ന

പുറത്തേക്ക്, അഗസ്റ്റിൻ ആയിരുന്നു മുന്നേറുന്നു.
ഉള്ളിലേക്ക്, അവൻ ആയിരുന്നു കുടുങ്ങി.
അവന്റെ മനസ്സ് മത്സരിച്ചു മുന്നോട്ട് യുടെ അവന്റെ ഹൃദയം. അവന്റെ പ്രശസ്തി മറികടന്നു അവന്റെ അനുസരണം.

അവന്റെ ഭാവി നോക്കി തിളക്കമുള്ളത് - എന്നിട്ടും അവന്റെ ആത്മാവ് അനുഭവപ്പെട്ടു വർദ്ധിച്ചുവരുന്ന മങ്ങിയ.
നേട്ടങ്ങളുടെ ആരവങ്ങൾക്കിടയിൽ, അസ്വസ്ഥത
തിരിച്ചുവന്നു. അല്ല ഉച്ചത്തിൽ.
സ്ഥിരമായി.
അ ചോദ്യം തുടങ്ങി വരെ ഉപരിതലം - നിശബ്ദം പക്ഷേ നിരന്തരമായ:
ആണ് ഇത് എല്ലാം അവിടെ ആണ്?

ചോദ്യങ്ങൾ അത് ചെയ്യും ആകൃതി ദി യാത്ര മുന്നോട്ട്

ചെയ്യുക അല്ല തിരക്ക് ലേക്ക് ഉത്തരം ഇവ:

- കഴിയും അഭിലാഷം സഹവർത്തിക്കുക കൂടെ കീഴടങ്ങണോ?
- ചെയ്തത് എന്ത് പോയിന്റ് ചെയ്യുന്നു കാലതാമസം ആയിത്തീരുക അനുസരണക്കേട്?
- ഹൃദയം അസ്വസ്ഥമായിരിക്കുമ്പോൾ വിജയം തുടരാൻ ദൈവം അനുവദിക്കുന്നത് എന്തുകൊണ്ട്?
- ആണ് ആഗ്രഹം തിന്മ, അല്ലെങ്കിൽ ലളിതമായി അച്ചടക്കമില്ലാത്തതോ?
- എങ്ങനെ നീളമുള്ള ചെയ്യും ദൈവം കാത്തിരിക്കുക മുമ്പ് അവൻ ഇടപെടുമോ?

ഇവ ചോദ്യങ്ങൾ ചെയ്യും പിന്തുടരുക അഗസ്റ്റിൻ—ഒപ്പം അവർ ചെയ്യും പിന്തുടരുക നമ്മളിലേക്ക് അടുത്തത് അധ്യായങ്ങൾ.

എന്ത് ഐ.എസ്. വരുന്നു അടുത്തത്

അഗസ്റ്റിൻ ഐ.എസ്. ആമുഖം വരെ ഏറ്റുമുട്ടൽ:

- അ വിശ്വാസം സിസ്റ്റം അത് അനുഭവപ്പെടുന്നു ബുദ്ധിപരമായി ഉന്നതമായ
- അ തത്ത്വചിന്ത അത് വാഗ്ദാനങ്ങൾ വ്യക്തത ഇല്ലാതെ പശ്ചാത്താപം
- അ പതിപ്പ് യുടെ വിശ്വാസം അത് നീക്കം ചെയ്യുന്നു ദി അസ്വസ്ഥത യുടെ അനുസരണം

ഒപ്പം അവൻ ചെയ്യും ആലിംഗനം ചെയ്യുക അത്. അല്ല കാരണം അത് ആണ് ശരിയാണ്—പക്ഷേ കാരണം അത് ആണ് സൗകര്യപ്രദമാണ്.

ചോദ്യങ്ങൾ ലേക്ക് കാരി മുന്നോട്ട്

- എവിടെ ഉണ്ട് വിജയം മങ്ങിയ നിങ്ങളുടെ അർത്ഥം യുടെ അടിയന്തിരാവസ്ഥ നേരെ ദൈവം?
- എന്ത് അനുസരണം ഉണ്ട് നീ മാറ്റിവച്ചു കാരണം "പിന്നീട്" കൂടുതൽ സുരക്ഷിതത്വം തോന്നുന്നുണ്ടോ ?
- WHO ആണ് പ്രാർത്ഥിക്കുന്നു വേണ്ടി നീയും—ഒപ്പം ആകുന്നു നീ കേൾക്കുന്നുണ്ടോ?

ദി കഥ തുടരുന്നു.

അധ്യായം മൂന്ന്

അ മതം അത് പരന്ന മനസ്സിനെ തുറന്നു, ഹൃദയത്തെ തുറന്നു

A അഗസ്റ്റിൻ ചെയ്തു അല്ല ഉപേക്ഷിക്കുക ദൈവം. **അവൻ പുനർനിർവചിച്ചു അവൻ** .

അഭിലാഷം തൃപ്തിപ്പെടുത്താതിരിക്കുകയും ആനന്ദം നൽകുകയും ചെയ്യാത്ത ഒരു ഘട്ടത്തിൽ, അഗസ്റ്റിൻ ആഴത്തിൽ ആകർഷകമായ എന്തെങ്കിലും വാഗ്ദാനം ചെയ്യുന്ന ഒരു വിശ്വാസ വ്യവസ്ഥയിലേക്ക് തിരിഞ്ഞു: *സത്യം ഇല്ലാതെ പരിവർത്തനം* .

അത് ചെയ്തു അല്ല
ആവശ്യം
പശ്ചാത്താപം. അത്
ആഗ്രഹത്തെ
നേരിട്ടില്ല.
അത് ചെയ്തു അല്ല
വിളി വേണ്ടി
കീഴടങ്ങുക. അത്
ബുദ്ധിപരമായി
തോന്നി.
അത് അനുഭവപ്പെട്ടു ന്യായയുക്തം.
ഒപ്പം അത് അനുവദിച്ചു

അവൻ വരെ നിലനിൽക്കുക
ഇൻ നിയന്ത്രണം. അങ്ങനെ
അഗസ്റ്റിൻ അത് സ്വീകരിച്ചു.

എപ്പോൾ വിശ്വാസം മാറുന്നു അ മറയ്ക്കുന്നു സ്ഥലം

അഗസ്റ്റിൻ സ്വീകരിച്ച സമ്പ്രദായം തിന്മയുടെ പ്രശ്നത്തിന് വിശദീകരണമായി അവകാശപ്പെട്ടു എ വഴി അത് ആശ്വാസം ലഭിച്ചു വ്യക്തിപരമായ ഉത്തരവാദിത്തം. തെറ്റ് ആയിരുന്നു ഇല്ല നീളമുള്ളത് പശ്ചാത്തപിക്കേണ്ട ഒന്നായിരുന്നു - അത് വിശദീകരിക്കേണ്ട ഒന്നായിരുന്നു. പരാജയം ഇനി ധാർമ്മികമായിരുന്നില്ല - അത് തത്ത്വമീമാംസയായിരുന്നു.

ഈ ചട്ടക്കൂടിനുള്ളിൽ, അഗസ്റ്റിന് ഇപ്പോഴും വെളിച്ചത്തെയും ഇരുട്ടിനെയും കുറിച്ച് സംസാരിക്കാൻ കഴിയും, സത്യം ഒപ്പം പിശക്, നല്ലത് ഒപ്പം തിന്മ—ഇല്ലാതെ നേരിടുന്നു അവന്റെ സ്വന്തം ചെയ്യും.

അത് അവന്
കർത്തൃത്വമില്ലാത്ത ഭാഷ
നൽകി.

അനുസരണയില്ലാത്ത
ഉൾക്കാഴ്ച നൽകി.

മതം ഇല്ലാതെ പശ്ചാത്താപം.
എന്തുകൊണ്ട് ആകുന്നു വിശ്വാസം സിസ്റ്റങ്ങൾ ഏറ്റവും കൂടുതൽ ആകർഷകമായ എപ്പോൾ അവർ സംരക്ഷിക്കുക ഞങ്ങളെ നിന്ന് മാറ്റണോ?

നമ്മുടെ ശീലങ്ങളെ സ്പർശിക്കാതെ വിടുന്ന ആശയങ്ങളിലേക്ക് നമ്മൾ എത്ര തവണ ആകർഷിക്കപ്പെടുന്നു? അഗസ്റ്റിന് ആശ്വാസം തോന്നി. പക്ഷേ ആശ്വാസം ആണ് അല്ല ദി അതേ പോലെ സ്വാതന്ത്ര്യം.

ബുദ്ധിജീവി മേധാവിത്വം ഇല്ലാതെ മനസ്സമാധാനം

തന്റെ ബാല്യകാലത്തെ ലളിതമായ വിശ്വാസത്തേക്കാൾ *മികച്ച* ഒന്ന് താൻ കണ്ടെത്തിയെന്ന് അദ്ദേഹം വിശ്വസിച്ചു - കൂടുതൽ പരിഷ്കൃതവും, യുക്തിസഹവും, കൂടുതൽ പുരോഗമിച്ചതുമായ ഒന്ന്.

അവൻ ചർച്ച
ചെയ്യപ്പെട്ടു
ആത്മവിശ്വാസ
ത്തോടെ. അവൻ
മറ്റുള്ളവരെ
പഠിപ്പിച്ചു.
അവൻ അനുഭവപ്പെട്ടു പ്രബുദ്ധമായി.
എന്നിട്ടും ആന്തരികമായി, ദി അസ്വസ്ഥത നിലനിന്നു.

ദി വിശ്വാസങ്ങൾ അവൻ ആലിംഗനം ചെയ്തു കഴിയും ഉത്തരം ചോദ്യങ്ങൾ കുറിച്ച് ദി പ്രപഞ്ചം, പക്ഷേ അവന്റെ ഉള്ളിലെ ശബ്ദത്തെ അവർക്ക് നിശബ്ദമാക്കാൻ കഴിഞ്ഞില്ല. അവർക്ക് തിന്മയെ വിശദീകരിക്കാൻ കഴിയും, പക്ഷേ അവർക്ക് കഴിയും അല്ല സുഖപ്പെടുത്തുക ആഗ്രഹം. അവർ കഴിയും വിവരിക്കുക സത്യം, പക്ഷേ അവർ കഴിയും അല്ല മാറ്റം ഉണ്ടാക്കുക .

എന്തുകൊണ്ടാണ് മനസ്സിലാക്കൽ
എല്ലായ്പ്പോഴും

രൂപാന്തരപ്പെടാത്തത്?

വ്യക്തതയ്ക്ക്

അടിമത്തത്തോടൊപ്പം

നിലനിൽക്കാൻ കഴിയുന്നത്

എന്തുകൊണ്ട്?

അഗസ്റ്റിൻ തുടങ്ങി വരെ അർത്ഥം ദി വൈരുദ്ധ്യം—പക്ഷേ ചെറുത്തുനിന്നു നാമകരണം അത്.

ദി ചെലവ് ഓഫ് അ വിശ്വാസം അത് ആവശ്യങ്ങൾ ഒന്നുമില്ല

കഴിഞ്ഞു സമയം, വിള്ളലുകൾ പ്രത്യക്ഷപ്പെട്ടു.

ദി നേതാക്കൾ അഗസ്റ്റിൻ ആരാധിച്ചു കഴിയും അല്ല ഉത്തരം ദി ഡീപ്പർ ചോദ്യങ്ങൾ അയാൾ ചോദിച്ചു. സൂക്ഷ്മപരിശോധനയിൽ അവരുടെ ആത്മവിശ്വാസം ദുർബലമായി. അവരുടെ വിശദീകരണങ്ങൾ ശ്രദ്ധേയമായി തോന്നി. പക്ഷേ തകർന്നു എപ്പോൾ അമർത്തി.

എല്ലാറ്റിലും ഏറ്റവും അസ്വസ്ഥത ഉളവാക്കുന്ന കാര്യം, മോചനം വാഗ്ദാനം ചെയ്ത വ്യവസ്ഥിതി അവനെ സൗ ജന്യം.

അവന്റെ ശീലങ്ങൾ അവശേഷിച്ചു.

അവന്റെ അകം

സംഘർഷം

അവശേഷിച്ചു.

അവന്റെ ഭിന്നിച്ച

ഇഷ്ടം അവശേഷിച്ചു.

ഒപ്പം പതുക്കെ, അഗസ്റ്റിൻ തിരിച്ചറിഞ്ഞു എന്തോ അസ്വസ്ഥത ഉളവാക്കുന്ന:

ഒടുവിൽ അതിനെ സംരക്ഷിക്കും. അത് സാധ്യമായ

വേണ്ടി മതം വരെ ആയിത്തീരുക എ അഭയം

വേണ്ടി അനുസരണക്കേട്?

കഴിയും വിശ്വാസം ആയിത്തീരുക എ വഴി യുടെ ഒഴിവാക്കൽ ദൈവം പകരം അധികം നേരിടുന്നു അവനെയോ?

അ അമ്മയുടെ വിശ്വാസം ഒപ്പം അ പുത്രന്മാർ പ്രതിരോധം

മുഴുവൻ ഇവ വർഷങ്ങൾ, മോണിക്ക കണ്ടു.

അവൾ ചെയ്തു അല്ല
സംവാദം അവൾ മകന്റെ
തത്ത്വചിന്ത. അവൾ
പ്രാർത്ഥിച്ചു.
അവൾ കരഞ്ഞു
കഴിഞ്ഞു അവന്റെ
അഹങ്കാരം. അവൾ
ദൈവത്തിന്റെ
സമയത്തിൽ
വിശ്വസിച്ചു.

അവൾ ആയിരുന്നു മുന്നറിയിപ്പ് നൽകി എഴുതിയത് പള്ളി നേതാക്കൾ അല്ല വരെ വാദിക്കുക കൂടെ അവൻ പക്ഷേ വരെ അനുവദിക്കുക ദൈവം പ്രവർത്തിക്കട്ടെ. അങ്ങനെ അവൾ കാത്തിരുന്നു - ദുഃഖിച്ചും, പ്രത്യാശിച്ചും, അടയാളം തന്ന ദൈവം വിശ്വസിച്ചും അവൾ മകൻ ചെയ്യും അല്ല ഉപേക്ഷിക്കുക അവൻ വരെ അർദ്ധസത്യങ്ങൾ.

എന്ത് ചെയ്യുന്നു വിശ്വാസം നോക്കൂ
പോലെ എപ്പോൾ ഉത്തരങ്ങൾ ആകുന്നു
വൈകിയോ? എങ്ങനെ? ചെയ്യുന്നു
മധ്യസ്ഥത സ്ഥിരത പുലർത്തുക

എപ്പോൾ മാറ്റം ആണ്
മന്ദഗതിയിലാണോ? അഗസ്റ്റിന് ഇതുവരെ
അംഗീകരിക്കാൻ കഴിയാത്തത് മോണിക്ക
വിശ്വസിച്ചു: വഴിതിരിച്ചുവിടലുകൾ
ദൈവത്തിന് ഭീഷണിയായിരുന്നില്ല.

ദി പതുക്കെ വിഘടനം ഓഫ് തെറ്റായ ഉറപ്പ്

ഒടുവിൽ, ദി വിശ്വാസം സിസ്റ്റം അഗസ്റ്റിൻ വിശ്വസനീയം തുടങ്ങി വരെ ചുരുളഴിയുക. ഉൾക്കാഴ്ചയുടെ വാഗ്ദാനങ്ങൾ ഇനി തൃപ്തിപ്പെട്ടില്ല. അദ്ദേഹം ആരാധിച്ചിരുന്ന നേതാക്കൾ നിരാശരായി. അവനെ. ദി വിശദീകരണങ്ങൾ അത് ഒരിക്കൽ മതിപ്പുളവാക്കി അവൻ അനുഭവപ്പെട്ടു നേർത്ത.

ഏറ്റവും മോശം - ശൂന്യത
തിരിച്ചുവന്നു. അല്ല
നാടകീയമായി.
സ്ഥിരമായി.
അഗസ്റ്റിൻ തന്റെ
അഭയസ്ഥാനത്തെക്കാൾ
വളർന്നു കഴിഞ്ഞിരുന്നു.
സത്യം അടുത്തു
തുടങ്ങിയിരുന്നു.

ചോദ്യങ്ങൾ അത് ആരംഭിക്കുന്നു ലേക്ക് കത്തിക്കുക

ചെയ്യുക അല്ല ഉത്തരം ഇവ ഇതുവരെ:

- മാറ്റം മാത്രം ആവശ്യപ്പെട്ടതിനാൽ നിങ്ങൾ സ്വീകരിച്ച വിശ്വാസങ്ങൾ ഏതാണ് ?
- എവിടെ ഉണ്ട് അറിവ് മാറ്റിസ്ഥാപിച്ചു അനുസരണം?
- ഉണ്ട് നീ എന്നേക്കും ഉപയോഗിച്ചു ദൈവശാസ്ത്രം വരെ ന്യായീകരിക്കുക കാലതാമസം?
- എന്ത് സംഭവിക്കുന്നു എപ്പോൾ ദി സിസ്റ്റങ്ങൾ ഞങ്ങൾ ആശ്രയം ആരംഭിക്കുന്നു വരെ പരാജയപ്പെടുമോ?

ഇവ ചോദ്യങ്ങൾ ചെയ്യും അല്ല വിടുക അഗസ്റ്റിൻ ഒറ്റയ്ക്ക്. അവർ ചെയ്യും ഡ്രൈവ് ചെയ്യുക അവൻ നേരെ എ ഏറ്റുമുട്ടൽ അവൻ കഴിയില്ല ഒഴിവാക്കുക.

എന്ത് ഐ.എസ്. വരുന്നു അടുത്തത്

അഗസ്റ്റിൻ ഐ.എസ്. ആമുഖം വരെ ഏറ്റുമുട്ടൽ:

- അ രൂപം യുടെ ക്രിസ്തുമതം അത് ഇടപെടുന്നു ദി മനസ്സ് ഇല്ലാതെ ക്ഷമിക്കൽ ഹൃദയം
- അധ്യാപകർ WHO സംയോജിപ്പിക്കുക വിനയം കൂടെ ബുദ്ധിശക്തി
- അ സത്യം അത് ഇല്ല നീളമുള്ളത്

അനുവദിക്കുന്നു അവൻ വരെ മറയ്ക്കുക

പിന്നിൽ വാദങ്ങളും എപ്പോൾ സത്യം മാറുന്നു

ഒഴിവാക്കാനാവാത്ത, എന്തോ വേണം

കൊടുക്കുക.

ചോദ്യങ്ങൾ ലേക്ക് കാരി മുന്നോട്ട്

- ആണ് നിങ്ങളുടെ വിശ്വാസം നേരിടുന്നു നിങ്ങൾ—അല്ലെങ്കിൽ ആശ്വാസകരമായ നീയോ?
- എന്ത് ചെയ്യും അനുസരണം ചെലവ് നീ ശരി ഇപ്പോൾ?
- എങ്കിൽ ദൈവം ചോദിച്ചു വേണ്ടി എല്ലാം, ചെയ്യും നീ കാലതാമസം—അല്ലെങ്കിൽ വരുമാനം?

ദി യാത്ര തുടരുന്നു.

അധ്യായം നാല്

സത്യം അടുത്തുവരുകയും ഇച്ഛാശക്തി ചെറുക്കുകയും ചെയ്യുമ്പോൾ

Bവൈ ദി സമയം അഗസ്റ്റിൻ എത്തി ഇത് സീസൺ യുടെ അവന്റെ ജീവിതം, **അജ്ഞത ആയിരുന്നു ഇനി ഒരു ഓപ്ഷനല്ല** .

ദി വിശ്വാസം സിസ്റ്റങ്ങൾ അത് ഒരിക്കൽ സംരക്ഷിതം അവൻ ഉണ്ടായിരുന്നു തകർന്നു. ദി ആത്മവിശ്വാസം അവർ വാഗ്ദാനം ചെയ്തു ഉണ്ടായിരുന്നു നശിച്ചു. ദി വിശദീകരണങ്ങൾ അത് ഒരിക്കൽ മതിപ്പുളവാക്കി അവൻ ഇപ്പോൾ ശൂന്യത അനുഭവപ്പെട്ടു. ബുദ്ധിമാനും, നിപുണനും, ബഹുമാന്യനും, ആന്തരികമായി സംഘർഷഭരിതനുമായ ഒരു മനുഷ്യൻ മാത്രമാണ് അവശേഷിച്ചത്.

സത്യം ആയിരുന്നു ഇല്ല കൂടുതൽ ദൂരം.
അത് ആയിരുന്നു സമീപം മതി
വരെ ആവശ്യം എ പ്രതികരണം .
ആ സാമീപ്യം അവനെ
അസ്വസ്ഥനാക്കി.

എപ്പോൾ ഒഴികഴിവുകൾ തോൽക്കുക അവരുടെ

പവർ

നിന്നാണ് പ്രതിരോധം ഉണ്ടാകുന്നതെന്ന് അഗസ്റ്റിൻ എപ്പോഴും വിശ്വസിച്ചിരുന്നു . സത്യം വ്യക്തമായിക്കഴിഞ്ഞാൽ, അനുസരണം സ്വാഭാവികമായി പിന്തുടരുമെന്ന് അദ്ദേഹം കരുതി.

പക്ഷേ ഇപ്പോൾ വ്യക്തത ഉണ്ടായിരുന്നു എത്തി—ഒപ്പ അനുസരണം ഉണ്ടായിരുന്നു അല്ല.

അവൻ മനസ്സിലായി ക്രിസ്തുമതം നല്ലത് അധികം എന്നേക്കും മുമ്പ്. അവൻ കഴിയും കൂട്ടുചേർന്ന് സംസാരിക്കുക അതിന്റെ അവകാശവാദങ്ങൾ. അവൻ കഴിയും പ്രതിരോധിക്കുക അതിന്റെ യോജിപ്പ്. അവൻ കഴിയും പോലും അഭിനന്ദിക്കുക അതിന്റെ സൗന്ദര്യം.

എന്നിട്ടും ആരാധന കീഴടങ്ങലിന്
കാരണമായില്ല. എന്തുകൊണ്ട്
ചെയ്യുന്നു മനസ്സിലാക്കൽ
പരാജയപ്പെടുക വരെ നീക്കുക ദി
ചെയ്യുമോ?
സത്യം ബോധ്യപ്പെടാൻ തുടങ്ങുമ്പോൾ അത്
ഭയപ്പെടുത്തുന്നതായി മാറുന്നത്
എന്തുകൊണ്ടാണ്? അഗസ്റ്റിൻ വേദനാജനകമായ
എന്തോ കണ്ടെത്തുകയായിരുന്നു:
ദി തടസ്സം ആയിരുന്നു അല്ല ദി മനസ്സ് - അത് ആയിരുന്നു ദി ഹൃദയം.

ദി അടിയന്തരാവസ്ഥ ഓഫ് അ വിഭജിക്കപ്പെട്ടു ചെയ്യും

അഗസ്റ്റിനുള്ളിൽ, രണ്ട് ആഗ്രഹങ്ങൾ
പരസ്യമായി പോരാടി. ഒന്ന് ആഗ്രഹിച്ച
ദൈവം - വിശുദ്ധി, പൂർണ്ണത, വിശ്രമം,
സത്യം. ആഗ്രഹിക്കുന്ന മറ്റൊരു
നിയന്ത്രണം - ആനന്ദം, പരിചയം,
കാലതാമസം. അവൻ ആഗ്രഹിച്ചു
സ്വാതന്ത്ര്യം, പക്ഷേ അല്ല ചെയ്തത് ദി
ചെലവ് യുടെ മാറ്റം.
അവന് സമാധാനം വേണം, പക്ഷേ
ശിക്ഷണം ബലികഴിക്കരുത്. അവന്
ദൈവത്തെ വേണം, പക്ഷേ
ഇതുവരെ പൂർണ്ണമായി ലഭിച്ചില്ല.
ഈ വിഭജനം ക്ഷീണിതൻ അവനെ.
അവൻ പിന്നീട് വിവരിച്ചത് അത് പോലെ
ആയിരിക്കൽ വലിച്ചു ഇൻ വിപരീതം ദിശകൾ
എഴുതിയത് രണ്ട് വിൽപത്രങ്ങൾ - ഒന്ന് ഉയരുന്നു നേരെ
ദൈവം, ദി മറ്റുള്ളവ പറ്റിപ്പിടിച്ചിരിക്കുന്നു വരെ ശീലം.
ആത്മാവ് എന്തിനാണ് അതിനെ
സുഖപ്പെടുത്തുമെന്ന്
അറിയാവുന്നതിനെ ചെറുക്കുന്നത്?
അടിമത്തം ചിലപ്പോൾ
സ്വാതന്ത്ര്യത്തേക്കാൾ സുരക്ഷിതമാണെന്ന്
തോന്നുന്നത് എന്തുകൊണ്ട്?

അ വിശ്വാസം അത് ഇപ്പോൾ തോന്നി ഒഴിവാക്കാൻ കഴിയാത്തത്

ക്രിസ്തുമതം ഇനി ഒരു ബാല്യകാല ഓർമ്മയോ ധാർമ്മിക ഓപ്ഷനോ ആയിരുന്നില്ല. അത് അഗസ്റ്റിന്റെ മുന്നിൽ യാഥാർത്ഥ്യത്തെക്കുറിച്ചുള്ള ഒരു പൂർണ്ണ ദർശനമായി നിന്നു - ലോകത്തെ മാത്രമല്ല, അദ്ദേഹത്തിന്റെ ആന്തരിക സംഘർഷത്തെയും വിശദീകരിക്കുന്ന ഒന്ന്.

അത് പാപത്തെ വിളിച്ചു - അജ്ഞത
എന്നല്ല, മറിച്ച് ക്രമരഹിതമായ സ്നേഹം
എന്നാണ് . പേരിട്ടത് കൃപ - അല്ല പോലെ
വിവരങ്ങൾ, പക്ഷേ പോലെ ശക്തി.
അത് പേരിട്ടത് കീഴടങ്ങുക - അല്ല
പോലെ നഷ്ടം, പക്ഷേ പോലെ
ജീവിതം. അതായിരുന്നു പ്രശ്നം.
ക്രിസ്തുമതം ചെയ്തു അല്ല
അനുവദിക്കുക അഗസ്റ്റിൻ വരെ
നിലനിൽക്കുക വിഭജിക്കപ്പെട്ടു. അത്
അവനിൽ നിന്ന് എല്ലാം ആവശ്യപ്പെട്ടു.

ദി പ്രാർത്ഥന അത് വെളിപ്പെടുത്തി എല്ലാം

ജീവിതത്തിലെ ഏറ്റവും സത്യസന്ധമായ നിമിഷങ്ങളിലൊന്നിൽ, അഗസ്റ്റിൻ തന്റെ ഉള്ളിലെ പിരിമുറുക്കം തുറന്നുകാട്ടുന്ന ഒരു പ്രാർത്ഥന നടത്തി.

അവൻ
ദൈവത്തോട്
വിശുദ്ധി ചോദിച്ചു.
അവൻ ചോദിച്ചു
ദൈവം വേണ്ടി
വിശുദ്ധി.

അവൻ ദൈവത്തോട്
പരിവർത്തനത്തിനായി
അപേക്ഷിച്ചു. പിന്നെ
അവൻ ഒരു വ്യവസ്ഥ
കൂട്ടിച്ചേർത്തു.
അല്ല ഇതുവരെ.
ഈ ആയിരുന്നു അല്ല പരിഹാസം.

അത് ആയിരുന്നു ഭയം.
അവൻ വിശ്വസിച്ചു ദൈവം കഴിയും മാറ്റം അവനെ.
അവൻ ആയിരുന്നു അല്ല തീർച്ചയായും അവൻ ആഗ്രഹിച്ചു വരെ ആകുക മാറ്റി.
എങ്ങനെ ധാരാളം പ്രാർത്ഥനകൾ ശബ്ദം
വിശുദ്ധമായ പക്ഷേ മറയ്ക്കുക
മടിയോ? എങ്ങനെ ? പലപ്പോഴും
ചെയ്യുക ഞങ്ങൾ ചോദിക്കുക ദൈവം
വരെ പ്രവർത്തിക്കുക - പതുക്കെ,
സുരക്ഷിതമായി, പിന്നീട്? അഗസ്റ്റിന്റെ
പ്രാർത്ഥന വെളിപ്പെടുത്തി എന്ത്
കാലതാമസം ശരിക്കും ഇതാണ്:
അല്ല ആശയക്കുഴപ്പം, പക്ഷേ മനസ്സില്ലായ്മ.

ദൈവത്തിന്റെ തന്ത്രം: സമ്മർദ്ദം ഇല്ലാതെ ഫോഴ്സ്

ദൈവം ചെയ്തു അല്ല മറികടക്കുക അഗസ്റ്റിന്റെ ചെയ്യും.
ആന്തരിക സംഘർഷം
തീവ്രമാക്കി. അസ്വസ്ഥത
വളർന്നു മൂർച്ചയുള്ളത്.
ദി ആനന്ദങ്ങൾ മങ്ങിപ്പോയി.
ദി ശ്രദ്ധ തിരിക്കുന്നവ ദുർബലപ്പെടുത്തി.
ദൈവം നീക്കം ചെയ്തു ദി ആശ്വാസം നിന്ന് കാലതാമസം ഇല്ലാതെ നീക്കം ചെയ്യുന്നു അഗസ്റ്റിന്റെ സ്വാതന്ത്ര്യം.
ദൈവം എന്തിനാണ് ഉടനടിയുള്ള രക്ഷയ്ക്ക്
പകരം പിരിമുറുക്കം അനുവദിക്കുന്നത്?
അസ്വസ്ഥത അവന്റെ കാരുണ്യത്തിന്റെ
ഭാഗമാണെങ്കിലോ?

അഗസ്റ്റിൻ ആയിരുന്നു ആയിരിക്കൽ മൂലയിലാക്കി—അല്ല എഴുതിയത് ഭീഷണി, പക്ഷേ എഴുതിയത് സത്യം.

അ ജീവിതം ഇല്ലാതെ മറയ്ക്കുന്നു സ്ഥലങ്ങൾ

വേണ്ടി ദി ആദ്യം സമയം, അഗസ്റ്റിൻ തിരിച്ചറിഞ്ഞു അവൻ ഉണ്ടായിരുന്നു ഒരിടത്തും ഇല്ല ഇടത് വരെ പിൻവാങ്ങുക.

തത്ത്വശാസ്ത്രം ഉണ്ടായിരുന്നു പരാജയപ്പെട്ടു അവനെ.

മതം ഇല്ലാതെ പശ്ചാത്താപം

ഉണ്ടായിരുന്നു നിരാശനായി വിജയം

അവനെ തൃപ്തിപ്പെടുത്തിയിരുന്നില്ല.

കാലതാമസം ഉണ്ടായിരുന്നു അല്ല സംരക്ഷിതം അവനെ.
എല്ലാം അത് അവശേഷിച്ചു ആയിരുന്നു എ ചോദ്യം അവൻ കഴിയും ഇല്ല നീളമുള്ളത് ഒഴിവാക്കുക:

ഇഷ്ടം നീ

വരുമാ

നം?

അല്ല
ഒടുവിൽ.

അല്ല
എന്നെങ്കി

ലും.

ഇപ്പോൾ.
ഒപ്പം അഗസ്റ്റിൻ വിറച്ചു.

ചോദ്യങ്ങൾ അത് വേണം ആകുക കൊണ്ടുപോയി മുന്നോട്ട്

ചെയ്യുക അല്ല പരിഹരിക്കുക ഇവ ഇതുവരെ:

- എന്ത് സത്യങ്ങൾ ആകുന്നു നീ ബോധ്യപ്പെട്ടു യുടെ പക്ഷേ ഇപ്പോഴും ചെറുക്കുന്നുണ്ടോ?
- എവിടെ ഉണ്ട് വ്യക്തത വർദ്ധിച്ചു പക്ഷേ ധൈര്യം അല്ല പിന്തുടർന്നോ?
- എന്ത് ചെയ്യും നിറഞ്ഞു അനുസരണം ചെലവ് നീയോ?
- ആർ നീ കാലതാമസം വരുത്തൽ കാരണം നീ സംശയം ദൈവം—അല്ലെങ്കിൽ കാരണം നീ ഭയം മാറ്റമോ?

ഇവ ചോദ്യങ്ങൾ ചെയ്യും അല്ല വിടുക അഗസ്റ്റിൻ ഒറ്റയ്ക്ക്. അവർ ആകുന്നു ഡ്രൈവിംഗ് അവൻ നേരെ എ നിമിഷം അത് ചെയ്യും ബ്രേക്ക് ദി സ്തംഭനാവസ്ഥ.

എന്ത് ഐ.എസ്. വരുന്നു അടുത്തത്

അഗസ്റ്റിൻ ഐ.എസ്. സമീപിക്കുന്നു എ പ്രതിസന്ധി - അല്ല യുടെ വിശ്വാസം, പക്ഷേ യുടെ ചെയ്യും.

ഉടൻ:

- ദി അകം യുദ്ധം ചെയ്യും എത്തിച്ചേരുക അതിന്റെ കൊടുമുടി
- ദൈവം ചെയ്യും തടസ്സപ്പെടുത്തുക അവന്റെ പ്രതിരോധം
- തിരുവെഴുത്ത് ചെയ്യും നേരിടുക അവൻ നേരിട്ട്
- അ ശബ്ദം ചെയ്യും വിളി അവൻ വരെ തിരഞ്ഞെടുക്കുക

ദി അടുത്തത് അധ്യായം ചെയ്യും അടയാളം ദി തകർച്ച യുടെ **കാലതാമസം** .

അധ്യായം അഞ്ച്

എടുത്ത് വായിക്കുക: പ്രതിരോധം കുറയുമ്പോൾ

A അഗസ്റ്റിൻ ഉണ്ടായിരുന്നു എത്തി ദി അവസാനിക്കുന്ന യുടെ കാലതാമസം.

അല്ല കാരണം അവന്റെ ചോദ്യങ്ങൾ ആയിരുന്നു ഉത്തരം നൽകി, പക്ഷേ കാരണം അവന്റെ ഒഴികഴിവുകൾ ആയിരുന്നു ക്ഷീണിച്ചു.

അവന്റെ ഉള്ളിലെ പോരാട്ടം അസഹനീയമായി. ഒരു വശത്ത് നിന്ന് സത്യം സമ്മർദത്തിലായി. മറുവശത്ത് നിന്ന് ശീലം പിൻവാങ്ങി. അറിയുന്നതിന്റെ ഭാരത്താൽ അവന്റെ ഇച്ഛാശക്തി തകർന്നു. എന്ത് വരെ ചെയ്യുക ഒപ്പം ആയിരിക്കൽ കഴിയാത്ത വരെ ചെയ്യുക അത്.

അവൻ ചെയ്തു

അല്ല

അനുഭവപ്പെടു

ക

വീരോചിതൻ.

അയാൾക്ക്

തുറന്നുകാട്ടപ്പെ

ട്ടതായി തോന്നി .

ദി യുദ്ധം അകത്ത് ദി ആത്മാവ്

അഗസ്റ്റിൻ ഒരു പൂന്തോട്ടത്തോട് അനുരഞ്ജനം നടത്തി - ശാന്തമായി പ്രാർത്ഥിക്കാനല്ല, മറിച്ച് തന്നോട് തന്നെ അക്രമാസക്തമായി പോരാടാനാണ്. അവന്റെ വികാരങ്ങൾ കുതിച്ചുയർന്നു. അവന്റെ ചിന്തകൾ അതിവേഗം കുതിച്ചുയർന്നു. അവന്റെ ഹൃദയം പിളർന്നു .

അവന്
ദൈവത്തെ
വേണമായി
രുന്നു. അവൻ
ആഗ്രഹിച്ചു
മാറ്റം.
അവൻ
ആഗ്രഹിച്ചു
സ്വാതന്ത്ര്യം.
പക്ഷേ അയാൾ
നഷ്ടത്തെ
ഭയപ്പെട്ടു.

അവൻ കരഞ്ഞു - ഇതുവരെ പശ്ചാത്താപത്തിന്റെ കണ്ണുനീർ അല്ല, മറിച്ച് ക്ഷീണത്തിന്റെ കണ്ണുനീർ. ആ ബുദ്ധിമുട്ട് യുടെ വിഭജനം ഉണ്ടായിരുന്നു എത്തി അതിന്റെ പരിധി. അവൻ കഴിയും ഇല്ല നീളമുള്ളത് നടിക്കുക അത് കാലതാമസം ആയിരുന്നു ജ്ഞാനം. അവൻ കഴിയും ഇല്ല നീളമുള്ളത് നടിക്കുക അത് പ്രതിരോധം ആയിരുന്നു സുരക്ഷ.

ജീവിതം പോലെ തോന്നുന്നതിന് മുമ്പ്
കീഴടങ്ങൽ മരണമായി തോന്നുന്നത്
എന്തുകൊണ്ട്? എന്തുകൊണ്ട്? ചെയ്യുന്നു
അനുസരണം ഭയപ്പെടുത്തുക ഞങ്ങളെ
എപ്പോൾ അത് വാഗ്ദാനങ്ങൾ രോഗശാന്തി?
അഗസ്റ്റിൻ കരഞ്ഞു പുറത്ത് - അല്ല കൂടെ മിനുക്കിയത്
പ്രാർത്ഥന, പക്ഷേ കൂടെ അസംസ്കൃത നിരാശ.

ദി നിമിഷം ദൈവം തടസ്സപ്പെട്ടു

എ.ടി ദി മധ്യഭാഗം ഓഫ് അവന്റെ പ്രക്ഷുബ്ധത, എന്തോ അപ്രതീക്ഷിതം സംഭവിച്ചു.

അഗസ്റ്റിൻ കേട്ടു എ

ശബ്ദം. അല്ല

ഇടിമുഴക്കം.

അല്ല
സിദ്ധാന്തം.

അല്ല
വാദം.

അ ലളിതം ശബ്ദം—പോലുള്ള അത് യുടെ എ കുട്ടി - വിളിക്കുന്നു പുറത്ത് ആവർത്തിച്ച്:
"എടുക്കുക ഒപ്പം വായിച്ചു. എടുക്കുക ഒപ്പം വായിക്കുക."

ചെയ്തത് ആദ്യം, അവൻ മരവിച്ചു.

അവൻ കഴിയും അല്ല ഓർമ്മിക്കുക ഏതെങ്കിലും കുട്ടികൾ കളിക്കുന്നു സമീപത്ത്. ദി ശബ്ദം ചെയ്തു അല്ല സ്വയം വിശദീകരിക്കുക. അത് വാദിച്ചില്ല. ബോധ്യപ്പെടുത്തിയില്ല.

അത് ആജ്ഞാപിച്ചു.
ദൈവം ചിലപ്പോൾ വിശദീകരണമില്ലാതെ

സംസാരിക്കുന്നത് എന്തുകൊണ്ട്? സത്യം

ഇനി ചർച്ച ചെയ്യാത്തപ്പോൾ എന്ത്

സംഭവിക്കും?

അഗസ്റ്റിൻ നിർത്തി കരയുന്നു. അവൻ നിന്നു. അവൻ പോയി വരെ എവിടെ ദി തിരുവെഴുത്തുകൾ ആയിരുന്നു സൂക്ഷിച്ചു.

എപ്പോൾ തിരുവെഴുത്ത് മാറുന്നു അ വിധി

അവൻ തുറന്നു ദി പുസ്തകം-അല്ല ക്രമരഹിതമായി, പക്ഷേ അടിയന്തിരമായി.

അവന്റെ കണ്ണുകൾ വീണു മേൽ വാക്കുകൾ അത് അനുഭവപ്പെട്ടു കുറവ് പോലെ നിർദ്ദേശം ഒപ്പം കൂടുതൽ വിധി പോലെ - ശിക്ഷാവിധിയല്ല, വ്യക്തത.

ദി വഴിത്താര സംസാരിച്ചു നേരിട്ട് വരെ അവന്റെ അവസ്ഥ. അത് പേരിട്ടത് അവന്റെ സമരം. അത് തുറന്നുകാട്ടി അവന്റെ കാലതാമസം. അത് നേരിട്ടു അവന്റെ ശീലങ്ങൾ. അത് വാഗ്ദാനം ചെയ്തു ഇല്ല വിട്ടുവീഴ്ച ചെയ്യുക.

ഒപ്പം ഇൻ അത് നിമിഷം, എന്തോ

അകത്ത് അവൻ പൊട്ടി. അല്ല ക്രമേണ.

അല്ല

മാന്യമാ

യി.

പൂർണ്ണ

മായും.

വിഭജിക്കപ്പെട്ട ഇച്ഛാശക്തി തകർന്നു. പ്രതിരോധത്തിന് അതിന്റെ പിടി നഷ്ടപ്പെട്ടു. നീണ്ട യുദ്ധം അവസാനിച്ചു - അഗസ്റ്റിൻ ഒടുവിൽ ശക്തനായതുകൊണ്ടല്ല, മറിച്ച് കൃപ ജയിച്ചതുകൊണ്ടാണ് അവന്റെ ബലഹീനത .

ദൈവവചനം അറിയിക്കുന്നത് നിർത്തി രൂപാന്തരപ്പെടാൻ തുടങ്ങുമ്പോൾ എന്ത് സംഭവിക്കും?

എന്തുകൊണ്ട് ചെയ്യുന്നു തിരുവെഴുത്ത് പണിമുടക്ക ആഴമേറിയ എപ്പോൾ ദി ഹൃദയം ആണ് തയ്യാറാണ് വര വരുമാനം?

ദി അവസാനിക്കുന്നു ഓഫ് "അല്ല എന്നിട്ടും"

അഗസ്റ്റിൻ ചെയ്തു അല്ല തോന്നൽ വെടിക്കെട്ട്.

അവൻ അനുഭവപ്പെട്ടു പ്രകാശനം.

ദി പിരിമുറുക്കം അത് ഉണ്ടായിരുന്നു പിടിപ്പിക്കപ്പെട്ട അവൻ അലിഞ്ഞു. ദി ചങ്ങലകൾ അവൻ ഭയപ്പെട്ടു വരെ തോൽവി നഷ്ടപ്പെട്ടു. അദ്ദേഹം ഭയപ്പെട്ടിരുന്ന അനുസരണം സാധ്യമായി - പരിശ്രമത്തിലൂടെയല്ല, മറിച്ച് കീഴടങ്ങുക.

അവൻ ചെയ്തു
അല്ല വാദിക്കുക
ഇനി. അവൻ
ചെയ്തു അല്ല
കാലതാമസം ഇനി.
അവൻ ചെയ്തു അല്ല
കൂടിയാലോചിക്കുക
ഇനി. അവൻ വഴങ്ങി.
വഴങ്ങിക്കൊടുത്തപ്പോൾ, താൻ ഇത്രയും കാലം
പിന്തുടർന്നുകൊണ്ടിരുന്നത് അയാൾ കണ്ടെത്തി:
വിശ്രമം.

എപ്പോൾ കൃപ ഒടുവിൽ ഉണ്ട് പ്രവേശനം

പിന്നീട് അഗസ്റ്റിൻ ഈ നിമിഷത്തെ ഒരു നഷ്ടമായിട്ടല്ല, മറിച്ച് ഒരു പ്രകാശമായിട്ടാണു വിശേഷിപ്പിച്ചത്. അത് ആയിരുന്നു പോലെ എങ്കിലും വെളിച്ചം വെള്ളപ്പൊക്കത്തിൽ എ ഇരുണ്ടു മുറി - അല്ല ക്രമേണ, പക്ഷേ തൽക്ഷണം.

അവന്റെ
ആഗ്രഹങ്ങൾ

പുനഃക്രമീകരിച്ചു
. അവന്റെ ഇഷ്ടം
വിന്യസിച്ചു.
അവന്റെ ഹൃദയം വിശ്രമിച്ചു.
ഗ്രേസ് അവനോട്
ക്ഷമിക്കുക മാത്രമല്ല
ചെയ്തത്, അത് അവനെ
സ്വതന്ത്രനാക്കി .
കൃപ കൃപയായി തോന്നുന്നതിനുമുമ്പ്
കീഴടങ്ങൽ ആവശ്യപ്പെടുന്നത് എന്തുകൊണ്ട്?
ദൈവം ഇച്ഛാശക്തി വഴങ്ങുന്നതുവരെ
കാത്തിരിക്കുന്നത് എന്തുകൊണ്ട്?
ഇവ ഉത്തരങ്ങൾ ചെയ്യും മടക്കാത്ത ഇൻ അഗസ്റ്റിന്റെ
ജീവിതം—പക്ഷേ ദി തീരുമാനം ആയിരുന്നു ഫൈനൽ.

ചോദ്യങ്ങൾ അത് മാർക്ക് ദി തിരിയുന്നു പോയിന്റ്

എസ്.ഐ.ടി. കൂടെ ഇവ:

- എന്ത് ആണ് ദൈവം ചോദിക്കുന്നു നീ വരെ നിർത്തുക വൈകിപ്പിക്കുകയാണോ?
- എന്ത് "അല്ല ഇതുവരെ" ഉണ്ട് ആയിത്തീരുക അനുസരണക്കേട്?
- എന്ത് ചെയ്യും തകർച്ച ഇൻ നിങ്ങളുടെ ജീവിതം എങ്കിൽ നീ വഴങ്ങി പൂർണ്ണമായും?
- ആർ നീ സന്നദ്ധതയുള്ള വരെ അനുസരിക്കുക ഇല്ലാതെ മനസ്സിലാക്കൽ എല്ലാം?

അഗസ്റ്റിൻ ചെയ്തു അല്ല
മനസ്സിലാക്കുക എല്ലാം. അവൻ
അനുസരിച്ചു.

എന്ത് ഐ.എസ്. വരുന്നു അടുത്തത്

പരിവർത്തനം ആയിരുന്നു അല്ല ദി അവസാനിക്കുന്നു യുടെ അഗസ്റ്റിന്റെ യാത്ര.

അത് ആയിരുന്നു ദി തുടക്കം ഇതിൽ:

- പരിത്യാഗം
- പൊതു അനുസരണം
- ചെലവേറിയത് വിനയം
- ആജീവനാന്തം രൂപീകരണം

ദി അടുത്തത് അധ്യായം ചെയ്യും കാണിക്കുക ഞങ്ങളെ എന്ത് സംഭവിക്കുന്നു **ശേഷം കീഴടങ്ങുക** , എപ്പോൾ കൃപ ആരംഭിക്കുന്നു വരെ പുനർരൂപകൽപ്പന ചെയ്യുക എ

ജീവിതം ഇൻ പൊതുജനങ്ങൾ കാഴ്ച.

അധ്യായം ആറ്

കുഴിച്ചിടുകയും വളർത്തുകയും ചെയ്തു: പ്രതിസന്ധിക്കുശേഷം അനുസരണക്കേട്

S തിരിച്ചയയ്ക്കൽ അവസാനിച്ചു ദി യുദ്ധം.
പക്ഷേ അത് തുടങ്ങി ദി ജോലി.

പിറ്റേന്ന് രാവിലെ അഗസ്റ്റിൻ ഉണർന്നത് ഒരു പൂർണ്ണ മനുഷ്യനെപ്പോലെയായിരുന്നില്ല. ഗ്രേസ് വീണ്ടും ഓർഡർ ചെയ്തിരുന്നു. അവന്റെ ഹൃദയം, പക്ഷേ അവന്റെ ജീവിതം ഇപ്പോഴും ആവശ്യമാണ് വരെ ആകുക പുനഃക്രമീകരിച്ചു. ദി ചങ്ങലകൾ വീണിരുന്നു, ഇതുവരെ ദി ശീലങ്ങൾ ഉണ്ടായിരുന്നു വരെ ആകുക പഠിക്കാത്ത. ദി ചെയ്യും ഉണ്ടായിരുന്നു വഴങ്ങി, പക്ഷേ ഇപ്പോൾ അനുസരണം ജീവിക്കേണ്ടിയിരുന്നു.

പരിവർത്തനം ആയിരുന്നു അല്ല ഒരു വൈകാരികമായ കൊടുമുടി—അത് ആയിരുന്നു എ ദിശാസൂചന മാറ്റം.

ദി നിശബ്ദത ശേഷം ദി കൊടുങ്കാറ്റ്

തോട്ടത്തിലെ പ്രതിസന്ധിക്കുശേഷം, അഗസ്റ്റിന് അപരിചിതമായ എന്തോ ഒന്ന് അനുഭവപ്പെട്ടു: നിശബ്ദത. അല്ല ശൂന്യത, പക്ഷേ സമാധാനം. അല്ല ആശയക്കുഴപ്പം, പക്ഷേ വ്യക്തത. ശബ്ദം അത് ഉണ്ടായിരുന്നു ഒരിക്കൽ

വാദിച്ചു ഉള്ളിൽ അവൻ ഇല്ല നീളമുള്ളത് മത്സരിച്ചു.

ഈ ശാന്തം

ആയിരുന്നു അല്ല

ദുർബലം. അത്

ഉറപ്പിച്ചിരുന്നു.

എന്നിട്ടും സമാധാനം ചെയ്തു അല്ല മായ്ക്കുക
ഉത്തരവാദിത്തം.

നിയമനത്തിനു മുമ്പ് ദൈവം

ഉറപ്പുനൽകുന്നത് എന്തുകൊണ്ട്?

പുനഃക്രമീകരണത്തിനു മുമ്പ് വിശ്രമം

വരുന്നത് എന്തുകൊണ്ട്?

കൃപ പരിവർത്തനത്തെ ത്വരിതപ്പെടുത്തുന്നില്ല - അത് അതിനെ വേരോടെ പിഴുതെറിയുന്നുവെന്ന് അഗസ്റ്റിൻ ഉടൻ തന്നെ കണ്ടെത്തും .

പുനരധിവാസം മുമ്പ് പ്രശസ്തി

ഒന്ന് ഓഫ് അഗസ്റ്റൈൻസ് ആദ്യം പ്രവൃത്തികൾ യുടെ അനുസരണം ആയിരുന്നു അല്ല പൊതുജനങ്ങൾ പ്രസംഗം, പക്ഷേ . സ്വകാര്യ പരിത്യാഗം. ഒരിക്കൽ നിർവചിക്കപ്പെട്ടിരുന്ന അഭിലാഷങ്ങളിൽ നിന്ന് അദ്ദേഹം പിന്മാറി അവനെ. അവൻ അയഞ്ഞു അവന്റെ പിടി ഓൺ ബന്ധങ്ങൾ അത് കഴിയും അല്ല സഹവർത്തിക്കുക അവന്റെ പുതിയ വിശ്വസ്തതയോടെ.

ഇവ ചെറിയ തീരുമാനങ്ങളായിരുന്നില്ല. അവ ചെലവേറിയതും, മാറ്റാനാവാത്തതും, തെറ്റിദ്ധരിക്കപ്പെട്ടതുമായിരുന്നു.

അവൻ ചെയ്തു
അല്ല
ന്യായീകരിക്കുക
അവൻ തന്നെ.
അവൻ ചെയ്തു
അല്ല
വിശദീകരിക്കുക
അവൻ തന്നെ.
അവൻ
അനുസരിച്ചു.
ആരും കൈയടിക്കാത്തപ്പോൾ
അനുസരണം എങ്ങനെയിരിക്കും?
എങ്ങനെ ? ചെയ്യുക ഞങ്ങൾ
അനുവദിക്കുക പോകൂ യുടെ
ഫ്യൂച്ചറുകൾ ഞങ്ങൾ ഒരിക്കൽ

ആസൂത്രണം ചെയ്തോ?

അഗസ്റ്റിൻ തിരഞ്ഞെടുത്തു വിശ്വസ്തത കഴിഞ്ഞു പരിചയം.

അടക്കം ചെയ്തു ഒപ്പം ഉയർത്തി

സ്നാനം പിന്തുടരുന്നു—അല്ല പോലെ ആചാരം, പക്ഷേ പോലെ പ്രഖ്യാപനം. അത് അടയാളപ്പെടുത്തി പൊതുജനം ശവസംസ്കാരം യുടെ ദി പഴയത് ജീവിതം ഒപ്പം ദി ഉദയം യുടെ എ പുതിയത് ഒന്ന്.

അഗസ്റ്റിൻ ചെയ്തു അല്ല ചികിത്സിക്കുക സ്നാനം പോലെ പ്രതീകാത്മകത ഒറ്റയ്ക്ക്. അവൻ മനസ്സിലായി അത് പങ്കാളിത്തം എന്ന നിലയിൽ - ക്രിസ്തുവിനോടൊപ്പം മരണം ക്രിസ്തുവിലുള്ള ജീവിതം, ക്രിസ്തുവിനോടുള്ള ഉത്തരവാദിത്തം.

അവൻ ആയിരുന്നു ഇല്ല നീളമുള്ളത് അവന്റെ സ്വന്തം.
എന്തുകൊണ്ട് ചെയ്യുന്നു അനുസരണം പലപ്പോഴും
ആവശ്യപ്പെടുക പൊതുജനങ്ങൾ സാക്ഷിയോ?

എന്ത് സംഭവിക്കുന്നു എപ്പോൾ വിശ്വാസം നീക്കങ്ങൾ നിന്ന് സ്വകാര്യം ബോധ്യം വരെ ദൃശ്യമായ പ്രതിബദ്ധത?

അഗസ്റ്റിന്റെ സ്നാനത്തോടെ
അദ്ദേഹത്തിന്റെ പരിവർത്തനം
പൂർത്തിയായില്ല . **തുറന്നുകാട്ടപ്പെട്ടു അത്**
വരെ ദി ലോകം .

അ പുതിയത് ബന്ധം കൂടെ ആഗ്രഹം

അഗസ്തീന്റെ ആഗ്രഹശേഷി കൃപയ്ക്ക് മായ്ച്ചുകളഞ്ഞില്ല. അത് വഴിതിരിച്ചുവിട്ടു. അത്.

ഒരിക്കൽ ആഗ്രഹം അവനെ ഭരിച്ചിരുന്നിടത്ത്, ഇപ്പോൾ അത് ഉയർന്ന സ്നേഹത്തിന് വഴിയൊരുക്കി. ഒരിക്കൽ ആനന്ദം ആധിപത്യം പുലർത്തിയിരുന്നിടത്ത്, ലക്ഷ്യം ഉയർന്നുവന്നു. ഒരിക്കൽ ശീലങ്ങൾ നിയന്ത്രിക്കപ്പെട്ടിരുന്നിടത്ത്, അച്ചടക്കം രൂപപ്പെടാൻ തുടങ്ങി.

ഇത് തൽക്ഷണ

പൂർണതയായിരുന്നില്ല.

പുനഃക്രമീകരിച്ച

സ്നേഹമായിരുന്നു.

എന്തുകൊണ്ട് ചെയ്യുന്നു ദൈവം രൂപാന്തരപ്പെടുത്തുക ആഗ്രഹം പകരം അധികം നശിപ്പിക്കുക അത്?

വിശുദ്ധി എന്നത് ആഗ്രഹത്തിന്റെ അഭാവമല്ല, മറിച്ച് സ്നേഹത്തിന്റെ ശരിയായ ക്രമമാണെങ്കിലോ?

ഇവ ചോദ്യങ്ങൾ ചെയ്യും നിർവചിക്കുക അഗസ്റ്റിന്റെ ദൈവശാസ്ത്രം—ഒപ്പം അവന്റെ ജീവിതം.

അനുസരണം ഇല്ലാതെ അ റോഡ്മാപ്പ്

അഗസ്റ്റിൻ ചെയ്തു അല്ല ഇതുവരെ അറിയാം എന്ത് അവന്റെ ഭാവി നടത്തി. അവൻ ചെയ്തു അല്ല താൻ ഒരു ബിഷപ്പ്, ദൈവശാസ്ത്രജ്ഞൻ, തലമുറകളായി ഒരു അധ്യാപകൻ ആകുമെന്ന് എനിക്കറിയാമായിരുന്നു. താൻ ദൈവത്തിന്റേതാണെന്ന് മാത്രമേ അവനറിയാമായിരുന്നുള്ളൂ.

ഒപ്പം അത് ആയിരുന്നു മതി.

എന്തുകൊണ്ട് ചെയ്യുന്നു ദൈവം വെളിപ്പെടുത്തുക ദിശ മാത്രം ശേഷം കീഴടങ്ങണോ?
എന്തുകൊണ്ടാണ് വ്യക്തത പലപ്പോഴും
അനുസരണത്തിന് മുമ്പുള്ളതിനേക്കാൾ
പിന്തുടരുന്നത്? എല്ലാ ശിഷ്യന്മാരും
പഠിക്കേണ്ട കാര്യങ്ങൾ അഗസ്റ്റിൻ പഠിച്ചു:
അനുസരണം വരുന്നു ആദ്യം; മനസ്സിലാക്കൽ പിന്തുടരുന്നു.

ചോദ്യങ്ങൾ വേണ്ടി ദി യാത്ര മുന്നോട്ട്

ചെയ്യുക അല്ല തിരക്ക് ഇവ:

- എന്ത് ഉണ്ട് കൃപ സ്വതന്ത്രമാക്കി നീ നിന്ന് അത് ഇപ്പോഴും ആവശ്യമാണ് അച്ചടക്കം?
- എന്ത് അഭിലാഷങ്ങൾ വേണം ആകുക ഉപേക്ഷിച്ചു വരെ പിന്തുടരുക ക്രിസ്തു പൂർണ്ണമായും?
- എവിടെ ആണ് ദൈവം വിളിക്കുന്നു വേണ്ടി പൊതുജനങ്ങൾ അനുസരണം?
- ആർ നീ സന്നദ്ധതയുള്ള വരെ അനുസരിക്കുക ഇല്ലാതെ അറിയുന്നു ദി ഫലം?

ഇവ ചോദ്യങ്ങൾ ചെയ്യും വീണ്ടും ഉയർന്നുവരിക മുഴുവൻ ദി 40 ദിവസം യാത്ര.

എന്ത് ഐ.എസ്. വരുന്നു അടുത്തത്

അഗസ്റ്റിന്റെ ജീവിതം സ്വകാര്യ രൂപീകരണത്തിൽ നിന്ന് പൊതു ഉത്തരവാദിത്തത്തിലേക്ക് മാറാൻ പോകുന്നു . ദി അടുത്തത് അധ്യായം ചെയ്യും വെളിപ്പെടുത്തുക:

- അ വിളി അഗസ്റ്റിൻ ചെയ്തു അല്ല അന്വേഷിക്കുക
- അധികാരം അവൻ ചെയ്തു അല്ല ആഗ്രഹം
- അ പങ്ക് അത് ആവശ്യമാണ് വിനയം, അല്ല അഭിലാഷം

കൃപ ചെയ്യും ഇപ്പോൾ ആകൃതി അവൻ അല്ല വെറും പോലെ എ വിശ്വാസി, പക്ഷേ പോലെ എ ദാസൻ യുടെ മറ്റുള്ളവർ .

അധ്യായം ഏഴ്

ചോദിക്കാതെ വിളിച്ചു: ദൈവം എപ്പോൾ തടസ്സങ്ങൾ ഞങ്ങളുടെ പദ്ധതികൾ

A അഗസ്റ്റിൻ ചെയ്തു അല്ല ചോദിക്കുക വരെ നയിക്കുക. അദ്ദേഹം തന്റെ ജീവൻ സമർപ്പിച്ചു, പ്രാമുഖ്യതയ്ക്കായി സ്വമേധയാ മുന്നോട്ട് വന്നില്ല. അദ്ദേഹം ആഗ്രഹിച്ചു നിശബ്ദം അനുസരണം, അല്ല പൊതുജനങ്ങൾ ഉത്തരവാദിത്തം. ശേഷം വർഷങ്ങൾ യുടെ അഭിലാഷം, അവൻ കൊതിച്ചു വേണ്ടി മറഞ്ഞിരിക്കുന്നതിനുള്ളത് - പഠനം, വേണ്ടി അച്ചടക്കം, വേണ്ടി എ വിശ്വാസം പരിശീലിച്ചു അകലെ കരഘോഷം.

പക്ഷേ ദൈവം ഉണ്ടായിരുന്നു മറ്റുള്ളവ പദ്ധതികൾ.

ഒപ്പം അവർ എത്തി ഇല്ലാതെ കൂടിയാലോചന.

എപ്പോൾ ദൈവം കോളുകൾ എന്ത് ഞങ്ങൾ ചെയ്ത അല്ല ഓഫർ

അഗസ്റ്റിൻ ഉദ്ദേശിച്ചത് വരെ തത്സമയം എ ജീവിതം യുടെ ചിന്താശേഷിയുള്ള ഭക്തി. അവൻ സമൂഹം, തിരുവെഴുത്ത്, പ്രാർത്ഥന, അച്ചടക്കമുള്ള ധ്യാനം എന്നിവ അദ്ദേഹം അന്വേഷിച്ചു. പതുക്കെ,

സ്വകാര്യമായി, വിശ്വസ്തതയോടെ വളരുന്നതിൽ അദ്ദേഹം സംതൃപ്തനായിരുന്നു.

പിന്നെ ദി പള്ളി
ശ്രദ്ധിച്ചു അവനെ.
അവന്റെ പഴയകാല
മിടുക്കല്ല.
അല്ല അവന്റെ മുൻ അഭിലാഷം.
പക്ഷേ ദി ഭാരം യുടെ കൃപ ഇപ്പോൾ വിശ്രമിക്കുന്നു ഓൺ
അവനെ.

പ്രതീക്ഷയും ആവശ്യവും നിറഞ്ഞ വിശ്വാസികളുടെ ഒരു സമ്മേളനത്തിൽ, അഗസ്റ്റിൻ പരസ്യമായി ശുശ്രൂഷയ്ക്കായി വിളിക്കപ്പെട്ടു. ആ വിളി പെട്ടെന്നായിരുന്നു. ആ നിമിഷം അതിശക്തമായിരുന്നു. ദി ഉത്തരവാദിത്തം ആയിരുന്നു ഒഴിവാക്കാനാവാത്ത.

എന്തുകൊണ്ട് ചെയ്യുന്നു ദൈവം പലപ്പോഴും
വിളി ഞങ്ങളെ എവിടെ ഞങ്ങൾ
അനുഭവപ്പെടുക ഏറ്റവും കുറഞ്ഞത്
തയ്യാറായോ? എന്തുകൊണ്ട് ചെയ്യുന്നു അവൻ
ഭരമേല്പിക്കുക അധികാരം വരെ അവ WHO
ചെയ്യുക അല്ല അന്വേഷിക്കുക അതോ?
അഗസ്റ്റിൻ ? ചെറുത്തുനിന്നു—അല്ല പുറത്ത്
യുടെ കലാപം, പക്ഷേ പുറത്ത് യുടെ ഭയം.

ദി വിനയം അത് വരുന്നു ശേഷം കീഴടങ്ങൽ

ഇത് വിളിക്കുന്നു ചെയ്തു അല്ല മുഖസ്തുതി പറയുക അഗസ്റ്റിൻ.

അത് ഭയന്നുവിറച്ചു അവനെ.

അവൻ കരഞ്ഞു തുറന്ന് - അല്ല നിന്ന് തെറ്റായ എളിമ, പക്ഷേ നിന്ന് എ ആഴത്തിലുള്ള അവബോധം ബലഹീനത. നേതൃത്വത്തിന് എന്താണ് വേണ്ടതെന്ന് അദ്ദേഹത്തിന് മനസ്സിലായി. മാർഗനിർദേശത്തിന്റെ വില അദ്ദേഹത്തിന് അറിയാമായിരുന്നു. ആത്മാക്കൾ എപ്പോൾ ഒരാളുടെ സ്വന്തം ആത്മാവ് ഉണ്ടായിരുന്നു മാത്രം അടുത്തിടെ ആയിരുന്നു സുഖപ്പെട്ടു.

എന്നിട്ടും ദി വിളി അവശേഷിച്ചു.

ദൈവം അഗസ്റ്റിനോട് സ്വന്തം ശക്തിയിൽ
ആശ്രയിക്കാൻ
ആവശ്യപ്പെടുകയായിരുന്നില്ല, മറിച്ച്
കൃപയിൽ ആശ്രയിക്കാനാണ് അവൻ
ആവശ്യപ്പെട്ടത്.
എന്ത് എങ്കിൽ മനസ്സില്ലായ്മ ആണ് അല്ല എ
അയോഗ്യത, പക്ഷേ തയ്യാറെടുപ്പ്? എന്ത്
എങ്കിൽ ഭയം വെളിപ്പെടുത്തുന്നു ഗൗരവം
പകരം അധികം പരാജയമോ?

അ പുതിയത് ദയ ഓഫ് അധികാരം

അഗസ്റ്റൈൻസ് അധികാരം ചെയ്തു അല്ല വരൂ നിന്ന് ആത്മവിശ്വാസം.

അത് വന്നു നിന്ന് കുമ്പസാരം.

പ്രലോഭനങ്ങളെ കീഴടക്കിയവനെപ്പോലെയല്ല അവൻ നയിച്ചത്, മറിച്ച് ആയിരുന്നു രക്ഷപ്പെടുത്തി നിന്ന് അത്.

അവൻ ചെയ്തു അല്ല പഠിപ്പിക്കുക പോലെ ഒന്ന് മുകളിൽ സമരം, പക്ഷേ പോലെ അത് പരിചയപ്പെട്ട ഒരാൾ.

അവന്റെ കഴിഞ്ഞ - ഒരിക്കൽ എ ഉറവിടം യുടെ നാണക്കേട്—ആയി എ ഉപകരണം യുടെ ശുശ്രൂഷ. എന്തുകൊണ്ട് ചെയ്യുന്നു ദൈവം പുനരുപയോഗം എന്ത് ഞങ്ങൾ ആഗ്രഹം അവൻ ചെയ്യും മായ്ക്കണോ?

എങ്ങനെ ചെയ്യുന്നു കൃപ രൂപാന്തരപ്പെടുത്തുക മുറിവുകൾ കടന്നു ജ്ഞാനമോ?

അഗസ്റ്റിൻ പഠിച്ചു അത് നേതൃത്വം ഇൻ ക്രിസ്തുവിന്റേത് രാജ്യം ആണ് അല്ല ഉയർച്ച - അത് സമ്പർക്കം.

ദി മരണം ഓഫ് സ്വയം സംവിധാനം

സ്വീകരിക്കുന്നു ദി വിളി ഉദ്ദേശിച്ചത് കീഴടങ്ങൽ നിയന്ത്രണം വീണ്ടും.

അഗസ്റ്റിന്റെ സമയം ആയിരുന്നു ഇല്ല നീളമുള്ളത് അവന്റെ സ്വന്തം. അവന്റെ വാക്കുകൾ കൊണ്ടുപോയി ഭാരം. അവന്റെ ജീവിതം ആയി ദൃശ്യമാണ്. അവന്റെ അനുസരണം ഇപ്പോൾ ബാധിച്ച മറ്റുള്ളവർ.

ഇത് അദ്ദേഹം ഒരിക്കൽ
സങ്കൽപ്പിച്ച
സ്വാതന്ത്ര്യമായിരുന്നില്ല, മറിച്ച്
ആഴമേറിയതായിരുന്നു.
നമ്മുടെ അനുസരണം മറ്റുള്ളവരുടെ
ജീവിതങ്ങളെ രൂപപ്പെടുത്താൻ തുടങ്ങുമ്പോൾ
എന്ത് സംഭവിക്കും ? ഞങ്ങൾ സന്നദ്ധതയുള്ള
വരെ ആകുക ഉത്തരവാദിത്തമുള്ള വേണ്ടി ദി
പഴം ഞങ്ങൾ കരടി?
കൃപ ഉണ്ടായിരുന്നു അല്ല മാത്രം സംരക്ഷിച്ചു അഗസ്റ്റിൻ—
അത് ഉണ്ടായിരുന്നു പട്ടികയിൽ ചേർത്തു അവനെ.

ദി ചെലവ് ഓഫ് ആയിരിക്കുന്നു വായിക്കുക വഴി എല്ലാം

പോലെ അഗസ്റ്റിൻ ചവിട്ടി കടന്നു പൊതുജനങ്ങൾ ശുശ്രൂഷ, അവൻ ആയി എന്ത് തിരുവെഴുത്ത് വിവരിക്കുന്നു: എ ജീവിക്കുന്നത് കത്ത്, അറിയപ്പെടുന്നത് ഒപ്പം വായിക്കുക എഴുതിയത് എല്ലാം.

അദ്ദേഹത്തിന്റെ
പെരുമാറ്റം

പ്രധാനമായിരു

ന്നു. പഠിപ്പിക്കലും

പ്രധാനമായിരു

ന്നു.

അദ്ദേഹത്തിന്റെ

പശ്ചാത്താപം

പ്രധാനമായിരു

ന്നു.

അവിടെ ആയിരുന്നു ഇല്ല മടങ്ങുക വരെ അജ്ഞാതത്വം. എന്തുകൊണ്ട് ചെയ്യുന്നു ദൈവം തുറന്നുകാട്ടുക എന്ത് അവൻ വീണ്ടെടുക്കുമോ?

എന്തുകൊണ്ട് ചെയ്യുന്നു നേതൃത്വം ആവശ്യപ്പെടുക ദൃശ്യപരത പകരം അധികം സ്വകാര്യത?

അഗസ്റ്റിൻ തുടങ്ങി വരെ മനസ്സിലാക്കുക അത് ദൈവം എഴുതുന്നു അവന്റെ ഏറ്റവും വ്യക്തമായ സന്ദേശങ്ങൾ കീഴടങ്ങിയപ്പോൾ ജീവിക്കുന്നു.

ചോദ്യങ്ങൾ വേണ്ടി ദി റോഡ് മുന്നോട്ട്

എസ്.ഐ.ടി. കൂടെ ഇവ:

- എവിടെ ശക്തി ദൈവം ആകുക വിളിക്കുന്നു നീ അപ്പുറം നിങ്ങളുടെ ആശ്വാസം?
- എന്ത് ഉത്തരവാദിത്തങ്ങൾ ഉണ്ട് നീ ചെറുത്തുനിന്നു കാരണം യുടെ ഭയം?
- ആർ നീ സന്നദ്ധതയുള്ള വരെ സേവിക്കുക എവിടെ നീ ചെയ്തു അല്ല പദ്ധതി?
- എങ്ങനെ ശക്തി നിങ്ങളുടെ കഴിഞ്ഞ ആയിത്തീരുക എ പ്ലാറ്റ്ഫോം വേണ്ടി കൃപയോ?

ഇവ ചോദ്യങ്ങൾ ചെയ്യും ആഴത്തിലാക്കുക പോലെ അഗസ്റ്റിന്റെ സ്വാധീനം വളരുന്നു.

എന്ത് ഐ.എസ്. വരുന്നു അടുത്തത്

അഗസ്റ്റൈൻസ് ജീവിതം ഐ.എസ്. കുറിച്ച് വരെ വികസിപ്പിക്കുക അപ്പുറം ലോക്കൽ ശുശ്രൂഷ കടന്നു നിലനിൽക്കുന്ന സ്വാധീനം.

ദി അടുത്തത് അധ്യായം ചെയ്യും പര്യവേക്ഷണം ചെയ്യുക:

- ദി ഭാരം യുടെ ആത്മീയ അധികാരം
- ദി അപായം യുടെ അഹങ്കാരം ശേഷം വിളിക്കുന്നു
- ദി അച്ചടക്കം ആവശ്യമാണ് വരെ നിലനിൽക്കുക വിനീതമായ അതേസമയം സ്വാധീനമുള്ള

കൃപ ചെയ്യും ഇപ്പോൾ ആകൃതി അഗസ്റ്റിൻ അല്ല മാത്രം പോലെ എ ദാസൻ—പക്ഷേ പോലെ എ **ഇടയൻ** .

അധ്യായം എട്ട്

ദി ഭാരം ഓഫ് സ്വാധീനം കൂടാതെ അച്ചടക്കം ഓഫ് വിനയം

I സ്വാധീനം എത്തി നിശബ്ദമായി.

അവിടെ ആയിരുന്നു ഇല്ല കാഹളം.

ഇല്ല പെട്ടെന്നുള്ള പ്രശസ്തി.

ഇല്ല നാടകീയമായ ഉയരം.

പക്ഷേ അഗസ്റ്റിൻ അനുഭവപ്പെട്ടു ദി ഷിഫ്റ്റ്.

ആളുകൾ ഇപ്പോൾ വ്യത്യസ്തമായി ശ്രദ്ധിച്ചു. അവർ കൂടുതൽ സൂക്ഷ്മമായി നിരീക്ഷിച്ചു. അവർ അദ്ദേഹത്തിന്റെ വാക്കുകൾ ആവർത്തിച്ചു . അവർ അദ്ദേഹത്തിന്റെ ഉപദേശം തേടി. അദ്ദേഹത്തിന്റെ സ്വകാര്യ ബോധ്യങ്ങൾ പൊതുജനങ്ങളുടെ റഫറൻസ് പോയിന്റുകളായി മാറുകയായിരുന്നു.

കൃപ ഉണ്ടായിരുന്നു സ്ഥാപിച്ചു ഭാരം ഓൺ അവന്റെ ജീവിതം.

ഒപ്പം ഭാരം, എങ്കിൽ അല്ല കൊണ്ടുപോയി ശരിയായ കഴിയും ചതയ്ക്കുക എന്ത് അത് ഉയർത്തുന്നു.

എപ്പോൾ സ്വാധീനം ടെസ്റ്റുകൾ ദി ആത്മാവ്

അഗസ്റ്റിൻ മനസ്സിലാക്കുക എന്തോ ധാരാളം ഒരിക്കലും പഠിക്കുക വരുവോളം അത് ആണ് വളരെ താമസിച്ചു:

സ്വാധീനം ആണ് അല്ല എ പ്രതിഫലം—അത് ആണ് എ ഉത്തരവാദിത്തം.

ഒരിക്കൽ അവൻ അംഗീകാരം തേടിപ്പോയിരുന്നു. ഇപ്പോൾ അംഗീകാരം അവനെ പിന്തുടർന്നു. അപകടവും ആയിരുന്നു സൂക്ഷ്മമായ. അഭിമാനം ചെയ്യുന്നു അല്ല എപ്പോഴും പ്രഖ്യാപിക്കുക സ്വയം ഉച്ചത്തിൽ. ചിലപ്പോൾ അത് ഉപയോഗത്തിന്റെ വേഷംമാറി വരുന്നു.

ആളുകൾ
അദ്ദേഹത്തിന്റെ
ഉൾക്കാഴ്ചയെ
പ്രശംസിച്ചു. അവർ
അദ്ദേഹത്തിന്റെ
വ്യക്തതയെ
പ്രശംസിച്ചു. അവർ
ചാരി ഓൺ അവന്റെ
നേതൃത്വം.

ഒപ്പം അഗസ്റ്റിൻ അനുഭവപ്പെട്ടു ദി പ്രലോഭനം - അല്ല വരെ പാപം പരസ്യമായി, പക്ഷേ വരെ ആശ്രയം സ്വയം നിശബ്ദമായി.

എന്തുകൊണ്ട് ആണ് അഹങ്കാരം ഏറ്റവും കൂടുതൽ അപകടകരമായ ശേഷം കീഴടങ്ങണോ?
എങ്ങനെ ചെയ്യുന്നു ഉപയോഗക്ഷമത ആയിത്തീരുക എ പ്രജനനം നിലം വേണ്ടി സ്വാശ്രയത്വം ?

ദണ്ഡവിമോചനത്തിന്റെ വില
അഗസ്റ്റിൻ പഠിച്ചിരുന്നു. ഇപ്പോൾ
അവൻ ഉണ്ടായിരുന്നു വരെ
പഠിക്കുക ദി ചെലവ് യുടെ
ആരാധന.

ദി ദിവസേന ജോലി ഓഫ് താമസിക്കുന്നു താഴ്ന്നത്

ഒരു കീഴടങ്ങൽ പ്രവൃത്തി ജീവിതകാലം മുഴുവൻ നിലനിൽക്കുമെന്ന് അഗസ്റ്റിൻ കരുതിയില്ല. വിനയം. അവൻ മനസ്സിലായി ദി മനുഷ്യൻ ഹൃദയം അതും നന്നായി വേണ്ടി എന്ന്.

അതുകൊണ്ട്
അവൻ ശിക്ഷണം
പാലിച്ചു,
ശിക്ഷയായിട്ടല്ല.
പോലെ സംരക്ഷണം.

അവൻ ദിവസവും പ്രാർത്ഥനയിലേക്ക് മടങ്ങി - പ്രസംഗങ്ങൾ തയ്യാറാക്കാനല്ല, മറിച്ച് ആശ്രയത്വത്തിൽ തുടരാൻ. അവൻ തിരുവെഴുത്ത് പഠിച്ചു - ശ്രോതാക്കളെ ആകർഷിക്കാനല്ല, മറിച്ച് സ്വയം വെളിപ്പെടുത്താനാണ്. അവൻ തന്റെ ബലഹീനതകൾ ഏറ്റുപറഞ്ഞു - എളിമയുള്ളവനായി കാണപ്പെടാനല്ല, മറിച്ച് സത്യസന്ധത പുലർത്താൻ.

എന്തുകൊണ്ട് ചെയ്യുന്നു ആത്മീയ വളർച്ച ആവശ്യപ്പെടുക ആവർത്തനം പകരം അധികം വെളിപ്പെടുത്തൽ? വിനയം അനുമാനിക്കുന്നതിനു പകരം എന്തുകൊണ്ട് പരിശീലിക്കണം?

ജനങ്ങളുടെ മുമ്പാകെയുള്ള പൊതുദൃശ്യത്തെ

അതിജീവിക്കാൻ അഗസ്റ്റിൻ ദൈവമുമ്പാകെ മനഃപൂർവ്വമായ ഇരുട്ട് തിരഞ്ഞെടുത്തു.

പഠിപ്പിക്കൽ കൂടെ സ്കാർസ്, അല്ല കാൽനടയാത്രക്കാർ

എന്ത് സെറ്റ് അഗസ്റ്റിൻ വേർപിരിയുക ആയിരുന്നു അല്ല അവന്റെ തിളക്കം, പക്ഷേ അവന്റെ സത്യസന്ധത.

പ്രലോഭനങ്ങൾക്കതീതനായ
ഒരുവനായിട്ടാണ് അവൻ
പഠിപ്പിച്ചത്, മറിച്ച് അതിൽ
നിന്ന് രക്ഷപ്പെട്ട
ഒരുവനായിട്ടാണ് അവൻ
പഠിപ്പിച്ചത്.

അവന്റെ കഴിഞ്ഞ ചെയ്തു അല്ല അയോഗ്യനാക്കുക അവൻ—അത് അച്ചടക്കമുള്ള അവനെ. അവൻ ഓർമ്മിച്ചു സ്വയംഭരണം എന്ത് ഉൽപ്പാദിപ്പിച്ചു എന്ന് വളരെ വ്യക്തമായി. കാലതാമസത്തിന്റെ വില എത്രയാണെന്ന് അയാൾ വളരെ വേദനാജനകമായി ഓർത്തു.

അങ്ങനെ അവൻ
ഗുരുത്വാകർഷണത്തോടെ
കൃപ പഠിപ്പിച്ചു.
ആർദ്രതയോടെ സത്യം
പഠിപ്പിച്ചു.
തിരുത്തൽ കൂടെ അനുകമ്പ.
തങ്ങളുടെ തകർച്ചയെ ഓർക്കുന്നവരെ ദൈവം
എന്തിനാണ് അധികാരം ഏൽപ്പിക്കുന്നത്? എങ്ങനെ?
ചെയ്യുന്നു ഓർമ്മ ആയിത്തീരുക എ സംരക്ഷണം
നൽകുക എതിരായി അഹങ്കാരം?

അഗസ്റ്റിന്റെ പാടുകൾ ആയി അതിരുകൾ.

എപ്പോൾ ദി പള്ളി മാറുന്നു അ കണ്ണാടി

നേതൃത്വം അഗസ്റ്റീനെ പ്രശംസയ്ക്ക് മാത്രമല്ല, വിമർശനത്തിനും വിധേയമാക്കി. അദ്ദേഹത്തിന്റെ വാക്കുകൾ വിലയിരുത്തപ്പെട്ടു. അദ്ദേഹത്തിന്റെ പ്രവൃത്തികൾ വ്യാഖ്യാനിക്കപ്പെട്ടു. അദ്ദേഹത്തിന്റെ ഉദ്ദേശ്യങ്ങൾ ചോദ്യം ചെയ്യപ്പെട്ടു.

ഈ ദൃശ്യപരത പരിഷ്കരിച്ച അവനെ.
അവന് ഇനി വെറുതെ
ജീവിക്കാൻ കഴിയില്ല.
അവൻ കഴിയും ഇല്ല
നീളമുള്ളത്
സംസാരിക്കുക
സ്വതന്ത്രമായി. അയാൾക്ക്
ഇനി രഹസ്യമായി
ഒളിക്കാൻ കഴിഞ്ഞില്ല.
ഈ സമ്മർദ്ദത്തെ നീരസപ്പെടുത്തുന്നതിനുപകരം,
അഗസ്റ്റിൻ അതിനെ ഒരു കാരുണ്യമായി സ്വീകരിച്ചു.
എന്തുകൊണ്ട് ചെയ്യുന്നു ദൈവം അനുവദിക്കുക
നേതാക്കൾ വരെ ആകുക കണ്ടു അങ്ങനെ
വ്യക്തമായി?
എന്ത് എങ്കിൽ ഉത്തരവാദിത്തം ആണ് കൃപ ഇൻ
വേഷംമാറിയോ?
അഗസ്റ്റിൻ പഠിച്ചു അത് ദൈവം പലപ്പോഴും സൂക്ഷിക്കുന്നു
വിനയം എഴുതിയത് നിരസിക്കൽ സ്വകാര്യത.

ദി നീളമുള്ള ജോലി ഓഫ് ആയിരിക്കുന്നു രൂപപ്പെടുത്തിയത് രൂപീകരണ സമയത്ത് മറ്റുള്ളവർ

മറ്റുള്ളവരെ ഇടയന്മാരായി സേവിക്കുമ്പോൾ, അഗസ്റ്റിൻ ഒരു വിരോധാഭാസം കണ്ടെത്തി: സത്യം പഠിപ്പിക്കൽ. ആഴമേറിയത് അവന്റെ ആവശ്യം വേണ്ടി അത്. നയിക്കുന്നത് മറ്റുള്ളവർ കടന്നു അനുസരണം വെളിപ്പെടുത്തി അവന് ഇപ്പോഴും കൃപ ആവശ്യമുള്ള മേഖലകൾ.

അവൻ
ആയിരുന്നു
അല്ല
പൂർത്തിയാ
യി. അവനെ
ഉപയോഗിക്കു
കയായിരുന്നു.
ഉപയോഗിക്കപ്പെടുന്നത്
പൂർണ്ണമായിരിക്കുക എന്നല്ല
അർത്ഥമാക്കുന്നത്. എന്തുകൊണ്ട്
ചെയ്യുന്നു ദൈവം വിളി ഞങ്ങളെ വരെ
സേവിക്കുക മുമ്പ് ഞങ്ങൾ
അനുഭവപ്പെടുക തയ്യാറാണോ?
സ്വാധീനം വളരുമ്പോഴും രൂപീകരണം
തുടരുന്നത് എന്തുകൊണ്ട്? അഗസ്റ്റിൻ ഒരു
പഠിതാവായി നയിക്കാൻ പഠിച്ചു.

ചോദ്യങ്ങൾ അത് ആകൃതി ദി വർഷങ്ങൾ മുന്നോട്ട്

കാരി ഇവ ഫോർവേഡ്:

- എങ്ങനെ ചെയ്യുക നീ കാവൽക്കാരൻ വിനയം എപ്പോ
  ദൈവം വർദ്ധിക്കുന്നു നിങ്ങളുടെ സ്വാധീനം?

- എന്ത് വിഷയങ്ങൾ സംരക്ഷിക്കുക നിങ്ങളുടെ ആശ്രിതത്വം ഓൺ ദൈവം?
- ആർ നീ സന്നദ്ധതയുള്ള വരെ ആകുക അറിയപ്പെടുന്നത് പോലെ നന്നായി പോലെ ഉപയോഗിച്ചോ?
- ചെയ്യുക നീ മടങ്ങുക വരെ ദൈവം പോലെ ആഴത്തിൽ പോലെ മറ്റുള്ളവർ വരൂ വരെ നീയോ?

ഇവ ചോദ്യങ്ങൾ ചെയ്യും നിർവചിക്കുക അഗസ്റ്റിന്റെ ശേഷിക്കുന്നു യാത്ര.

എന്ത് ഐ.എസ്. വരുന്നു അടുത്തത്

അഗസ്റ്റൈൻസ് സ്വാധീനം ആണ് കുറിച്ച് വരെ നീട്ടുക അപ്പുറം അവന്റെ ഉടനടി സമൂഹം.

ദി അടുത്തത് അധ്യായം ചെയ്യും പര്യവേക്ഷണം ചെയ്യുക:

- ദി ഭാരം യുടെ സിദ്ധാന്തപരമായ ഉത്തരവാദിത്തം
- ദി വെല്ലുവിളി യുടെ കാവൽ നിൽക്കുന്നു സത്യം കൂടെ സ്നേഹം
- ദി ചെലവ് യുടെ നിൽക്കുന്നത് ഉറച്ച ഇല്ലാതെ ആയിത്തീരുന്നു പരുഷമായ

കൃപ ചെയ്യും ഇപ്പോൾ ആകൃതി അഗസ്റ്റിൻ പോലെ എ **ഡിഫൻഡർ യുടെ സത്യം ഒപ്പം എ ഇടയൻ ആത്മാക്കളുടെ .**

അധ്യായം ഒമ്പത്

വിശ്വാസം നഷ്ടപ്പെടാതെ കാത്തുസൂക്ഷിക്കുക ദി ഹൃദയം

Tരൂത്ത് ഉണ്ട് ഭാരം.

അഗസ്റ്റിൻ സ്വാധീനത്തിലേക്ക് കാലെടുത്തുവച്ചതോടെ, സത്യം ജീവിക്കാൻ മാത്രമുള്ള ഒന്നല്ലെന്നും അത് സംരക്ഷിക്കേണ്ട ഒന്നാണെന്നും അദ്ദേഹം കണ്ടെത്തി . ആശയങ്ങൾ പ്രധാനമായിരുന്നു. പഠിപ്പിക്കൽ ആകൃതിയിലുള്ള ആത്മാക്കൾ. പിശക് ചെയ്തു അല്ല നിലനിൽക്കുക സൈദ്ധാന്തിക; അത് നിർമ്മിച്ചത് പഴം യഥാർത്ഥത്തിൽ ജീവിക്കുന്നു.

ഒപ്പം അല്ല എല്ലാം പഴം ആയിരുന്നു നല്ലത്.

എപ്പോൾ പിശക് ആവശ്യങ്ങൾ പ്രതികരണം

അഗസ്റ്റിൻ ജീവിച്ചു എ.ടി എ സമയം എപ്പോൾ മത്സരിക്കുന്നു പഠിപ്പിക്കലുകൾ വ്യാപനം വേഗത്തിലും ആത്മവിശ്വാസത്തോടെയും ബോധ്യപ്പെടുത്തുന്ന രീതിയിലും. ചിലത് ആത്മീയമായും, ചിലത് അനുകമ്പാപൂർവ്വമായും, ചിലത് ബുദ്ധിപരമായി ഉന്നതമായും തോന്നി. പലരും ക്രിസ്തീയ ഭാഷ കടമെടുത്ത് അതിന്റെ ശക്തി ഇല്ലാതാക്കി.

നിശബ്ദത ആയിരുന്നു അല്ല ഒരു ഓപ്ഷൻ.

ലേക്ക് നിലനിൽക്കുക നിശബ്ദം
ചെയ്യും ഉണ്ട് ആയിരുന്നു
എളുപ്പമാണ് . നിലനിൽക്കുക
സമ്മതമായ ചെയ്യും ഉണ്ട്
ആയിരുന്നു സുരക്ഷിതം.
പക്ഷേ ആളുകളോടുള്ള സ്നേഹത്തിന്
ആശ്വാസമല്ല, വ്യക്തതയാണ് വേണ്ടത്.
എന്തുകൊണ്ട് ചെയ്യുന്നു സത്യം
ഒടുവിൽ ആവശ്യപ്പെടുക ഏറ്റുമുട്ടൽ?
സഹിഷ്ണുത അവഗണനയായി
മാറുന്നത് എപ്പോഴാണ്?

അഗസ്റ്റിൻ പഠിച്ചു അത് കാവൽ നിൽക്കുന്നു ദി വിശ്വാസം ആയിരുന്നു അല്ല അഹങ്കാരം - അത് ഉത്തരവാദിത്തമായിരുന്നു .

ദി അപായം ഓൺ രണ്ടും വശങ്ങൾ

എന്നിട്ടും അഗസ്റ്റിൻ അപകടകരമായ ഒരു
കാര്യം കൂടി മനസ്സിലാക്കി: അത് ആണ്
സാധ്യമായ വരെ പ്രതിരോധിക്കുക
സത്യം ഒപ്പം തോൽക്കുക സ്നേഹം.
തിരുത്തൽ അഹങ്കാരമായി
മാറാൻ സാധ്യതയുണ്ട്.
ബോധ്യം ക്രൂരതയായി
മാറാൻ സാധ്യതയുണ്ട്.
യാഥാസ്ഥിതികത തണുത്ത
ഹൃദയത്തോടൊപ്പം
നിലനിൽക്കും. അങ്ങനെ
സംഭവിക്കുന്നത് അഗസ്റ്റിൻ
കണ്ടിരുന്നു.

അവൻ ഉണ്ടായിരുന്നു ഒരിക്കൽ ആയിരുന്നു ഓൺ ദി സ്വീകരിക്കുന്നു അവസാനിക്കുന്നു യുടെ പരുഷമായ ഉറപ്പ് - സത്യം ക്ഷമയില്ലാതെ സംസാരിച്ചു, കൃപയില്ലാതെ ബോധ്യം നൽകി. വാദങ്ങൾ എത്ര എളുപ്പത്തിൽ സുഖപ്പെടുത്തുന്നതിനുപകരം മുറിവേൽപ്പിക്കുമെന്ന് അദ്ദേഹം ഓർത്തു.

അങ്ങനെ അവൻ നടന്നു ശ്രദ്ധാപൂർവ്വം.
വഴക്കുണ്ടാക്കാതെ എങ്ങനെ
പോരാടാം? തകർക്കാതെ എങ്ങനെ
തിരുത്താം?

സത്യം പോലെ അ ഫോം ഓഫ് സേവനം

അഗസ്റ്റിൻ ഫ്രെയിം ചെയ്തു ദി ചുമതല.

എന്നത് വാദങ്ങളിൽ ജയിക്കുക
എന്നതായിരുന്നില്ല. ആയിരുന്നു കുറിച്ച്
വിളമ്പുന്നു ആത്മാക്കൾ .
സത്യം ആയിരുന്നു അല്ല എ
ആയുധം വരെ തെളിയിക്കുക
ശ്രേഷ്ഠത. ആരോഗ്യം
വീണ്ടെടുക്കാനുള്ള
മരുന്നായിരുന്നു അത്.
ഈ മാറ്റി എങ്ങനെ
അവൻ സംസാരിച്ചു.
എങ്ങനെ എഴുതി.
എങ്ങനെ അവൻ നേരിട്ടു പിശക്.

അവൻ ചെറുത്തുനിന്നു ദി പ്രലോഭനം വരെ അപമാനിക്കുക എതിരാളികൾ. അവൻ നിരസിച്ചു വരെ ആളുകളെ സ്ഥാനങ്ങളിലേക്ക് താഴ്ത്തുക. എല്ലാ തെറ്റായ ആശയങ്ങൾക്കും പിന്നിൽ ഒരു മനുഷ്യൻ ഉണ്ടെന്ന് അദ്ദേഹം ഓർമ്മിച്ചു. ഹൃദയം ആകൃതിയിലുള്ള എഴുതിയത് ഭയം, ആശയക്കുഴപ്പം, അല്ലെങ്കിൽ അഹംഭാവം.

തിരുത്തലിന്റെ ലക്ഷ്യം ആധിപത്യമല്ല, പുനഃസ്ഥാപനമാണെങ്കിലോ ? എങ്കിൽ സ്നേഹം ആണ് അല്ല ദി വിപരീതം യുടെ സത്യം, പക്ഷേ അതിന്റെ ശരിയായ ഡെലിവറി?

ദി വ്യക്തിപരം ചെലവ് ഓഫ് സ്റ്റാൻഡിംഗ് സ്ഥാപനം

വ്യക്തത ക്ഷണിച്ചു എതിർപ്പ്.

അഗസ്റ്റിനെ വിമർശിച്ചു .
തെറ്റിദ്ധരിച്ചു. വെല്ലുവിളിച്ചു.
ചിലപ്പോൾ തെറ്റായി ചിത്രീകരിച്ചു.

നിൽക്കുന്നു വേണ്ടി സത്യം ചെലവ് അവൻ സമാധാനം, പ്രശസ്തി, ഒപ്പം എളുപ്പം.

പക്ഷേ വിട്ടുവീഴ്ച ചെയ്യുക ചെയ്യും ഉണ്ട് ചെലവ് കൂടുതൽ.
എന്തുകൊണ്ട് ചെയ്യുന്നു അനുസരണം
പലപ്പോഴും കൊണ്ടുവരിക സംഘർഷം
പകരം അധികം ശാന്തമാണോ?
ഇഷ്ടപ്പെടാതിരിക്കാൻ ആളുകളെ സ്നേഹിക്കുക
എന്നതിന്റെ അർത്ഥമെന്താണ്?
അഗസ്റ്റിൻ സ്വീകരിച്ചു ദി ചെലവ് - അല്ല പോലെ രക്തസാക്ഷിത്വം, പക്ഷേ പോലെ കാര്യസ്ഥൻ.

വിനയം കീഴിൽ തീ

സത്യത്തിനുവേണ്ടി വാദിച്ചപ്പോഴും, അഗസ്റ്റിൻ സ്വന്തം തെറ്റുകളെക്കുറിച്ച് ജാഗ്രത പുലർത്തി. തന്റെ ഉദ്ദേശ്യങ്ങൾ അദ്ദേഹം പരിശോധിച്ചു. തിരുവെഴുത്തുകൾ വീണ്ടും പരിശോധിച്ചു. തിരുത്തലുകൾ അദ്ദേഹം സ്വാഗതം ചെയ്തു.

ശരിയായിരിക്കുക എന്നാൽ നീതിമാനായിരിക്കുക എന്ന് കരുതുന്നതിന്റെ അപകടം അവന് നന്നായി അറിയാമായിരുന്നു .

സത്യത്തിന്റെ സംരക്ഷകർ കൃപയുടെ
വിദ്യാർത്ഥികളായി തുടരേണ്ടത്
എന്തുകൊണ്ട്? എളിമ അധികാരത്തെ
എങ്ങനെ സംരക്ഷിക്കുന്നു?
അഗസ്റ്റിന്റെ ഭാവം പ്രാധാന്യമുള്ളത് പോലെ വളരെ

പോലെ അവന്റെ സ്ഥാനം.

ദി പതുക്കെ രൂപീകരണം ഓഫ് അ ടീച്ചർ

കഴിഞ്ഞു സമയം, അഗസ്റ്റിൻ ആയി അറിയപ്പെടുന്നത് അല്ല വെറുതെ വേണ്ടി വ്യക്തത, പക്ഷേ സന്തുലിതാവസ്ഥയ്ക്കായി. ദൃഢതയും അനുകമ്പയും, ദൃഢവിശ്വാസവും ക്ഷമയും, അധികാരവും വിനയവും അദ്ദേഹം സംയോജിപ്പിച്ചു.

ജീവിതം സംയമനം പാലിച്ചതിനാൽ
അദ്ദേഹത്തിന്റെ വാക്കുകൾക്ക് ഭാരം
കൂടുതലായിരുന്നു. സ്നേഹത്തിന്റെ
മുറിവുകളില്ലാതെയാണ് അദ്ദേഹം ആ
സത്യം പഠിച്ചത്.
പക്ഷേ സ്നേഹം ഇല്ലാതെ സത്യം തെറ്റിദ്ധരിപ്പിക്കുന്നു.
ദി വിളിക്കുന്നു ആയിരുന്നു അല്ല വരെ തിരഞ്ഞെടുക്കുക
ഇടയിൽ അവരെ - പക്ഷേ വരെ പിടിക്കുക രണ്ടും
വിശ്വസ്തതയോടെ .

ചോദ്യങ്ങൾ അത് സ്ട്രെച്ച് ദി ആത്മാവ്

കാരി ഇവ കൂടെ നിങ്ങൾ:

- എങ്ങനെ ചെയ്യുക നീ പ്രതികരിക്കുക എപ്പോൾ സത്യം ആവശ്യമാണ് ഏറ്റുമുട്ടൽ?
- എവിടെ ശക്തി ബോധ്യം ആകുക കാഠിന്യം കടന്നു അഹങ്കാരം?
- ആർ നീ കൂടുതൽ ആശങ്കാകുലമായ കൂടെ ആയിരിക്കൽ ശരി അല്ലെങ്കിൽ ആയിരിക്കൽ മോചനമോ?
- എന്ത് ചെയ്യും അത് ചെലവ് നീ വരെ നിൽക്കുക ഉറച്ച ഇൻ പ്രണയമോ?

ഇവ ചോദ്യങ്ങൾ ചെയ്യും പ്രതിധ്വനി വഴി ദി ഭക്തിഗാനാത്മകമായ യാത്ര മുന്നോട്ട്.

എന്ത് ഐ.എസ്. വരുന്നു അടുത്തത്

അഗസ്റ്റൈൻസ് സ്വാധീനം ആണ് വികസിക്കുന്നു, ഒപ്പം അങ്ങനെ ആണ് ദി ഭാരം അവൻ വഹിക്കുന്നു.

ദി അടുത്തത് അധ്യായം ചെയ്യും പര്യവേക്ഷണം ചെയ്യുക:

- കഷ്ടപ്പാട് അത് ചെയ്യുന്നു അല്ല വിടുക
- ചോദ്യങ്ങൾ അത് വിശ്വാസം ചെയ്യുന്നു അല്ല വേഗത്തിൽ ഉത്തരം
- വിശ്വസിക്കൽ ദൈവം എപ്പോൾ അനുസരണം ചെയ്യുന്നു അല്ല നീക്കം ചെയ്യുക വേദന

ഗ്രേസ് ഇപ്പോൾ അഗസ്റ്റിനെ കൂടുതൽ ആഴത്തിൽ രൂപപ്പെടുത്തും - വിജയത്തിലൂടെയല്ല, മറിച്ച് സഹിഷ്ണുത.

അധ്യായം പത്ത്

എപ്പോൾ വിശ്വാസം ചെയ്യുന്നു അല്ല വേദന മാറ്റുക

O കിടക്കവിരക്തി ചെയ്തു അല്ല ഇൻസുലേറ്റ് ചെയ്യും അഗസ്റ്റിൻ നിന്ന് ദുഃഖം.

എങ്കിൽ എന്തും, അത് വ്യക്തമാക്കി അത് .

എഴുതിയത് ഇത് സീസൺ യുടെ അവന്റെ ജീവിതം, അഗസ്റ്റിൻ ഉണ്ടായിരുന്നു കീഴടങ്ങി അഭിലാഷം, വിളിയെ സ്വീകരിച്ചു, സത്യം കാത്തുസൂക്ഷിച്ചു, ഉത്തരവാദിത്തം ഏറ്റെടുത്തു. അദ്ദേഹത്തിന്റെ വിശ്വാസം ഇനി സൈദ്ധാന്തികമായിരുന്നില്ല. അത് ആയിരുന്നു പരീക്ഷിച്ചു, ദൃശ്യമായ, ഒപ്പം ചെലവേറിയത്.

ഒപ്പം ഇപ്പോഴും -

വേദന

കുറ്റബോധത്തിന്റെ

വേദനയല്ല .

അല്ല ദി വേദന യുടെ കലാപം.

പക്ഷേ ദി വേദന അത് നീണ്ടുനിൽക്കുന്നു പോലും എപ്പോൾ അനുസരണം ആണ് ആത്മാർത്ഥതയുള്ള.

ദി മിത്ത് ഓഫ് വേദനയില്ലാതെ വിശ്വാസം

അഗസ്റ്റിൻ ഉണ്ടായിരുന്നു ഒരിക്കൽ അനുമാനിച്ചു അത്

കീഴടങ്ങുക ചെയ്യും കൊണ്ടുവരിക ലാളിത്യം. അത് വ്യക്തത ചെയ്യും നീക്കം ചെയ്യുക സങ്കീർണ്ണത. അത് അനുസരണം ചെയ്യും പരിഹരിക്കുക പിരിമുറുക്കം.

അത് ചെയ്തു അല്ല.
വിശ്വാസം നഷ്ടം
മായ്ച്ചില്ല.
വിളിക്കുന്നു
ചെയ്തു അല്ല
തടയുക ദുഃഖം.
സത്യം ചെയ്തു അല്ല
നിശബ്ദത ദുഃഖം.
പകരം, വിശ്വാസം കൊടുത്തു വേദന എ പുതിയത് സന്ദർഭം.
കഷ്ടപ്പാടുകളിൽ നിന്ന് നമ്മെ സംരക്ഷിക്കാൻ
അനുസരണം പ്രതീക്ഷിക്കുന്നത്
എന്തുകൊണ്ട്? എവിടെ? ചെയ്തു ദി ആശയം
വരൂ നിന്ന് അത് വിശ്വാസം ഗ്യാരണ്ടികൾ
എളുപ്പമാണോ?

അഗസ്റ്റിൻ തുടങ്ങി വരെ മനസ്സിലാക്കുക അത് ദൈവം ചെയ്യുന്നു അല്ല എപ്പോഴും നീക്കം ചെയ്യുക വേദന - ചിലപ്പോൾ അവൻ **അതിനെ പുനർനിർവചിക്കുന്നു** .

ദുഃഖം അത് രൂപങ്ങൾ റാതർ അധികം നശിപ്പിക്കുന്ന.

അഗസ്റ്റിൻ പരിചയസമ്പന്നൻ ദുഃഖം അത് മുറിക്കുക ആഴത്തിൽ. നഷ്ടങ്ങൾ അത് കഴിയും ആകരുത് വാദിച്ചു അകലെ. ചോദ്യങ്ങൾ അത് ദൈവശാസ്ത്രം ചെയ്തു അല്ല വേഗത്തിൽ ഉത്തരം.

അവൻ ചെയ്തു അല്ല
വ്യാഖ്യാനിക്കുക കഷ്ടപ്പാട്
പോലെ ശിക്ഷ. അത്
പരാജയമാണെന്ന് അയാൾ
കരുതിയില്ല.
അവൻ
അനുവദിച്ചു
അത് വരെ
ജോലി. പെയിൻ
ഒരു
അദ്ധ്യാപകനാ
യി.
ദുഃഖം ആയി എ
പരിഷ്കരിക്കൽ തീ.
സഹിഷ്ണുത ആയി ഒരു
വഴിപാട്.
മാനസാന്തരത്തിനു ശേഷവും ദൈവം വേദന
തുടരാൻ അനുവദിക്കുന്നത് എന്തുകൊണ്ട്?
എന്ത്? ദയയുള്ള യുടെ വിശ്വാസം ആണ്
രൂപപ്പെട്ടു എപ്പോൾ ആശ്വാസം ചെയ്യുന്നു
അല്ല വരുമോ?
അഗസ്റ്റിൻ കണ്ടെത്തി അത് കഷ്ടപ്പാട് കഴിയും

ആഴത്തിലാക്കുക ആശ്രിതത്വം ഇൻ ആശ്വാസം ഒരിക്കലും സാധ്യമല്ലാത്ത വഴികൾ.

വിശ്വസിക്കൽ ദൈവം ഇല്ലാതെ വിശദീകരണം

അഗസ്റ്റിന് ഉത്തരങ്ങൾ ആഗ്രഹിച്ച നിമിഷങ്ങളുണ്ടായിരുന്നു. വ്യക്തമായ കാരണങ്ങൾ. ഉടനടി റെസല്യൂഷൻ.

പക്ഷേ ദൈവം വാഗ്ദാനം

ചെയ്തു എന്തോ അല്ലെങ്കിൽ:

സാന്നിധ്യം. അല്ല

വിശദീകരണം.

അല്ല

രക്ഷപ്പെ

ടുക.

സാന്നി

ധ്യം.

അഗസ്റ്റിൻ പഠിച്ചു വരെ ആശ്രയം ദൈവം ഇല്ലാതെ മനസ്സിലാക്കൽ അവൻ പൂർണ്ണമായും. ലേക്ക് വിശ്രമിക്കുക ദൈവത്തിന്റെ സ്വഭാവം എപ്പോൾ സാഹചര്യങ്ങൾ ചെറുത്തുനിന്നു വ്യാഖ്യാനം.

ദൈവം പലപ്പോഴും വിശദീകരണം

മറച്ചുവെക്കുകയും സ്വയം

വിശദീകരിക്കാതിരിക്കുകയും ചെയ്യുന്നത്

എന്തുകൊണ്ട്?? വ്യക്തതയില്ലെങ്കിൽ

വിശ്വസിക്കുക എന്നതിന്റെ അർത്ഥമെന്താണ്?

ഈ ദയയുള്ള യുടെ വിശ്വാസം ആയിരുന്നു ശാന്തം—പക്ഷേ കൂടുതൽ ശക്തം.

ദി രൂപീകരണം ഓഫ് ആഴം

വേദന സ്ട്രിപ്പ്ഡ് ദൂരെ എന്ത് സ്വാധീനം കഴിയും അല്ല.
അത് തുറന്നുകാട്ടപ്പെട്ടു അക്ഷമ.
അത് മറഞ്ഞിരിക്കുന്ന
പ്രതീക്ഷകളെ
വെളിപ്പെടുത്തി.
ആഴമില്ലാത്ത
ആത്മവിശ്വാസത്തെ
അത് തകർത്തു.

ഒപ്പം ഇൻ അതിന്റെ സ്ഥലം, എന്തോ
ഡീപ്പർ വളർന്നു. അനുകമ്പ
വികസിപ്പിച്ചു.
വിനയം
ശക്തിപ്പെടുത്തി.
ആശ്രയത്വം
ആഴമേറിയത്.

അഗസ്റ്റിന്റെ വിശ്വാസം അടിച്ചേൽപ്പിക്കപ്പെട്ടതിനാൽ അദ്ദേഹത്തിന്റെ പഠിപ്പിക്കലിന് ഭാരം വർദ്ധിച്ചു. അദ്ദേഹത്തിന്റെ വാക്കുകൾ കൊണ്ടുപോയി അധികാരം കാരണം അവർ ഉണ്ടായിരുന്നു ആയിരുന്നു പരീക്ഷിച്ചു.

കഷ്ടപ്പാടുകൾ പലപ്പോഴും നമ്മൾ പ്രതീക്ഷിക്കാത്ത ശുശ്രൂഷയ്ക്കായി നമ്മെ ഒരുക്കുന്നത് എന്തുകൊണ്ട്? സഹിഷ്ണുത ജ്ഞാനത്തെ രൂപപ്പെടുത്തുന്നത് എങ്ങനെ?

വിശ്വാസം അത് ചെയ്യുന്നു അല്ല ഡിമാൻഡ് ഫലം

ഒരുപക്ഷേ ദി ഏറ്റവും കൂടുതൽ ആഴമുള്ളത് ഷിഫ്റ്റ് സംഭവിച്ചു ഇവിടെ: വിശ്വാസത്തെ ഫലങ്ങളുടെ അടിസ്ഥാനത്തിൽ അളക്കുന്നത് അഗസ്റ്റിൻ നിർത്തി.

ഉറപ്പുകളില്ലാതെ
അനുസരിക്കാൻ അവൻ
പഠിച്ചു.
സമയപരിധികളില്ലാതെ
വിശ്വസിക്കാൻ.
നീരസമില്ലാതെ
സഹിക്കാൻ. വിശ്വാസം

ഇനി ഒരു
ഇടപാടായിരുന്നില്ല.
അതൊരു
ബന്ധമായിരുന്നു.
തെളിവ് ആവശ്യമില്ലാത്തപ്പോൾ വിശ്വാസം
ഏറ്റവും പക്വമാകുന്നത് എന്തുകൊണ്ട്?? എന്ത്
സംഭവിക്കുന്നു എപ്പോൾ അനുസരണം
മാറുന്നു അതിന്റെ സ്വന്തം പ്രതിഫലം?
അഗസ്റ്റിൻ വിശ്രമിച്ചത് - സാഹചര്യങ്ങൾ
മെച്ചപ്പെട്ടതുകൊണ്ടല്ല, മറിച്ച് ദൈവം അവനിൽ
നിലനിന്നതുകൊണ്ടാണ്. വിശ്വസ്തൻ.

ചോദ്യങ്ങൾ അത് ആഴമുള്ളത് ദി യാത്ര

ചെയ്യുക അല്ല തിരക്ക് ഇവ:

- എന്ത് വേദന ഉണ്ട് നീ അനുമാനിച്ചു വിശ്വാസം വേണം നീക്കം ചെയ്യണോ?
- എവിടെ ഉണ്ട് നിരാശ വെല്ലുവിളിച്ചു നിങ്ങളുടെ ആശ്രയം?
- കഴിയും നീ നിലനിൽക്കുക വിശ്വസ്തനായ ഇല്ലാതെ ഉടനടി ആശ്വാസം?
- ആണ് നിങ്ങളുടെ അനുസരണം സോപാധികമായ ഓൺ ഫലങ്ങൾ?

ഇവ ചോദ്യങ്ങൾ ചെയ്യും പ്രതിധ്വനി വഴി ദി ഭക്തിഗാനാത്മകമായ ദിവസങ്ങൾ മുന്നോട്ട്.

എന്ത് ഐ.എസ്. വരുന്നു അടുത്തത്

അഗസ്റ്റിൻ ഇപ്പോൾ തന്റെ ജീവിതത്തിന്റെ അവസാന വർഷങ്ങളിലേക്ക് കടക്കുകയാണ് - വർഷങ്ങൾ അടയാളപ്പെടുത്തുന്നത് പ്രതിഫലനം, പാരമ്പര്യം, ഒപ്പം തയ്യാറെടുപ്പ് വേണ്ടി പുറപ്പെടൽ.

ദി അടുത്തത് അധ്യായം ചെയ്യും പര്യവേക്ഷണം ചെയ്യുക:

- ദി ജ്ഞാനം യുടെ പിന്നോട്ടുനോക്കൽ
- ദി രൂപപ്പെടുത്തൽ യുടെ പാരമ്പര്യം
- തയ്യാറാക്കൽ മറ്റുള്ളവർ വരെ കൊണ്ടുപോകുക ദി വിശ്വാസം മുന്നോട്ട്

കൃപ ചെയ്യും ഇപ്പോൾ രൂപം അഗസ്റ്റിൻ പോലെ എ **ഫിനിഷർ** , അല്ല വെറും ഒരു അനുയായി.

അധ്യായം പതിനൊന്ന്

പേർ താമസിക്കുന്നു കൂടെ ദി അവസാനിക്കുന്നു എ.ടി കാണുക

T ഇവിടെ വരുന്നു എ പോയിന്റ് ഇൻ ഓരോ ജീവിതം എപ്പോൾ അടിയന്തിരാവസ്ഥ മാറ്റങ്ങൾ അതിന്റെ ടോൺ
അഭിലാഷം നൽകുന്നു വഴി വരെ ശ്രദ്ധ.

വേഗത ആഴത്തിലേക്ക്
വീഴുന്നു. നേട്ടം
അർത്ഥത്തിന് മുന്നിൽ
മങ്ങുന്നു. അഗസ്റ്റിൻ
ഉണ്ടായിരുന്നു
പ്രവേശിച്ചു അത്
സീസൺ.

തനിക്ക് എത്രമാത്രം ചെയ്യാൻ കഴിയുമെന്ന് നോക്കിയല്ല, മറിച്ച് എത്രത്തോളം വിശ്വസ്തതയോടെ **പൂർത്തിയാക്കാ** **കഴിയുമെന്ന് നോക്കിയാണ് അദ്ദേഹം തന്റെ ജീവിതം അളക്കുന്നത്** .

എപ്പോൾ ദി ഭാവി ചെറുതാക്കുന്നു

പ്രായം ഉണ്ട് അ വഴി ഓഫ് വ്യക്തമാക്കൽ എന്ത് യുവത്വം അവഗണിക്കുന്നു.

അഗസ്റ്റിൻ അനുഭവപ്പെട്ടു സമയം വ്യത്യസ്തമായി ഇപ്പോൾ. അല്ല പോലെ സമ്മർദ്ദം, പക്ഷേ പോലെ കാഴ്ചപ്പാട്. വർഷങ്ങൾ മുന്നോട്ട് ആയിരുന്നു കുറവ് അധികം ദി വർഷങ്ങൾ പിന്നിൽ. എന്ത് അവശേഷിച്ചു ആയിരുന്നു ഇല്ല കൂടുതൽ നേരം ആയിത്തീരുന്നു—അത് ആയിരുന്നു കുറിച്ച് **ഭരമേൽപ്പിക്കുന്നു** .

അവൻ ചെയ്തു
അല്ല വളരുക
നിഷ്ക്രിയനായി.
അവൻ
മനഃപൂർവ്വം
വളർന്നു.
സമയം പരിമിതമാണെന്ന് തോന്നുമ്പോൾ
പലപ്പോഴും ജ്ഞാനം എത്തുന്നത്
എന്തുകൊണ്ട്? എന്ത്? മാറ്റങ്ങൾ എപ്പോൾ
ഞങ്ങൾ നിർത്തുക അനുമാനിക്കുന്നു
ഞങ്ങൾ ഉണ്ട് "പിന്നീട്"?

അഗസ്റ്റിൻ പഠിച്ചു വരെ തത്സമയം കൂടെ ദി അവസാനിക്കുന്നു ഇൻ കാണുക—അല്ല ഭയത്തോടെ, പക്ഷേ വിശ്വസ്തതയോടെ.

ഷിഫ്റ്റിംഗ് കൂടെ ശബ്ദം ലേക്ക് പാത്രം

അഗസ്റ്റിൻ ഇപ്പോഴും പഠിപ്പിച്ചു, എഴുതി, ഇടയനായി. പക്ഷേ അദ്ദേഹത്തിന്റെ നിലപാട് മാറ്റി.

ഇനി ആരും അവനെ

കേൾക്കേണ്ട

ആവശ്യമില്ലായിരുന്നു.

സത്യം

നിലനിൽക്കണമെന്ന്

അവൻ ആഗ്രഹിച്ചു.

അദ്ദേഹം മറ്റുള്ളവരിൽ ആഴത്തിൽ നിക്ഷേപം നടത്തി - നേതാക്കളെ രൂപപ്പെടുത്തൽ, സമൂഹങ്ങളെ ശക്തിപ്പെടുത്തൽ, കാവൽ നിൽക്കുന്നു സിദ്ധാന്തം അല്ല വഴി നിയന്ത്രണം, പക്ഷേ വഴി വ്യക്തത. അവന്റെ ആശങ്ക മാറ്റി നിന്ന് സ്വാധീനം വരെ **അനന്തരാവകാശം** .

എന്ത് ആകുന്നു ഞങ്ങൾ

കെട്ടിടം അത് ചെയ്യും

അതിജീവിച്ചു നമ്മളോ?

നമ്മൾ ആളുകളെയോ

പ്ലാറ്റ്ഫോമുകളെയോ

രൂപപ്പെടുത്തുകയാണോ?

പൈതൃകം എന്നത് നമ്മൾ ഉപേക്ഷിക്കുന്നതല്ല, മറിച്ച് നമ്മൾ ഉപേക്ഷിക്കുന്നവരാണെന്ന് അഗസ്റ്റിൻ മനസ്സിലാക്കി. തയ്യാറാക്കിയത്.

നിർമ്മിക്കൽ സമാധാനം കൂടെ പരിമിതി

ദി ശരീരം ദുർബലപ്പെടുത്തി. ഊർജ്ജം ക്ഷയിച്ചു. കഷ്ടപ്പാട്

വീണ്ടും സന്ദർശിച്ചു.

അഗസ്റ്റിൻ ഈ മാറ്റങ്ങളെ എതിർത്തില്ല. അവൻ അവയെ ഓർമ്മപ്പെടുത്തലുകളായി സ്വീകരിച്ചു - നഷ്ടത്തിന്റെയല്ല, മറിച്ച് പരിവർത്തനത്തിന്റെ. അവന്റെ പ്രത്യാശ ഒരിക്കലും ശക്തിയിൽ ഊന്നി നിന്നിരുന്നില്ല. അത് ക്രിസ്തുവിൽ ഊന്നി നിന്നു.

എന്തുകൊണ്ട് ചെയ്യുന്നു ദൈവം അനുവദിക്കുക ഇടിവ് വരെ ആകൃതി വിശ്വാസം?
ശേഷി കുറയുമ്പോൾ വിശ്വാസം
എങ്ങനെയിരിക്കും? അഗസ്റ്റിന്റെ
വിശ്വാസം ചെയ്തു അല്ല ചുരുക്കുക
കൂടെ അവന്റെ ശക്തി. അത്
ആഴമേറിയത്.

ഓർമ്മിക്കുന്നു കൃപ, അല്ല ഖേദം

തിരിഞ്ഞു നോക്കുമ്പോൾ, അഗസ്റ്റിൻ തന്റെ പരാജയങ്ങളെ നിഷേധിച്ചില്ല. അദ്ദേഹം അവ ഓർത്തു - പക്ഷേ മോചനത്തിന്റെ കണ്ണിലൂടെ.

അവൻ ചെയ്തു
അല്ല
പരിശീലിക്കുക
ഖേദിക്കുന്നു.
അവൻ കൃപയെ
പരിശീലിപ്പിച്ചു.

ഓരോ കാലതാമസം, ഓരോ തെറ്റിപ്പോക്ക്, ഓരോ പ്രതിരോധം ആയി തെളിവ് - അല്ല ലജ്ജാകരമായ, പക്ഷേ യുടെ കാരുണ്യം. ദൈവം ഉണ്ടായിരുന്നു അല്ല പാഴായ അവന്റെ ജീവിതം. ദൈവം ഉണ്ടായിരുന്നു വീണ്ടെടുത്തു

അത്.

കുറ്റം വിധിക്കാതെ ഓർക്കാൻ കൃപ നമ്മെ
അനുവദിക്കുന്നത് എന്തുകൊണ്ട്?
എങ്ങനെയാണ് കൃതജ്ഞത ഖേദത്തിന് പകരം
വയ്ക്കുന്നത്?

തന്നെ പിന്തുടർന്നവന്റെ വിശ്വസ്തതയിൽ അഗസ്റ്റിൻ വിശ്രമിച്ചു. തുടക്കം.

തയ്യാറെടുക്കുന്നു വേണ്ടി പുറപ്പെടൽ

അഗസ്റ്റിൻ ചെയ്തു അല്ല ഭയം മരണം.

അല്ല കാരണം അവൻ ആയിരുന്നു ധൈര്യശാലി, പക്ഷേ കാരണം അവൻ ആയിരുന്നു നങ്കൂരമിട്ടു.

അദ്ദേഹത്തിന്റെ പ്രതീക്ഷ അദ്ദേഹത്തിന്റെ കൃതികളിലോ, രചനകളിലോ, സ്വാധീനത്തിലോ ആയിരുന്നില്ല. അത് ക്രിസ്തു - ആർ ഉണ്ടായിരുന്നു ആയിരുന്നു അടുത്ത് വരെ അവൻ അധികം അവൻ ഉണ്ടായിരുന്നു എന്നേക്കും ആയിരുന്നു വരെ സ്വയം.

എന്തുകൊണ്ട് ചെയ്യുന്നു വിശ്വാസം വളരുക ശാന്തം സമീപം ദി അവസാനിക്കുന്നു?

എങ്ങനെയുള്ള ജീവിതമാണ്

സമാധാനപരമായ വേർപിരിയലിന്

അനുവദിക്കുന്നത്? അഗസ്റ്റിൻ

സത്യസന്ധനായി ജീവിച്ചു.

അവൻ

ഉണ്ടായിരുന്നു

കീഴടങ്ങി

പൂർണ്ണമായും.

അവൻ ആഴത്തിൽ

വിശ്വസിച്ചിരുന്നു.

ഒപ്പം ഇപ്പോൾ, അവൻ കാത്തിരുന്നു.

ചോദ്യങ്ങൾ വേണ്ടി അവ ഇപ്പോഴും യാത്ര

കാരി ഇവ ഫോർവേഡ്:

- എന്ത് ചെയ്യും മാറ്റം എങ്കിൽ നീ ജീവിച്ചു കൂടെ ദി അവസാനിക്കുന്നു ഇൻ കാഴ് ച?
- എന്ത് ആകുന്നു നീ കെട്ടിടം അത് ചെയ്യും അവശേഷിക്കുന്നുണ്ടോ?
- WHO ആകുന്നു നീ മനഃപൂർവ്വം തയ്യാറെടുക്കുകയാണോ?
- ആർ നീ വിശ്വസിക്കൽ ദൈവം കൂടെ നിങ്ങളുടെ പരിമിതികൾ പോലെ വളരെ പോലെ നിങ്ങളുടെ ഗുണങ്ങൾ?

ഇവ ചോദ്യങ്ങൾ ചെയ്യും കൂടെപ്പോവുക ദി ഫൈനൽ ചലനം യുടെ കഥ .

എന്ത് ഐ.എസ്. വരുന്നു അടുത്തത്

അഗസ്റ്റൈൻസ് ജീവിതം ഐ.എസ്. ഡ്രോയിംഗ് വരെ അതിന്റെ അടുത്ത്—പക്ഷേ അവന്റെ സ്വാധീനം ആണ് ദൂരെ പൂർത്തിയായതിൽ നിന്ന് .

ദി ഫൈനൽ അധ്യായം ചെയ്യും പ്രതിഫലിപ്പിക്കുക ഓൺ:

- അ ജീവിതം വായിക്കുക എഴുതിയത് തലമുറകൾ

- പഴം അത് അതിജീവിച്ചു ദി മരം
- എന്ത് അത് അർത്ഥമാക്കുന്നത് വരെ ആയിത്തീരുക എ സത്യം ജീവിക്കുന്നത് ലേഖനം

അധ്യായം

പന്ത്രണ്ട് എ

ജീവിതം

വായിക്കുക വഴി

എല്ലാം

A അഗസ്റ്റിന്റെ ജീവിതം നിശബ്ദമായി അവസാനിച്ചു . അവിടെ ആയിരുന്നു ഇല്ല ഗ്രാൻഡ് പ്രഖ്യാപനങ്ങൾ.

ഇല്ല ഫൈനൽ പ്രകടനങ്ങൾ.

ഇല്ല ശ്രമം വരെ സംരക്ഷിക്കുക പാരമ്പര്യം.

ഒപ്പം എന്നിട്ടും - അവന്റെ ജീവിതം തുടരുന്നു വരെ സംസാരിക്കുക.

അല്ല കാരണം അവൻ അന്വേഷിച്ചു സ്ഥിരത, പക്ഷേ കാരണം അവൻ കീഴടങ്ങി വരെ ദി ശാശ്വതനായ ഒരാൾ .

എപ്പോൾ അ ജീവിതം മാറുന്നു അ കത്ത്

ദി അപ്പോസ്തലൻ പോൾ എഴുതിയത് അത് വിശ്വാസികൾ ആകുന്നു കത്തുകൾ - എഴുതിയത് അല്ല മഷി ഉപയോഗിച്ച്, പക്ഷേ എഴുതിയത് ദി ആത്മാവ്

യുടെ ദി ജീവിക്കുന്നത് ദൈവം, അറിയപ്പെടുന്നത് ഒപ്പം വായിക്കുക എഴുതിയത് എല്ലാം.

അഗസ്റ്റിൻ ആയി ഒന്ന് യുടെ

അവ അക്ഷരങ്ങൾ. അല്ല

കാരണം അവൻ

ആയിരുന്നു കുറ്റമറ്റ.

അല്ല കാരണം അവൻ

ആയിരുന്നു

അസാധാരണമായത്.

പക്ഷേ അവൻ

വഴങ്ങിയതിനാൽ .

അവന്റെ ജീവിതം പറഞ്ഞു എ കഥ അത് കഴിയും ആകുക വായിക്കുക ഇല്ലാതെ വിശദീകരണം:

- അത് കൃപ പിന്തുടരുന്നു മുമ്പ് അനുസരണം ആരംഭിക്കുന്നു
- അത് സത്യം നേരിടുന്നു മുമ്പ് അത് ആശ്വാസങ്ങൾ
- അത് കീഴടങ്ങുക മുമ്പുള്ളത് വിശ്രമം
- അത് അനുസരണം പുനർരൂപകൽപ്പന ചെയ്യുന്നു ആഗ്രഹം
- അത് വിശ്വസ്തത അതിജീവിച്ചു ദി വിശ്വസ്തനായ

എന്തുകൊണ്ടാണ് സമർപ്പിത ജീവിതങ്ങൾ

പൂർണ്ണ ജീവിതങ്ങളെക്കാൾ ഉച്ചത്തിൽ

സംസാരിക്കുന്നത്? എന്ത്? ഉണ്ടാക്കുന്നു

ചിലത് കഥകൾ സഹിക്കുക അതേസമയം

മറ്റുള്ളവർ മങ്ങുമോ?

അഗസ്റ്റിന്റെ ജീവിതം ബോർ പഴം അത് നിർമ്മിച്ചത് അതിന്റെ വേരുകൾ ദൃശ്യമാണ്.

പഴങ്ങൾ അത് ഔട്ട്ലൈവ്സ് ദി മരം

അഗസ്റ്റിൻ ചെയ്തു അല്ല തത്സമയം വരെ സ്വാധീനം നൂറ്റാണ്ടുകൾ.

അവൻ ജീവിച്ചു വരെ അനുസരിക്കുക ദൈവം.

ഒപ്പം അനുസരണം ഗുണിച്ചു അപ്പുറം അവന്റെ ജീവിതകാലം.

അവന്റെ കുറ്റസമ്മതം കൊടുത്തു ശബ്ദം വരെ ദി മനുഷ്യൻ സമരം കൂടെ പാപം ഒപ്പം കൃപ. സ്നേഹം, ആഗ്രഹം, സമയം, ഓർമ്മ, ദൈവം എന്നിവയെ തലമുറകൾ എങ്ങനെ മനസ്സിലാക്കുന്നു എന്നതിന് അദ്ദേഹത്തിന്റെ പഠിപ്പിക്കലുകൾ രൂപം നൽകി . അദ്ദേഹത്തിന്റെ സത്യസന്ധത വിശ്വാസികൾക്ക് പ്രകടനപരതയെക്കാൾ ദൈവമുമ്പാകെ സത്യസന്ധത പുലർത്താൻ അനുവാദം നൽകി.

പക്ഷേ അഗസ്റ്റിൻ തന്നിൽ നിന്ന് അകന്നു
നിൽക്കുമായിരുന്നു. ഫലം
അദ്ദേഹത്തിന്റെ നേട്ടമായിരുന്നില്ല.
അത് ആയിരുന്നു ദൈവത്തിന്റെ ജോലി.
ദൈവം പലപ്പോഴും അവരുടെ
അവബോധത്തിനപ്പുറമുള്ള സമർപ്പിത ജീവിതങ്ങളെ
ഉപയോഗിക്കുന്നത് എന്തുകൊണ്ടാണ്? നമ്മൾ പോയി
വളരെക്കാലം കഴിഞ്ഞാലും എന്ത് ഫലം ഉണ്ടാകാം?

അ കഥ അത് ക്ഷണിക്കുന്നു പ്രതികരണം

അഗസ്റ്റൈന്റെസ് ജീവിതം ചെയ്യുന്നു അല്ല ചോദിക്കുക വരെ ആകുക അഭിനന്ദിച്ചു.

അത് ചോദിക്കുന്നു വരെ ആകുക ഉത്തരം നൽകി.

അത് നേരിടുന്നു ഓരോ വായനക്കാരൻ കൂടെ അസ്വസ്ഥമായ ചോദ്യങ്ങൾ:

- എവിടെ ആകുന്നു നീ കാലതാമസം വരുത്തൽ അനുസരണം?
- എന്ത് ആഗ്രഹങ്ങൾ ഇപ്പോഴും ചെറുക്കുക കീഴടങ്ങണോ?
- എന്ത് സത്യം ചെയ്യുക നീ അറിയാം പക്ഷേ ഉണ്ട് അല്ല ഇതുവരെ അനുസരിച്ചോ?
- എന്ത് ചെയ്യും നിറഞ്ഞു വരുമാനം നോക്കൂ പോലെ വേണ്ടി നീയോ?

ഇവ ആകുന്നു അല്ല

ചരിത്രപരമായ

ചോദ്യങ്ങൾ. അവ

നിലവിലുള്ളവയാണ്.

അഗസ്റ്റിന്റെ കഥ മാറുന്നു അപകടകരമായ മാത്രം എപ്പോൾ അത് അവശിഷ്ടങ്ങൾ എ കഥ.

കൂടെ ജീവചരിത്രം ലേക്ക് ശിഷ്യത്വം

ഇവിടെയാണ് ജീവചരിത്രം അവസാനിക്കേണ്ടത് - യാത്ര ആരംഭിക്കുകയും വേണം.

തുടർന്നുള്ള പേജുകൾ അഗസ്റ്റിൻ എന്ത് വിശ്വസിച്ചു എന്ന് ചോദിക്കില്ല. നീ എന്ത് ചെയ്യുമെന്ന് അവർ ചോദിക്കും.

ഓരോന്നും ദിവസം യുടെ ദി 40-ദിവസം ലിവിംഗ് **ലേഖനങ്ങൾ ഭക്തിഗാനങ്ങൾ യാത്ര** ചെയ്യും ഒന്ന് എടുക്കൂ തീം നിന്ന് അഗസ്റ്റിന്റെ ജീവിതം ഒപ്പം തിരിയുക അത് കടന്നു എ കണ്ണാടി—വഴി തിരുവെഴുത്ത്, പ്രാർത്ഥന, ധ്യാനം, പ്രതിബദ്ധത, പ്രഖ്യാപനം.

നീ ചെയ്യും അല്ല ആകുക ചോദിച്ചു വരെ അനുകരിക്കു അഗസ്റ്റിൻ.

നീ ചെയ്യും ആകുക ക്ഷണിച്ചു വരെ **പിന്തുടരുക** ക്രിസ്ത പോലെ അഗസ്റ്റിൻ ചെയ്തു.

അ ഫൈനൽ ചോദ്യം മുമ്പ് ദി യാത്ര ആരംഭിക്കുന്നു

അഗസ്റ്റിൻ ഒരിക്കൽ എഴുതിയത് അത് ദൈവം ആയിരുന്നു അടുത്ത് വരെ അവൻ അധികം അവൻ ആയിരുന്നു തന്നോ തന്നെ.

അത് അതേ ദൈവം ആണ്
വർത്തമാനം ഇപ്പോൾ.
എന്ത് ആണ് അവൻ
എഴുത്തു ഇൻ നിങ്ങളുടെ
ജീവിതമോ? ചെയ്യും നീ
അനുവദിക്കുക അത്
വരെ ആകുക വായിച്ചോ?

പരിവർത്തനം കുറിപ്പ് ലേക്ക് ദി വായനക്കാരൻ

നീ ഉണ്ട് ഇപ്പോൾ വായിക്കുക ദി കഥ യുടെ എ ജീവിതം ദൈവം നിരസിച്ചു വരെ ഉപേക്ഷിക്കുക.

എന്ത് പിന്തുടരുന്നു ആണ് ഒരു ക്ഷണം—അല്ല
വരെ നിരീക്ഷിക്കുക, പക്ഷേ വരെ പങ്കെടുക്കുക .
അടുത്തത് പേജ് ആരംഭിക്കുന്നു ദിവസം ഒന്ന്
യുടെ ദി 40-ദിവസം ഭക്തിനിർഭരമായ.
വരൂ തയ്യാറാണ് വരെ ആകുക എഴുതിയത്.

ജീവിക്കുന്നു എപ്പിസ്റ്റലുകൾ – 40 (40) ദിവസം ഭക്തിഗാനങ്ങൾ പരമ്പര - 1

പഠനം ആരംഭിക്കുന്നു... >>>

ദിവസം ഒന്ന്

അ വിശ്രമം ഹൃദയം ദൈവം നിരസിക്കുന്നു അവഗണിക്കുക

K ഏയ് ഫോക്കസ് തിരുവെഴുത്തുകൾ

"നീ ഉണ്ട് നിർമ്മിച്ചത് ഞങ്ങളെ വേണ്ടി നിങ്ങൾ തന്നെ, ഓ ദൈവമേ, ഒപ്പം നമ്മുടെ ഹൃദയം ആണ് വിശ്രമമില്ലാത്ത അത് നിന്നിൽ വസിക്കുന്നതുവരെ."

— *കുറ്റസമ്മതങ്ങൾ*

"നീ ആകുന്നു നമ്മുടെ ലേഖനം എഴുതിയത് ഇൻ നമ്മുടെ ഹൃദയങ്ങൾ, അറിയപ്പെടുന്നത് ഒപ്പം വായിക്കുക എഴുതിയത് എല്ലാം പുരുഷന്മാർ."

— 2 കൊരിന്ത്യർ 3:2–3

"വേണ്ടി ഞങ്ങൾ WHO ഉണ്ട് വിശ്വസിച്ചു ചെയ്യുക പ്രവേശിക്കുക അത് വിശ്രമം... അവിടെ അവശിഷ്ടങ്ങൾ അതുകൊണ്ട് വിശ്രമം വേണ്ടി ദി ആളുകൾ യുടെ ദൈവം. വേണ്ടി അവൻ WHO ഉണ്ട് പ്രവേശിച്ചു അവന്റെ വിശ്രമം ഉണ്ട് സ്വയം നിർത്തി നിന്ന് അവന്റെ പ്രവർത്തിക്കുന്നു പോലെ ദൈവം ചെയ്തു നിന്ന് അവന്റെ."

— എബ്രായർ 4:3–10

"വരൂ വരെ ഞാൻ, എല്ലാം നീ WHO അധ്വാനം ഒപ്പം ആകുന്നു കനത്ത ഭാരം, ഒപ്പം ഐ ചെയ്യും കൊടുക്കുക നീ

വിശ്രമിക്കൂ."

— മത്തായി 11:28

അഗസ്റ്റൈൻസ് ജീവിച്ചു നിമിഷം

മുമ്പ് കീഴടങ്ങുക, മുമ്പ് അനുസരണം, മുമ്പ് സ്വാധീനം,

അഗസ്റ്റിൻ യുടെ ഹിപ്പോ

ജീവിച്ചു കൂടെ ഒരു അസ്വസ്ഥത അവൻ കഴിയും അല്ല വിശദീകരിക്കുക അല്ലെങ്കിൽ രക്ഷപ്പെടുക.

അവൻ

ആയിരുന്നു

ബുദ്ധിമാൻ.

അവൻ

ആയിരുന്നു

ഫലപ്രദമാണ്.

അദ്ദേഹത്തെ

പ്രശംസിച്ചു.

എന്നിട്ടും അവന്റെ ആത്മാവ് അവശേഷിച്ചു അസ്വസ്ഥമായ.

വിശ്വാസത്തിൽ അഗസ്റ്റിന് കുറവുണ്ടായിരുന്നില്ല, **ആത്മീയ അവബോധവും കുറവായിരുന്നു . ആയിരുന്നു വിശ്രമം** - അല്ല ശാരീരികമായ വിശ്രമം, പക്ഷേ ദി ആഴത്തിലുള്ള വിശ്രമം അത് വരുന്നു നിന്ന് യുമായി വിന്യാസം ദൈവം. അവന്റെ ജീവിതം ആയിരുന്നു സജീവമായ, പക്ഷേ അവന്റെ ഹൃദയം ആയിരുന്നു വിഭജിച്ചു. അവൻ അധ്വാനിച്ചു പുറമേ വിജയം നേടുമ്പോഴും ആന്തരികമായി.

ദൈവം ചെയ്തു അല്ല
നീക്കം ചെയ്യുക ദി
അസ്വസ്ഥത. അവൻ അത്
ഉപയോഗിച്ചു.

അഗസ്റ്റിൻ പിന്നീട് തിരിച്ചറിഞ്ഞു അത് അവന്റെ അസ്വസ്ഥത ആയിരുന്നു അല്ല എ അടയാളം യുടെ ദൈവത്തിന്റെ അഭാവം, പക്ഷേ യുടെ ദൈവത്തിന്റെ **ക്ഷണം** . ദൈവം ആയിരുന്നു വിളിക്കുന്നു അവൻ പുറത്ത് യുടെ സ്വയം സംവിധാനം ചെയ്ത പരിശ്രമിക്കുക ഒപ്പം ദൈവിക വിശ്രമത്തിലേക്ക് - ജീവിതം മന്ദഗതിയിലാകുമ്പോൾ ആരംഭിക്കുന്ന വിശ്രമമല്ല, മറിച്ച് ആത്മാവ് വഴങ്ങുമ്പോൾ.

ജീവിതം പാഠം
ബൈബിൾപരമായ
വിശ്രമം ആണ് അല്ല
നിഷ്ക്രിയത്വം. അത്
വിന്യാസമാണ് .

എബ്രായർ പറയുന്നു ഞങ്ങളെ അത് ദൈവത്തിന്റെ വിശ്രമം ഇതിനകം നിലവിലുണ്ട്—കൂടാതെ അത് വിശ്വാസികൾ *പ്രവേശിക്കുക* ഇതിനർത്ഥം വിശ്രമം എന്നത് പരിശ്രമത്തിലൂടെ നാം നേടുന്ന ഒന്നല്ല; അത് സമർപ്പണത്തിലൂടെ നമുക്ക് ലഭിക്കുന്ന ഒന്നാണ് എന്നാണ്.

അസ്വസ്ഥത പലപ്പോഴും അവശിഷ്ടങ്ങൾ എപ്പോൾ:

- ഞങ്ങൾ വിശ്വസിക്കുക, പക്ഷേ ചെയ്യുക അല്ല പൂർണ്ണമായും വരുമാനം
- ഞങ്ങൾ ജോലി വേണ്ടി ദൈവം പകരം യുടെ

വിശ്രമിക്കുന്നു ഇൻ ദൈവം

- ഞങ്ങൾ പരിശ്രമിക്കുക കൂടെ നമ്മുടെ സ്വന്തം ശക്തി പകരം അധികം വിശ്വസിക്കൽ ദൈവത്തിന്റെ പൂർത്തിയായ ജോലി

ദൈവം അനുവദിക്കുന്നു അസ്വസ്ഥത വരെ സ്ഥിരത പുലർത്തുക എപ്പോൾ അത് തുറന്നുകാട്ടുന്നു പ്രദേശങ്ങൾ യുടെ സ്വാശ്രയത്വം .

പരിശ്രമം നിർത്തി വഴങ്ങാൻ തുടങ്ങാൻ നമ്മെ പ്രേരിപ്പിക്കുമ്പോൾ അസ്വസ്ഥത കാരുണ്യമായി മാറുന്നു

.

കണ്ണാടി നിമിഷം (വ്യക്തിഗതം പ്രതിഫലനം)
ഇരിക്കുക കൂടെ ഇവ ചോദ്യങ്ങൾ പ്രാർത്ഥനാപൂർവ്വം:

- എവിടെ ആകുന്നു നീ സജീവം വേണ്ടി ദൈവം പക്ഷേ അല്ല ചെയ്തത് വിശ്രമം ഇൻ അവനെയോ?
- എന്ത് അകം അധ്വാനം ഉണ്ട് ദൈവം ആയിരുന്നു ക്ഷണിക്കുന്നു നീ വരെ റിലീസ്?
- ആർ നീ പരിശ്രമിക്കുക വരെ തെളിയിക്കുക എന്തോ ദൈവം ഉണ്ട് ഇതിനകം വാഗ്ദാനം ചെയ്തതാണോ?

നമ്മുടെ സ്വന്തം പ്രവൃത്തികളിൽ നിന്ന് വിരമിക്കുമ്പോഴാണ് വിശ്രമം ലഭിക്കുന്നതെന്ന് എബ്രായർ 4 നമ്മെ ഓർമ്മിപ്പിക്കുന്നു .

നടപടി വേണ്ടി അനുസരണം

ഇന്ന്, പരിശീലനം പ്രവേശിക്കുന്നു ദൈവത്തിന്റെ വിശ്രമം മനഃപൂർവ്വം.

- സജ്ജമാക്കുക മാറ്റിവയ്ക്കുക 10–15 മിനിറ്റ് ഇൻ നിശബ്ദത
- വായിക്കുക **എബ്രായർ** 4:3–10 പതുക്കെ, ഉച്ചത്തിൽ എങ്കിൽ സാധ്യമായ
- ചോദിക്കുക ദി പരിശുദ്ധം ആത്മാവ്:

"എവിടെ രാവിലെ ഐ ഇപ്പോഴും പരിശ്രമിക്കുക പകര യുടെ വിശ്വസിക്കുന്നുണ്ടോ?"

എഴുതുക താഴേക്ക് എന്ത്

ദി ആത്മാവ്

വെളിപ്പെടുത്തുന്നു. അത്

തിരുത്തരുത്.

സ്വീകരിക്കുക.

ഗ്രൂപ്പ് ചർച്ച ചോദ്യങ്ങൾ

1. എങ്ങനെ ചെയ്യുന്നു തിരുവെഴുത്ത് നിർവചിക്കുക വിശ്രമം.വ്യത്യസ്തമായി നിന്ന് സംസ്കാരം?
2. എന്ത് ആണ് ദി വ്യത്യാസം ഇടയിൽ ശാരീരികമായ വിശ്രമം ഒപ്പം ആത്മീയ വിശ്രമം?
3. എങ്ങനെ കഴിയും പരിശ്രമിക്കുക നിലവിലുണ്ട് പോലു ഇൻ മതപരമായ പ്രവർത്തനം?

പ്രാർത്ഥന

പിതാവേ, നീ ജോലി പൂർത്തിയാക്കിയിടത്താണ് ഞാൻ പലപ്പോഴും ജോലി ചെയ്യുന്നതെന്ന് ഞാൻ സമ്മതിക്കുന്നു .

പഠിപ്പിക്കുക ഞാൻ വരെ പ്രവേശിക്കുക നിങ്ങളുടെ

വിശ്രമം - അല്ല വഴി പരിശ്രമം, പക്ഷേ വഴി കീഴടങ്ങുക.

എന്റെ ഹൃദയം വിഭജിക്കപ്പെട്ടിരിക്കുന്നിടത്ത്,

ക്രമീകരണം കൊണ്ടുവരിക.

എവിടെ ഐ രാവിലെ

പരിശ്രമിക്കുക,

പഠിപ്പിക്കുക ഞാൻ വരെ

വിശ്വസിക്കൂ. നിന്നിൽ

വിശ്രമിക്കാൻ ഞാൻ

തീരുമാനിച്ചു.

ആമേൻ.

പ്രവചനം പ്രഖ്യാപനം

ഐ പ്രവേശിക്കുക ദൈവത്തിന്റെ വിശ്രമം എഴുതിയത് വിശ്വാസം.

ഐ നിർത്തുക നിന്ന് സ്വയം സംവിധാനം ചെയ്ത പരിശ്രമിക്കുന്നു.

എന്റെ ജീവിതം വിന്യസിക്കുന്നു കൂടെ ദൈവത്തിന്റെ പൂർത്തിയായി ജോലി.

ഐ രാവിലെ എഴുതിയത് എഴുതിയത് ദി ആത്മാവ്, അല്ല ഓടിച്ചു എഴുതിയത് സമ്മർദ്ദം.

പ്രതിബദ്ധത ലേക്ക് അനുസരണം

ഇന്ന്, ഐ തിരഞ്ഞെടുക്കുക വിശ്രമം കഴിഞ്ഞു പരിശ്രമിക്കുന്നു.

ഐ വരുമാനം നിയന്ത്രണം

എവിടെ ദൈവം ഉണ്ട് ഇതിനകം

സംസാരിച്ചു. ഞാൻ ചെയ്യും

ആശ്രയം ദൈവത്തിന്റെ ജോലി

കൂടുതൽ അധികം എന്റെ

പരിശ്രമം. **രണ്ടാം ദിവസത്തേക്ക്**

കാത്തിരിക്കുന്നു

അഗസ്റ്റിന്റെ അസ്വസ്ഥത ചെയ്തു അല്ല ഉടനെ ലീഡ് അവൻ കടന്നു വിശ്രമം.

അത് എൽഇഡി അവൻ കടന്നു **കാലതാമസം** --
അപകടകരമായ ശീലം യുടെ അറിയുന്നു സത്യം പക്ഷേ

മാറ്റിവയ്ക്കൽ അനുസരണം.

നാളെ ഞങ്ങൾ ചെയ്യും നേരിടുക നുണ അത് സൂക്ഷിക്കുന്നു ധാരാളം അസ്വസ്ഥരായ വിശ്വാസികൾ :

"പിന്നീട് ചെയ്യും ആകുക വളരെ എളുപ്പം."

ദിവസം രണ്ട്

ദി ചെലവ് ഓഫ് കാലതാമസം ഒപ്പം ദി നുണ "ഇതുവരെ ഇല്ല" എന്നതിന്റെ

K ഏയ് ഫോക്കസ് തിരുവെഴുത്തുകൾ

"ഇന്ന്, എങ്കിൽ നീ ചെയ്യും കേൾക്കുക അവന്റെ ശബ്ദം, ചെയ്യുക അല്ല കഠിനമാക്കുക നിങ്ങളുടെ ഹൃദയങ്ങൾ."

— എബ്രായർ 3:7–8

"വേണ്ടി ഞങ്ങൾ ആകുന്നു ദൈവത്തിന്റെ സഹപ്രവർത്തകൻ തൊഴിലാളികൾ... ഇപ്പോൾ ആണ് ദി സ്വീകരിച്ചു സമയം; നോക്കൂ, ഇപ്പോൾ ആകുന്നു രക്ഷാദിവസം."

— 1 കൊരിന്ത്യർ 3:9; 2 കൊരിന്ത്യർ 6:2

"എന്തുകൊണ്ട് ചെയ്യുക നീ കാത്തിരിക്കണോ? ഉദയം ഒപ്പം ആകുക സ്നാനമേറ്റു ഒപ്പം കഴുകുക അകലെ നിങ്ങളുടെ പാപങ്ങൾ, കർത്താവിന്റെ നാമം വിളിച്ചപേക്ഷിച്ചു."

— പ്രവൃത്തികൾ 22:16

"ആരായാലും അറിയാം ദി ശരി കാര്യം വരെ ചെയ്യുക ഒപ്പം പരാജയപ്പെടുന്നു വരെ ചെയ്യുക അത്, വേണ്ടി അവൻ അത് ആണ് പാപം."

— ജെയിംസ് 4:17

അഗസ്റ്റൈൻസ് ജീവിച്ചു നിമിഷം

അഗസ്റ്റിൻ ദൈവത്തെ

തള്ളിപ്പറഞ്ഞില്ല.

അവൻ അവനെ

മാറ്റിവച്ചു.

നീളമുള്ള മുമ്പ് അവന്റെ കീഴടങ്ങുക, അഗസ്റ്റിൻ ആയിരുന്നു ബോധ്യപ്പെട്ടു അത് ക്രിസ്തുമതം സത്യമായിരുന്നു . അവൻ അതിന്റെ സൗന്ദര്യത്തെ അഭിനന്ദിച്ചു. അവൻ അതിന്റെ യോജിപ്പിനെ അംഗീകരിച്ചു. അവൻ അതിന്റെ വാഗ്ദാനങ്ങൾ പോലും ആഗ്രഹിച്ചു.

പക്ഷേ അവൻ വൈകി അനുസരണം.

താൻ തയ്യാറല്ലെന്ന് അയാൾ സ്വയം പറഞ്ഞു. ആ മാറ്റം പിന്നീട് വരും. ആ വളർച്ചയ്ക്ക് സമയം ആവശ്യമായിരുന്നു. ആ കീഴടങ്ങൽ കാത്തിരിക്കാം.

ഒപ്പം അങ്ങനെ അവൻ

പ്രാർത്ഥിച്ചു എ

അപകടകരമായ പ്രാർത്ഥന:

അല്ല ഇതുവരെ.

എന്ത് അഗസ്റ്റിൻ ചെയ്തു അല്ല തിരിച്ചറിയുക ആയിരുന്നു അത് കാലതാമസം ആയിരുന്നു രൂപപ്പെടുത്തൽ അവൻ പോലെ തീരുമാനം പോലെ തന്നെ. മാറ്റിവെച്ച ഓരോ അനുസരണവും ശീലത്തെ ശക്തിപ്പെടുത്തി. ഓരോ "പിന്നീടും" ആഴമേറിയതായി. വിഭജനം. ഓരോ മടി പരിശീലനം ലഭിച്ച അവന്റെ ചെയ്യും വരെ ചെറുക്കുക.

കാലതാമസം ആയിരുന്നു അല്ല നിഷ്പക്ഷ.

ജീവിതം പാഠം

കാലതാമസം കഠിനമാക്കുന്നു എന്ത് അനുസരണം ചെയ്യ സുഖപ്പെടുത്തുക.

വൈകിയുള്ള അനുസരണത്തെ തിരുവെഴുത്ത് ജ്ഞാനമായി കണക്കാക്കുന്നില്ല. അത് അതിനെ അപകടമായി കണക്കാക്കുന്നു. മത്സരത്തിലൂടെ മാത്രമല്ല, **മാറ്റിവയ്ക്കലിലൂടെയും ഹൃദയങ്ങൾ കഠിനമാകുമെന്ന് എബ്രായലേഖനം മുന്നറിയിപ്പ് നൽകുന്നു** .

ദി ശബ്ദം യുടെ ദൈവം എപ്പോഴും
സംസാരിക്കുന്നു ഇൻ ദി വർത്തമാനം "
ഇന്ന് ."

കാലതാമസം ബോധ്യപ്പെടുത്തുന്നു ഞങ്ങളെ അത് സമയം ചെയ്യും ഉണ്ടാക്കുക അനുസരണം വളരെ എളുപ്പം. ൽ യാഥാർത്ഥ്യം, കാലതാമസം പാറ്റേണുകളെ കൂടുതൽ ആഴത്തിലാക്കാനും, അറ്റാച്ചുമെന്റുകൾ ശക്തിപ്പെടുത്താനും, പ്രതിരോധം സാധാരണ നിലയിലാക്കാനും അനുവദിക്കുന്നു.

ക്ഷമ എന്ന് തോന്നുന്നത്
ഒഴിവാക്കലായിരിക്കാം. ജാഗ്രത
എന്ന് തോന്നുന്നത്

ഭയമായിരിക്കാം.

എന്ത് അനുഭവപ്പെടുന്നു പോലെ ജ്ഞാനം മെയ് ആകുക അവിശ്വാസം.

കണ്ണാടി നിമിഷം (വ്യക്തിഗതം പ്രതിഫലനം)

എടുക്കുക സമയം കൂടെ ഇവ ചോദ്യങ്ങൾ:

- എന്ത് ഉണ്ട് ദൈവം വ്യക്തമായി സംസാരിക്കുന്നു വരെ നീ അത് നീ ഉണ്ട് മാറ്റിവെച്ചോ?
- എവിടെ ഉണ്ട് നീ ഉപയോഗിച്ചു തയ്യാറെടുപ്പ് പോലെ എ പകരം വയ്ക്കുക വേണ്ടി അനുസരണം?
- എന്ത് ചെലവ് ഉണ്ട് കാലതാമസം ഇതിനകം നിർമ്മിച്ചത് ഇൻ നിങ്ങളുടെ ജീവിതമോ?

ചെയ്യുക അല്ല ഉത്തരം പ്രതിരോധപരമായി. ഉത്തരം സത്യസന്ധമായി.

നടപടി വേണ്ടി അനുസരണം

തിരിച്ചറിയുക **ഒന്ന് നിർദ്ദിഷ്ട**

അനുസരണം നീ ഉണ്ട് വൈകി. ഇന്ന്:

- **പേര് അത് വ്യക്തമായി**
- പ്രാർത്ഥിക്കുക **കഴിഞ്ഞു അത് ചുരുക്കത്തിൽ**
- എടുക്കുക ഒന്ന് കോൺക്രീറ്റ് ഘട്ടം **അതിലേക്ക്**

ആത്മവിശ്വാസത്തിനായി കാത്തിരിക്കരുത്. അനുസരണം പലപ്പോഴും ആത്മവിശ്വാസം ഉളവാക്കുന്നു, തിരിച്ചും അല്ല.

ഗ്രൂപ്പ് ചർച്ച ചോദ്യങ്ങൾ

1. എന്തുകൊണ്ട് ചെയ്യുന്നു കാലതാമസം അനുഭവപ്പെടുക സുരക്ഷിതം അധികം അനുസരണക്കേട്?
2. എങ്ങനെ ചെയ്യുന്നു സംസ്കാരം ശക്തിപ്പെടുത്തുക ദി ആശയം അത് "പിന്നീട്" ആണ് ബുദ്ധിമാനാണോ?
3. എന്ത് ആണ് ദി വ്യത്യാസം ഇടയിൽ കാത്തിരിക്കുന്നു ഓൺ ദൈവം ഒപ്പം ഒഴിവാക്കൽ ദൈവം?

പ്രാർത്ഥന

ശ്രദ്ധാലുവാണെന്ന് എന്നെത്തന്നെ ബോധ്യപ്പെടുത്തിക്കൊണ്ട് അനുസരണം മാറ്റിവച്ചുവെന്ന് ഞാൻ സമ്മതിക്കുന്നു .

ക്ഷമിക്കുക ഞാൻ വേണ്ടി ദി തവണകൾ ഐ

വൈകി എന്ത് നീ നിർമ്മിച്ചത് എന്റെ

ഹൃദയത്തെ മൃദുവാക്കൂ .

നീ സംസാരിക്കുമ്പോൾ ചർച്ചകളില്ലാതെ

പ്രതികരിക്കാൻ എന്നെ പഠിപ്പിക്കണമേ. ഇന്ന്

ഞാൻ അനുസരണം തിരഞ്ഞെടുക്കുന്നു.

ആമേൻ.

പ്രവചനം പ്രഖ്യാപനം

ഐ പ്രതികരിക്കുക എപ്പോൾ ദൈവം സംസാരിക്കുന്നു.

എന്റെ ഹൃദയം

അവശിഷ്ടങ്ങൾ മൃദുവായ

ഒപ്പം പ്രതികരിക്കുന്നു.

കാലതാമസം തോൽക്കുന്നു

അതിന്റെ ശക്തി കഴിഞ്ഞു

എന്റെ ജീവിതം.

ഇന്ന്, ഐ അനുസരിക്കുക.

പ്രതിബദ്ധത ലേക്ക് അനുസരണം

ഇന്ന്, ഐ നിരസിക്കുക ദി കള്ളം പറയുക യുടെ "അല്ല ഇതുവരെ."

ഭാവിയിലേക്കുള്ള ഉദ്ദേശ്യത്തേക്കാൾ

വർത്തമാനകാല അനുസരണമാണ്

ഞാൻ തിരഞ്ഞെടുക്കുന്നത് . ചെയ്യും

പ്രവർത്തിക്കുക ഓൺ എന്ത്

ദൈവം ഉണ്ട് ഇതിനകം

വെളിപ്പെടുത്തി.

നോക്കുന്നു മുന്നോട്ട് ലേക്ക് ദിവസം മൂന്ന്

അഗസ്റ്റിന്റെ കാലതാമസം ആയിരുന്നു അല്ല റൂട്ട് ചെയ്തത്

ഇൻ അജ്ഞത—അത് ആയിരുന്നു റൂട്ട് ചെയ്തത് ഇൻ

വിഭജിക്കപ്പെട്ട ആഗ്രഹം .

നാളെ ഞങ്ങൾ ചെയ്യും നേരിടുക എ കൂടുതൽ ആഴത്തിലുള്ള പ്രശ്നം:

എന്ത് സംഭവിക്കുന്നു എപ്പോൾ ഞങ്ങൾ വേണം ദൈവം,

പക്ഷേ വേണം എന്തോ അല്ലെങ്കിൽ കൂടുതൽ?

ദിവസം മൂന്ന്

ദി വിഭജിക്കപ്പെട്ടു ചെയ്യും ഒപ്പം ദി ആഗ്രഹങ്ങളുടെ പോരാട്ടം

K ഏയ് ഫോക്കസ് തിരുവെഴുത്തുകൾ

"ഞാൻ ആനന്ദം ഇൻ ദി നിയമം യുടെ ദൈവം പ്രകാരം വരെ ദി ഉള്ളിലേക്ക് മനുഷ്യൻ, പക്ഷേ ഐ മറ്റൊന്ന് കാണുക നിയമം ഇൻ എന്റെ അംഗങ്ങൾ, യുദ്ധം ചെയ്യുന്നു എതിരായി ദി നിയമം യുടെ എന്റെ മനസ്സ്."

— റോമർ 7:22–23

"ഇല്ല ഒന്ന് കഴിയും സേവിക്കുക രണ്ട് യജമാനന്മാർ."

— മത്തായി 6:24

"ഓരോന്നും ഒന്ന് ആണ് പ്രലോഭിപ്പിക്കപ്പെട്ടു എപ്പോൾ അവൻ ആണ് വരച്ചത് അകലെ എഴുതിയത് അവന്റെ സ്വന്തം ആഗ്രഹങ്ങൾ വശീകരിക്കപ്പെടുകയും ചെയ്തു."

— ജെയിംസ് 1:14 (Ella)

"ആ WHO ഉൾപ്പെടുന്ന വരെ ക്രിസ്തു യേശു ഉണ്ട് ക്രൂശിക്കപ്പെട്ടു ദി മാംസം കൂടെ അതിന്റെ അഭിനിവേശങ്ങളും ആഗ്രഹങ്ങൾ."

— ഗലാത്തിയർ 5:24

അഗസ്റ്റൈൻസ് ജീവിച്ചു നിമിഷം

അഗസ്റ്റിന്റെ ഏറ്റവും വലിയ

പോരാട്ടം

അവിശ്വാസമായിരുന്നില്ല ,
വിഭജനമായിരുന്നു .
അവന്
ദൈവത്തെ
വേണമായിരു
ന്നു. അവൻ
ആഗ്രഹിച്ചു
വിശുദ്ധി.
അവൻ ആഗ്രഹിച്ചു സ്വാതന്ത്ര്യം.
ഒപ്പം ചെയ്തത് ദി അതേ സമയം, അവൻ ആഗ്രഹിച്ചു
നിയന്ത്രണം, ആനന്ദം, ഒപ്പം പരിചയം.

ഈ ആന്തരിക സംഘർഷം അദ്ദേഹത്തെ വേദനിപ്പിച്ചു. തന്റെ ഇച്ഛാശക്തിയെ വിഭജിച്ചതായി അദ്ദേഹം വിശേഷിപ്പിച്ചു - വിപരീത ദിശകളിലേക്ക് വലിച്ചെടുക്കപ്പെട്ടു. അദ്ദേഹത്തിന്റെ ഒരു ഭാഗം ദൈവത്തിനായി കൊതിച്ചു; മറ്റേത് ശാഠ്യത്തോടെ പറ്റിപ്പിടിച്ചു ശീലം.

അഗസ്റ്റിൻ ചെയ്തു അല്ല
അഭാവം ബോധ്യം.
അയാൾക്ക് ക്രമീകരണം
ഇല്ലായിരുന്നു.

ദി ദുരന്തം ആയിരുന്നു അല്ല അത് അവൻ ചെയ്തു അല്ല അറിയാം ദി നല്ലത് - അത് ആയിരുന്നു അത് അറിയുന്നത് നല്ലത് ചെയ്തു അല്ല ഇതുവരെ ഉൽപ്പാദിപ്പിക്കുക ദി ചെയ്യും വരെ തിരഞ്ഞെടുക്കുക അത്.

ജീവിതം പാഠം

അ വിഭജിച്ചു ഹൃദയം ഉത്പാദിപ്പിക്കുന്നു വൈകി അനുസരണം.

ആഗ്രഹം ആണ് ശക്തമായ. തിരുവെഴുത്ത് ചെയ്യുന്നു അ വർത്തമാനം ആഗ്രഹം പോലെ നിഷ്പക്ഷത; അത് ദിശയെ രൂപപ്പെടുത്തുന്നു. നമ്മൾ ഏറ്റവും ആഗ്രഹിക്കുന്നത് ഒടുവിൽ നമ്മെ ഭരിക്കും.

ദി ചെയ്യും ആണ് അല്ല ശക്തിപ്പെടുത്തി എഴുതിയത് വിവരങ്ങൾ ഒറ്റയ്ക്ക്. അത് ആണ് ശക്തിപ്പെടുത്തി എഴുതിയത്

പുനഃക്രമീകരിച്ചു സ്നേഹം .

അഗസ്റ്റിൻ പഠിച്ചു അത് ദി യുദ്ധം വേണ്ടി അനുസരണം ആണ് അല്ല ആദ്യം പൊരുതി പെരുമാറ്റത്തിൽ , പക്ഷേ വാത്സല്യത്തിൽ. ആഗ്രഹത്തെ നേരിടുന്നതുവരെ, അനുസരണം ദുർബലമായി തുടരും. നമ്മൾ ചെയ്യുക അല്ല തിരഞ്ഞെടുക്കുക എതിരായി നമ്മുടെ ഏറ്റവും ശക്തമായ ആഗ്രഹം—നമ്മൾ തിരഞ്ഞെടുക്കുക പ്രകാരം വരെ അത് .

കണ്ണാടി നിമിഷം (വ്യക്തിഗതം പ്രതിഫലനം)

എടുക്കുക സമയം കൂടെ ഇവ ചോദ്യങ്ങൾ:

- നിങ്ങൾക്ക് അറിയാവുന്നതും നിങ്ങൾ തിരഞ്ഞെടുക്കുന്നതും തമ്മിൽ എവിടെയാണ് നിങ്ങൾക്ക് പിരിമുറുക്കം അനുഭവപ്പെടുന്നത്?
- എന്ത് ആഗ്രഹം ഉണ്ട് ആയിരുന്നു മത്സരിക്കുന്നു കൂടെ നിങ്ങളുടെ അനുസരണം വരെ ദൈവം?

- ആർ നീ ശ്രമിക്കുന്നു വരെ അനുസരിക്കുക ദൈവം അതേസമയം ഇപ്പോഴും സംരക്ഷിക്കുന്നു എന്തോ വേറെ?

ആകുക സത്യസന്ധൻ. ദൈവം ഇതിനകം അറിയാം.

നടപടി വേണ്ടി അനുസരണം

ഇന്ന് നിങ്ങളുടെ ഹൃദയത്തെ

ഭിന്നിപ്പിച്ചുകൊണ്ടിരിക്കുന്ന ഒരു

ആഗ്രഹം തിരിച്ചറിയുക :

- പേര് അത് മുമ്പ് ദൈവം
- ഏറ്റുപറയുക അതിന്റെ സ്വാധീനം സത്യസന്ധമായി
- ചോദിക്കുക ദൈവം അല്ല വെറും വരെ നിയന്ത്രിക്കുക അത്, പക്ഷേ വരെ **പുനഃക്രമീകരിക്കുക നിങ്ങളുടെ സ്നേഹം**

ചെയ്യുക അല്ല

പ്രാർത്ഥിക്കുക വേണ്ടി

കൂടുതൽ ശക്തമായ

ഇച്ഛാശക്തി. പ്രാർത്ഥിക്കുക

. വേണ്ടി ഡീപ്പർ വാത്സല്യം

വേണ്ടി ദൈവം.

ഗ്രൂപ്പ് ചർച്ച ചോദ്യങ്ങൾ

1. എന്തുകൊണ്ട് ചെയ്യുന്നു അറിവ് ഒറ്റയ്ക്ക് പരാജയപ്പെടുക വരെ ഉൽപ്പാദിപ്പിക്കുക അനുസരണം?
2. എങ്ങനെ ചെയ്യുന്നു സംസ്കാരം സാധാരണമാക്കുക വിഭജിച്ചു ആഗ്രഹങ്ങൾ?
3. എന്ത് ചെയ്യുന്നു അത് ശരാശരി വരെ ക്രൂശിക്കുക എ ആഗ്രഹം പകരം അധികം കൈകാര്യം ചെയ്യുക അത്?

പ്രാർത്ഥന

പിതാവേ, ഐ കുറ്റസമ്മതം
നടത്തുക അത് എന്റെ ഹൃദയം
ഉണ്ട് ആയിരുന്നു വിഭജിച്ചു. ഞാൻ
ഉണ്ട് ആഗ്രഹിച്ചു നീ, പക്ഷേ അല്ല
എപ്പോഴും ആദ്യം.
പുനഃക്രമീകരിക്കുക എന്റെ സ്നേഹിക്കുന്നു.
സ്ഥലംമാറ്റം മത്സരിക്കുന്നു ആഗ്രഹങ്ങൾ
കൂടെ എ വലുത് വാത്സല്യം വേണ്ടി നിന്റെ
നാമത്തെ ഭയപ്പെടുവാൻ എന്റെ
ഹൃദയത്തെ ഏകാഗ്രമാക്കേണമേ .
ആമേൻ.

പ്രവചനം പ്രഖ്യാപനം

എന്റെ ഹൃദയം
ആണ് ഇല്ല
നീളമുള്ളത്
വിഭജിച്ചിരിക്കുന്നു.
ഞാൻ പൂർണ്ണമായും
ദൈവത്തിന്റേതാണ്.
ഓരോ മത്സരിക്കുന്നു ആഗ്രഹം
ആണ് തോൽക്കുന്നു അതിന്റെ
അധികാരം. എന്റെ ഇഷ്ടം
ദൈവത്തിന്റെ സത്യവുമായി
യോജിക്കുന്നു.

പ്രതിബദ്ധത ലേക്ക് അനുസരണം

ഇന്ന്, ഐ തിരഞ്ഞെടുക്കുക
വിന്യാസം കഴിഞ്ഞു
വിഭജിതമായ ആഗ്രഹങ്ങളെ

ഞാൻ ദൈവത്തിന്

സമർപ്പിക്കുന്നു .

ഐ ചെയ്യും അല്ല സംരക്ഷിക്കുക എന്ത് ദൈവം ആണ് ചോദിക്കുന്നു ഞാൻ വരെ ക്രൂശിക്കുക.

നോക്കുന്നു മുന്നോട്ട് ലേക്ക് ദിവസം നാല്

അഗസ്റ്റിന്റെ വിഭജിച്ചു ചെയ്യും എൽഇഡി അവൻ വരെ അന്വേഷിക്കുക **വിശ്വാസം സിസ്റ്റങ്ങൾ അത് ക്ഷമിച്ചു അത് സുഖപ്പെടുത്തുന്നതിനു പകരം ആഗ്രഹം** .

നാളെ ഞങ്ങൾ ചെയ്യും നേരിടുക എ അപകടകരമായ പകരം:

മതം അത് വിശദീകരിക്കുന്നു പാപം ഇല്ലാതെ നേരിടുന്നു അത്.

ദിവസം നാല്

എപ്പോൾ വിശ്വാസം മാറുന്നു അ ഒളിത്താവളം

K ഏയ് ഫോക്കസ് തിരുവെഴുത്തുകൾ

"ഉണ്ടായിരിക്കുന്നത് എ രൂപം യുടെ ദൈവഭക്തി പക്ഷേ നിഷേധിക്കുന്നു അതിന്റെ ശക്തി. ഒപ്പം നിന്ന് അത്തരം ആളുകൾ പിന്തിരിയുന്നു.

— 2 തിമോത്തി 3:5

"നിങ്ങൾ തിരുവെഴുത്തുകളെ ശോധന ചെയ്യുന്നു; അവയിൽ നിങ്ങൾക്ക് നിത്യജീവൻ ഉണ്ടെന്നു നിങ്ങൾ നിരൂപിക്കുന്നുവല്ലോ; ഇവയും " ആകുന്നു അവർ ഏത് സാക്ഷ്യപ്പെടുത്തുക യുടെ ഞാൻ. പക്ഷേ നീ ആകുന്നു അല്ല സന്നദ്ധതയുള്ള വരെ വരൂ വരെ ഞാൻ നിങ്ങൾക്കു ജീവൻ ഉണ്ടാകേണ്ടതിന്നു ഞാൻ അതു ചെയ്യുന്നു.

— ജോൺ 5:39–40

"അവർ പ്രഖ്യാപിക്കുക വരെ അറിയാം ദൈവം, പക്ഷേ ഇ പ്രവർത്തിക്കുന്നു അവർ നിഷേധിക്കുക അവൻ."

— ടൈറ്റസ് 1:16 (Ella)

"വിശ്വാസം എഴുതിയത് തന്നെ, എങ്കിൽ അത് ചെയ്യുന്നു അല്ല ഉണ്ട് പ്രവർത്തിക്കുന്നു, ആണ് മരിച്ചു.

— ജെയിംസ് 2:17

അഗസ്റ്റൈൻസ് ജീവിച്ചു നിമിഷം

അഗസ്റ്റിന്റെ ഭിന്നിച്ച ഇച്ഛാശക്തി താങ്ങാനാവാത്തതായി മാറിയപ്പോൾ, അദ്ദേഹം ഉടൻ കീഴടങ്ങിയില്ല .

അവൻ മാറ്റി വിശ്വാസങ്ങൾ .

പുതിയ വ്യവസ്ഥിതി സത്യമായതുകൊണ്ടല്ല, മറിച്ച് അത് സൗകര്യപ്രദമായതുകൊണ്ടാണ്. സ്വന്തം ആഗ്രഹങ്ങളെ അഭിമുഖീകരിക്കാതെ തന്നെ നന്മതിന്മകളെക്കുറിച്ച് സംസാരിക്കാൻ അത് അവനെ അനുവദിച്ചു. അത് കൊടുത്തു അവൻ വിശദീകരണങ്ങൾ പകരം യുടെ പശ്ചാത്താപം, ഉൾക്കാഴ്ച പകരം യുടെ അനുസരണം.

അഗസ്റ്റിൻ ചെയ്തു അല്ല
നിർത്തുക സംസാരിക്കുന്നു
കുറിച്ച് സത്യം. സത്യം തന്നോട്
സംസാരിക്കാൻ അവൻ
അനുവദിക്കുന്നത് നിർത്തി.

അദ്ദേഹത്തിന്റെ വിശ്വാസങ്ങൾ ആത്മീയമായി തോന്നി. അവ സങ്കീർണ്ണമാണെന്ന് തോന്നി. അവർ അവകാശപ്പെട്ടു പോലും ധാർമ്മികമായ ആശങ്ക. പക്ഷേ അവർ ആവശ്യമാണ് ഒന്നുമില്ല നിന്ന് അവന്റെ ചെയ്യും.

വിശ്വാസം ആയി എ **അഭയം** —അല്ല നിന്ന് പാപം, പക്ഷേ നിന്ന് കീഴടങ്ങുക.

ജീവിതം പാഠം

അല്ല എല്ലാം വിശ്വാസം ലീഡുകൾ വരെ ജീവിതം.

ചില വിശ്വാസ സമ്പ്രദായങ്ങൾ പാപത്തെ നേരിടുന്നതിനുപകരം അതിനെ വിശദീകരിക്കുന്നു. അവ കർത്തൃത്വമില്ലാത്ത ഭാഷയും, അനുസരണമില്ലാത്ത അറിവും, പശ്ചാത്താപം.

രൂപാന്തരം നിരസിക്കുമ്പോൾ തന്നെ സത്യവുമായി പരിചയപ്പെടാൻ കഴിയുമെന്ന് തിരുവെഴുത്ത് നമ്മെ മുന്നറിയിപ്പ് നൽകുന്നു . എപ്പോൾ വിശ്വാസം ഇല്ല നീളമുള്ളത് വെല്ലുവിളികൾ ആഗ്രഹം, അത് നിർത്തുന്നു ആയിരിക്കൽ വിശ്വാസം **മറച്ചുവെക്കലായി** മാറുന്നു .

യഥാർത്ഥ വിശ്വാസം നമ്മുടെ അവസ്ഥയെ വ്യാഖ്യാനിക്കുക മാത്രമല്ല - അത് **അതിനെ മാറ്റുകയും ചെയ്യുന്നു** . **കണ്ണാടി നിമിഷം (വ്യക്തിപരമായ പ്രതിഫലനം)**

ഇരിക്കുക സത്യസന്ധമായി കൂടെ ഇവ ചോദ്യങ്ങൾ:

- ഒഴിവാക്കാൻ നിങ്ങൾ എപ്പോഴെങ്കിലും ദൈവശാസ്ത്രമോ, ഉപദേശമോ, ആത്മീയ ഭാഷയോ ഉപയോഗിച്ചിട്ടുണ്ടോ ?
- എവിടെ ശക്തി നിങ്ങളുടെ വിശ്വാസങ്ങൾ ആശ്വാസം (കൂടുതൽ അധികം അവർ നേരിടുക നീയോ?
- ആണ് അവിടെ ഏതെങ്കിലും പ്രദേശം എവിടെ വിശ്വാസം ഉണ്ട് ആയിത്തീരുക വിശദീകരണം പകരം പരിവർത്തനത്തിന്റെയോ ?

ചെയ്യുക അല്ല ഉത്തരം പ്രതിരോധപരമായി. ഉത്ത(പ്രാർത്ഥനാപൂർവ്വം.

നടപടി വേണ്ടി അനുസരണം

ഇന്ന്, പരിശോധിക്കുക ഒന്ന്
വിശ്വാസം നീ പിടിക്കുക അടുത്ത്
ചോദിക്കുക:

- ചെയ്യുന്നു ഇത് വിശ്വാസം ലീഡ് ഞാൻ നേരെ അനുസരണം?
- അഥവാ ചെയ്യുന്നു അത് അനുവദിക്കുക ഞാൻ വരെ നിലനിൽക്കുക മാറ്റമില്ലാതെ?

വിശ്വാസം മാനസാന്തരത്തെ മാറ്റിസ്ഥാപിച്ചിരിക്കുന്ന ഏതൊരു സ്ഥലത്തെയും തുറന്നുകാട്ടാൻ പരിശുദ്ധാത്മാവിനെ ക്ഷണിക്കുക .

പിന്നെ എടുക്കുക **ഒന്ന് കോൺക്രീറ്റ്** ഘട്ടം യുടെ അനുസരണം അത് വിശ്വാസം ഉണ്ട് വൈകി.

ഗ്രൂപ്പ് ചർച്ച ചോദ്യങ്ങൾ

1. എങ്ങനെ കഴിയും മതം ആയിത്തീരുക എ ഒളിച്ചിരിക്കുന്നു സ്ഥലം പകരം യുടെ എ രോഗശാന്തി സ്ഥലം?
2. എന്ത് ആണ് ദി വ്യത്യാസം ഇടയിൽ അറിയുന്നു സത്യം ഒപ്പം വഴങ്ങുന്ന വരെ അത്?
3. എന്തുകൊണ്ട് ആകുന്നു വിശ്വാസം സിസ്റ്റങ്ങൾ അത് ആവശ്യം ഒന്നുമില്ല പലപ്പോഴും ദി ഏറ്റവും കൂടുതൽ

ആകർഷകമാണോ?

പ്രാർത്ഥന

പിതാവേ, സത്യത്തിന് വഴങ്ങുന്നതിനുപകരം ഞാൻ ചിലപ്പോൾ വിശ്വാസത്തിന് പിന്നിൽ ഒളിച്ചിട്ടുണ്ടെന്ന് ഞാൻ സമ്മതിക്കുന്നു.

എന്നെ ആശ്വസിപ്പിക്കുന്ന ഏതൊരു
വിശ്വാസത്തെയും എന്നെ മാറ്റാതെ
തുറന്നുകാട്ടുക. അനുസരണക്കേടിനെ
സംരക്ഷിക്കുന്ന വിശദീകരണങ്ങൾ
ഒഴിവാക്കുക.
എന്നെ ജീവനുള്ള
വിശ്വാസത്തിലേക്ക് നയിക്കണമേ -
അനുസരിക്കുന്ന
വിശ്വാസത്തിലേക്ക്. ആമേൻ.

പ്രവചനം പ്രഖ്യാപനം

ഐ ചെയ്യുക അല്ല മറയ്ക്കുക പിന്നിൽ വിശ്വാസം.
എന്റെ വിശ്വാസം അനുസരണവും
പരിവർത്തനവും ഉളവാക്കുന്നു.
സത്യം നേരിടുന്നു ഞാൻ,
സുഖപ്പെടുത്തുന്നു ഞാൻ, ഒപ്പം
ലീഡുകൾ ഞാൻ കടന്നു ജീവിതം. ഞാൻ
നടക്കുക ഇൻ ദി ശക്തി യുടെ
ദൈവഭക്തി, അല്ല അതിന്റെ രൂപം.

പ്രതിബദ്ധത ലേക്ക് അനുസരണം

ഇന്ന്, പ്രകടനപരമായ വിശ്വാസത്തിനല്ല,
ജീവിക്കുന്ന വിശ്വാസത്തിനാണ് ഞാൻ
പ്രതിജ്ഞാബദ്ധനാകുന്നത്. സത്യം

എന്റെ ആഗ്രഹങ്ങളെ

വെല്ലുവിളിക്കാൻ ഞാൻ

അനുവദിക്കും.

ഐ തിരഞ്ഞെടുക്കുക പശ്ചാത്താപം കഴിഞ്ഞു വിശദീകരണം.

നോക്കുന്നു മുന്നോട്ട് ലേക്ക് ദിവസം അഞ്ച്

അഗസ്റ്റിന്റെ ഒളിത്താവളം ഒടുവിൽ

തകർന്നു. സത്യം അവഗണിക്കാൻ

കഴിയാത്തത്ര അടുത്തെത്തി.

നാളെ ഞങ്ങൾ ചെയ്യും നേരിടുക എ നിർണായകമായ നിമിഷം:

എന്ത് സംഭവിക്കുന്നു എപ്പോൾ സത്യം ആണ് ഇല്ല നീളമുള്ളത് ഒഴിവാക്കാവുന്നതും—കൂടാതെ ദി ചെയ്യും തിരഞ്ഞെടുക്കണോ?

ദിവസം അഞ്ച്

ഒഴിവാക്കാനാവാത്തതായി മാറുമ്പോൾ

K ഏയ് ഫോക്കസ് തിരുവെഴുത്തുകൾ

"ദി വെളിച്ചം ഉണ്ട് വരൂ കടന്നു ദി ലോകം, ഒപ്പം പുരുഷന്മാർ സ്നേഹിച്ചു ഇരുട്ട് അതിലും കൂടുതൽ വെളിച്ചം, കാരണം അവരുടെ പ്രവൃത്തികൾ ആയിരുന്നു തിന്മ."

— ജോൺ 3:19

"വേണ്ടി ദി വാക്ക് യുടെ ദൈവം ആണ് ജീവിക്കുന്നത് ഒപ്പം ശക്തമായ... എ സൂക്ഷ്മജ്ഞാനി യുടെ ദി ഹൃദയത്തിന്റെ ചിന്തകളും ഉദ്ദേശ്യങ്ങളും."

— എബ്രായർ 4:12

"എങ്ങനെ നീളമുള്ള ചെയ്യും നീ പതറുക ഇടയിൽ രണ്ട് അഭിപ്രായങ്ങൾ? എങ്കിൽ ദി യജമാനൻ ആണ് ദൈവം, അവനെ അനുഗമിക്കുക .

— 1 രാജാക്കന്മാർ 18:21

"തിരഞ്ഞെടുക്കുക വേണ്ടി നിങ്ങൾ തന്നെ ഇത് ദിവസം ആര നീ ചെയ്യും സേവിക്കുക.

— ജോഷ്വ 24:15

അഗസ്റ്റൈൻസ് ജീവിച്ചു നിമിഷം

അഗസ്റ്റിന്റെ ജീവിതത്തിൽ ഒരു ഘട്ടത്തിൽ ഒഴിവാക്കൽ

വന്നു. ആയിരുന്നു ഇല്ല ഇനി സാധ്യമാണ് .

വാദങ്ങൾ

പൊളിഞ്ഞു.

വിശ്വാസ

വ്യവസ്ഥകൾ

പരാജയപ്പെട്ടു.

കാലതാമസം

ഉണ്ടായിരുന്നു

നഷ്ടപ്പെട്ടു അതിന്റെ

വിശ്വാസ്യത.

സത്യം നിന്നു മുമ്പ് അവൻ - അല്ല പോലെ ഒരു ആശയം വരെ വിലയിരുത്തുക, പക്ഷേ പോലെ എ വിളി വരെ അനുസരിക്കുക.

അഗസ്റ്റിൻ കഴിയും ഇല്ല നീളമുള്ളത് പറയുക അവൻ ചെയ്തു അല്ല മനസ്സിലാക്കുക. അവൻ കഴിയും ഇല്ല ദൈർഘ്യമേറിയ ക്ലെയിം അവൻ ആവശ്യമാണ് കൂടുതൽ സമയം. ക്രിസ്തുമതം ആയിരുന്നു ഇല്ല നീളമുള്ളത് എ ദൂരെയുള്ള ഓപ്ഷൻ; അത് നേരിട്ടുള്ള ഏറ്റുമുട്ടലായി മാറിയിരുന്നു.

ദി പ്രശ്നം ആയിരുന്നു

ഇല്ല നീളമുള്ളത് സത്യം.

പ്രശ്നം ഇഷ്ടം

ആയിരുന്നു .

ആ നിമിഷം, അഗസ്റ്റിൻ ഒരേ സമയം ഭയപ്പെടുത്തുന്നതും വിമോചനം നൽകുന്നതുമായ എന്തോ ഒന്ന് തിരിച്ചറിഞ്ഞു:

അല്ല തിരഞ്ഞെടുക്കൽ ആയിരുന്നു സ്വയം എ തിരഞ്ഞെടുപ്പ്

ജീവിതം പാഠം

സത്യം ഒടുവിൽ ആവശ്യങ്ങൾ എ പ്രതികരണം.

വെളിച്ചം വിശദീകരിക്കുന്നതിലും കൂടുതൽ കാര്യങ്ങൾ വെളിപ്പെടുത്തുന്ന ഒരു നിമിഷമുണ്ട്. തിരുവെഴുത്ത് മനസ്സിനെ അറിയിക്കുന്നത് നിർത്തി ഹൃദയത്തെ വിധിക്കാൻ തുടങ്ങുമ്പോൾ. വ്യക്തതയ്ക്ക് കീഴിൽ നിഷ്പക്ഷത തകരുമ്പോൾ.

ആ ഘട്ടത്തിൽ, കാലതാമസം അനുസരണക്കേടായി മാറുന്നു, അനിശ്ചിതത്വം പ്രതിരോധമായി മാറുന്നു.

ദൈവം ചെയ്യുന്നു അല്ല ശക്തി ദി ചെയ്യും—പക്ഷേ അവ നീക്കം ചെയ്യുന്നു മിഥ്യാധാരണകൾ.

എപ്പോൾ സത്യം മാറുന്നു ഒഴിവാക്കാനാവാത്ത, ദി മാത്രം ശേഷിക്കുന്നു ചോദ്യം ആണ് അല്ല *"ഇത് സത്യമാണോ?"* പക്ഷേ *"ഞാൻ അനുസരിക്കുമോ?"*

കണ്ണാടി നിമിഷം (വ്യക്തിഗതം പ്രതിഫലനം)

ഇരിക്കുക നിശബ്ദമായി കൂടെ ഇവ ചോദ്യങ്ങൾ:

- എന്ത് സത്യം ഉണ്ട് ആയിത്തീരുക വ്യക്തമായ ഇൻ നിങ്ങളുടെ ജീവിതം അത് നീ ആകുന്നു ഇപ്പോഴും ഒഴിവാക്കണോ?
- എവിടെ ഉണ്ട് ദൈവം നീക്കം ചെയ്തു നിങ്ങളുടെ ഒഴികഴിവുകൾ പക്ഷേ നീ ഉണ്ട് അല്ല ഇതുവരെ പ്രതികരിച്ചോ?
- ആർ നീ നിൽക്കുന്നത് ഇൻ ദി വെളിച്ചം—അല്ലെങ്കിൽ നിൽക്കുന്നത് സമീപം അത്?

ആകുക സത്യസന്ധൻ. ദൈവം ആണ് പറഞ്ഞു തുടങ്ങി .

നടപടി വേണ്ടി അനുസരണം

ഇന്ന്, ചെയ്യുക അല്ല

ചോദിക്കുക ദൈവം വേണ്ടി

കൂടുതൽ വ്യക്തത.

ധൈര്യത്തിനായി അവനോട്

അപേക്ഷിക്കുക .

- തിരിച്ചറിയുക ഒന്ന് പ്രദേശം എവിടെ സത്യം ഉണ്ട് ആയിത്തീരുക വ്യക്തമല്ലാത്ത
- സംസാരിക്കുക അത് ഉച്ചത്തിൽ വരെ ദൈവം
- പറയുക ഇത് പ്രാർത്ഥന പതുക്കെ:

  "കർത്താവേ, ഐ ചെയ്യും ഇല്ല നീളമുള്ളത് ഒഴിവാക്കുക എന്ത് നീ ഉണ്ട് നിർമ്മിച്ചത് വ്യക്തമാണ്."

പിന്നെ എടുക്കുക ഒന്ന് ഘട്ടം യുടെ അനുസരണം - എന്നിരുന്നാലും ചെറുത്— *ഇന്ന്*.

ഗ്രൂപ്പ് ചർച്ച ചോദ്യങ്ങൾ

1. എന്തുകൊണ്ട് ചെയ്യുന്നു വ്യക്തത ചിലപ്പോൾ വർധിപ്പിക്കുക പ്രതിരോധം പകരം യുടെ അനുസരണം
2. എങ്ങനെ കഴിയും സാമീപ്യം വരെ സത്യം സൃഷ്ടിക്കുക ദി മിഥ്യാധാരണ യുടെ വിശ്വാസം?
3. എന്ത് സംഭവിക്കുന്നു എപ്പോൾ വിശ്വാസികൾ നിലനിൽക്കുക തീരുമാനമായിട്ടില്ലാത്ത വേണ്ടി അതും നീളമുള്ളതോ?

പ്രാർത്ഥന

പിതാവേ, ഐ കുറ്റസമ്മതം നടത്തുക അത് അവിടെ ആകുന്നു സത്യങ്ങൾ ഐ ഉണ്ട് നിന്നു സമീപം പക്ഷേ അല്ല ചവിട്ടി സ്ട്രിപ്പ് അകലെ ഓരോ ഒഴികഴിവ് അത് സൂക്ഷിക്കുന്നു ഞാൻ നിന്ന് അനുസരണം.
വ്യക്തത നിലവിലുള്ളിടത്ത് എനിക്ക് ധൈര്യം തരൂ. ഞാൻ തിരഞ്ഞെടുക്കുക വെളിച്ചം കഴിഞ്ഞു ആശ്വാസം, സത്യം കഴിഞ്ഞു താമസം. ആമേൻ.

പ്രവചനം പ്രഖ്യാപനം

സത്യത്തോട് ഞാൻ
അനുസരണയോടെ
പ്രതികരിക്കുന്നു. ഇനി
ഞാൻ
അനിശ്ചിതത്വത്തിൽ
ഒളിക്കുന്നില്ല.
ദി വെളിച്ചം യുടെ ദൈവം
ലീഡുകൾ എന്റെ ഇന്ന്
ഞാൻ കർത്താവിനെ
തിരഞ്ഞെടുക്കുന്നു.

പ്രതിബദ്ധത ലേക്ക് അനുസരണം

ഇന്ന്, ഐ പ്രതിജ്ഞാബദ്ധമാക്കുക വരെ

പ്രതികരിക്കുക എവിടെ ദൈവം ഉണ്ട്

സംസാരിക്കുന്നു വ്യക്തമായി.

നിഷ്പക്ഷതയും കാലതാമസവും ഞാൻ

നിരസിക്കുന്നു.

ഐ തിരഞ്ഞെടുക്കുക അനുസരണം ഇപ്പോൾ.

നോക്കുന്നു മുന്നോട്ട് ലേക്ക് ദിവസം ആറ്

എപ്പോൾ സത്യം ആയി ഒഴിവാക്കാനാവാത്ത, അഗസ്റ്റിൻ എത്തി എ ബ്രേക്കിംഗ് പോയിന്റ്—അല്ല യുടെ വിശ്വാസം, പക്ഷേ യുടെ **ശക്തി** .

നാളെ ഞങ്ങൾ ചെയ്യും മുഖം എ യാഥാർത്ഥ്യം ധാരാളം വിശ്വാസികൾ ഏറ്റുമുട്ടൽ:

എന്ത് സംഭവിക്കുന്നു എപ്പോൾ ദി ചെയ്യും ആഗ്രഹിക്കുന്നു വരെ അനുസരിക്കുക—പക്ഷേ അനുഭവപ്പെടുന്നു ശക്തിയില്ലാത്ത വരെ ചെയ്യുക

അപ്പോൾ?

ദിവസം ആറ്

കൃപ നഷ്ടപ്പെടുകയും ചെയ്യുമ്പോൾ വേണം ഇടപെടുക

K ഏയ് ഫോക്കസ് തിരുവെഴുത്തുകൾ

"ലേക്ക് ചെയ്യും ആണ് വർത്തമാനം കൂടെ ഞാൻ, പക്ഷേ എങ്ങനെ വരെ നിർവഹിക്കുക എന്ത് ആണ് നല്ലത് ഐ ചെയ്യുക അല്ല

കണ്ടെത്തുക."

— റോമർ 7:18

"എന്റെ കൃപ ആണ് മതിയായ വേണ്ടി നീ, വേണ്ടി എന്റെ ശക്തി ആണ് നിർമ്മിച്ചത് പൂർണ്ണമായ ബലഹീനതയിൽ ."

— 2 കൊരിന്ത്യർ 12:9

"എന്തെന്നാൽ, തന്റെ നന്മയ്ക്കായി ഇച്ഛിക്കാനും പ്രവർത്തിക്കാനും നിങ്ങളിൽ പ്രവർത്തിക്കുന്നത് ദൈവമാണ്." സന്തോഷം."

— ഫിലിപ്പിയർ 2:13

"ഇല്ല ഒന്ന് കഴിയും വരൂ വരെ ഞാൻ അല്ലാതെ ദി അച്ഛൻ WH

അയച്ചു ഞാൻ വരയ്ക്കുന്നു അവനെ."

— ജോൺ 6:44

അഗസ്റ്റൈൻസ് ജീവിച്ചു നിമിഷം

അഗസ്റ്റിൻ

അനുസരിക്കാൻ

ആഗ്രഹിച്ചു.

അതായിരുന്നു

പ്രശ്നം.

അവന്റെ മനസ്സ് ആയിരുന്നു ബോധ്യപ്പെട്ടു. അവന്റെ മനസ്സാക്ഷി ആയിരുന്നു ഉണരുക. അവന്റെ ആഗ്രഹം വേണ്ടി ദൈവം യഥാർത്ഥമായിരുന്നു . എന്നിട്ടും എപ്പോൾ അവൻ ശ്രമിച്ചു വരെ മാറ്റം, അവൻ കണ്ടെത്തി എ വേദനാജനകമായ സത്യം: ആഗ്രഹം ഒറ്റയ്ക്ക് പോരാ എന്ന് കരുതി .

അവൻ കഴിയും പേര്

എന്ത് ആയിരുന്നു

ശരിയാണ്. അവൻ

കഴിയും

വിശദീകരിക്കുക എന്ത്

ആയിരുന്നു സത്യം.

വിശുദ്ധിക്കുവേണ്ടി

അയാൾക്ക്

ആഗ്രഹിക്കാൻ

കഴിയും.

പക്ഷേ അവൻ കഴിയും അല്ല ഉണ്ടാക്കുക സ്വയം സൗ ജന്യം. ദി ചെയ്യും ഉണ്ടായിരുന്നു ഉണർന്നു—പക്ഷേ ശക്തി ഉണ്ടായിരുന്നു അല്ല എത്തി.

ഇവിടെയാണ് പല വിശ്വാസികളും നിരുത്സാഹപ്പെടുന്നത്. കഴിവില്ലായ്മയെ ആത്മാർത്ഥതയില്ലായ്മയായും ബലഹീനതയെ കപടഭക്തിയായും അവർ തെറ്റിദ്ധരിക്കുന്നു. അഗസ്റ്റിൻ ഒരു കാര്യം പഠിച്ചു. വ്യത്യസ്ത: ഇത് നിമിഷം ആയിരുന്നു അല്ല പരാജയം - അത് ആയിരുന്നു **തയ്യാറെടുപ്പ്** .

ജീവിതം പാഠം

ഇച്ഛാശക്തി കഴിയില്ല ഉൽപ്പാദിപ്പിക്കുക രൂപാന്തരം.

തിരുവെഴുത്ത് ഒരിക്കലും വാഗ്ദാനങ്ങൾ അത് ഞങ്ങൾ ചെയ്യും അനുസരിക്കുക വഴി ശക്തി യുടെ പരിഹരിക്കുക. ദൈവം തന്നെ നമ്മിൽ പ്രവർത്തിക്കുന്നുവെന്ന് ഇത് വാഗ്ദാനം ചെയ്യുന്നു - അനുസരിക്കാനുള്ള ആഗ്രഹവും *കഴിവും* .

ദി നിമിഷം ഇച്ഛാശക്തി പരാജയപ്പെടുന്നു ആണ് അല്ല ദി അവസാനിക്കുന്നു യുടെ ദി യാത്ര. അത് ആണ് പലപ്പോഴും കൃപയിലേക്കുള്ള വാതിൽ.

കൃപ ആണ് അല്ല ദൈവം സഹായിക്കൽ നീ ശ്രമിക്കു
വിഷമകരം.

കൃപ ആണ് ദൈവം ചെയ്യുന്നത് ഇൻ നീ എന്ത് നീ കഴിയ്
ചെയ്യുക സ്വയം.

വരെ ഞങ്ങൾ എത്തിച്ചേരുക ദി അവസാനിക്കുന്നു യു
നമ്മളെത്തന്നെ, ഞങ്ങൾ പലപ്പോഴും തെറ്റിദ്ധരിക്കുക കൃപ

കണ്ണാടി നിമിഷം (വ്യക്തിഗതം പ്രതിഫലനം)

ഇരിക്കുക നിശബ്ദമായി കൂടെ ഇവ ചോദ്യങ്ങൾ:

- എവിടെ ഉണ്ട് നീ ശ്രമിച്ചു വരെ അനുസരിക്കുക ദൈവ
  ഇൻ നിങ്ങളുടെ സ്വന്തം ശക്തി?
- എന്ത് ശീലം അല്ലെങ്കിൽ പാറ്റേൺ ഉണ്ട് ചെറുത്തുനിന്നു

നിങ്ങളുടെ മികച്ചത് ശ്രമങ്ങൾ?

- ബലഹീനതയെ ക്ഷണം എന്നതിലുപരി അയോഗ്യതയായി നിങ്ങൾ വ്യാഖ്യാനിച്ചിട്ടുണ്ടോ ?

ആകുക സത്യസന്ധൻ. ഈ ആണ് വിശുദ്ധമായ നിലം.

നടപടി വേണ്ടി അനുസരണം

ഇന്ന്, നിർത്തുക ശ്രമിക്കുന്നു വരെ കീഴടക്കുക എന്ത് ദൈവം ആഗ്രഹിക്കുന്നു വരെ **കൊണ്ടുപോകുക** .

- തിരിച്ചറിയുക ഒന്ന് പ്രദേശം എവിടെ നീ അനുഭവപ്പെടുക ശക്തിയില്ലാത്ത
- സംസാരിക്കുക അത് ഉച്ചത്തിൽ വരെ ദൈവം ഇല്ലാതെ സ്വയം കുറ്റപ്പെടുത്തൽ
- പ്രാർത്ഥിക്കുക ഇത് വാചകം പതുക്കെ:
  “കർത്താവേ, ഐ കഴിയില്ല ചെയ്യുക ഇത് ഇല്ലാതെ നീ.”

പിന്നെ വിശ്രമം. കൃപ പ്രവർത്തിക്കുന്നു മികച്ചത് എവിടെ പരിശ്രമിക്കുക നിർത്തുന്നു.

ഗ്രൂപ്പ് ചർച്ച ചോദ്യങ്ങൾ

1. എന്തുകൊണ്ട് ചെയ്യുക ഞങ്ങൾ ചെറുക്കുക സമ്മതിക്കുന്നു ബലഹീനത?
2. എങ്ങനെ ചെയ്യുന്നു സ്വയം പരിശ്രമം വളച്ചൊടിക്കുക നമ്മുടെ മനസ്സിലാക്കൽ യുടെ കൃപയോ?
3. എന്ത് ചെയ്യുന്നു അത് ശരാശരി വേണ്ടി ദൈവം വരെ ജോലി ഇൻ ഞങ്ങളെ രണ്ടും വരെ ചെയ്യും ഒപ്പം വരെ ചെയ്യണോ?

പ്രാർത്ഥന

പിതാവേ, ഐ കുറ്റസമ്മതം നടത്തുക അത് ഐ
ഉണ്ട് ശ്രമിച്ചു വരെ അനുസരിക്കുക നീ കൂടെ
എന്റെ സ്വന്തം ശക്തി. I ഉണ്ട് ആശ്രയിച്ചു ഓൺ
ഇച്ഛാശക്തി എവിടെ ഐ ആവശ്യമാണ് കൃപ.
ഐ കൊണ്ടുവരിക നീ എന്റെ ബലഹീനത -
അല്ല പോലെ ഒരു ക്ഷമിക്കണം, പക്ഷേ പോലെ
ഒരു എനിക്ക് സ്വയം ചെയ്യാൻ കഴിയാത്തത്
എന്നിൽ ചെയ്യണമേ .
ആമേൻ.

പ്രവചനം പ്രഖ്യാപനം

ഐ ചെയ്യുക അല്ല
ആശ്രയിക്കുക ഓൺ
എന്റെ സ്വന്തം എന്റെ
ഉള്ളിൽ ദൈവം
പ്രവർത്തിക്കുന്നു .
ഇച്ഛാശക്തിക്ക് കഴിയാത്തത് കൃപ
നേടിയെടുക്കുന്നു. ഞാൻ രാവിലെ
ആയിരിക്കൽ രൂപാന്തരപ്പെട്ടു

എഴുതിയത് ദൈവത്തിന്റെ ശക്തി.

പ്രതിബദ്ധത ലേക്ക് അനുസരണം

ഇന്ന്, ഐ റിലീസ് സ്വയം പരിശ്രമം.

ഐ ആശ്രയിക്കുക പൂർണ്ണമായും ഓൺ ദി കൃപ യുടെ ദൈവം.

ഐ ചെയ്യും അനുവദിക്കുക ദൈവം വരെ ജോലി ഇൻ ഞാൻ—രണ്ടും വരെ ചെയ്യും ഒപ്പം വരെ ചെയ്യുക.

നോക്കുന്നു മുന്നോട്ട് ലേക്ക് ദിവസം ഏഴ്

അഗസ്റ്റിന്റെ മുന്നേറ്റം ചെയ്തു അല്ല വരൂ വഴി പരിശ്രമം—അത് വന്നു വഴി

തടസ്സം .

നാളെ ഞങ്ങൾ ചെയ്യും ഏറ്റുമുട്ടൽ എ നിർവചിക്കുന്നു നിമിഷം:

എപ്പോൾ ദൈവം സംസാരിക്കുന്നു, ഒപ്പം പ്രതിരോധം തകരുന്നു.

ദിവസം ഏഴ്

എടുത്ത് വായിക്കുക: ദൈവം പോരാട്ടത്തെ തടസ്സപ്പെടുത്തുമ്പോൾ

K **ഏയ് ഫോക്കസ് തിരുവെഴുത്തുകൾ**

"നിങ്ങളുടെ വാക്ക് ആണ് എ വിളക്ക് വരെ എന്റെ അടി ഒപ്പം എ വെളിച്ചം വരെ എന്റെ പാത."

— സങ്കീർത്തനം 119:105

"വേണ്ടി ദി വാക്ക് യുടെ ദൈവം ആണ് ജീവിക്കുന്നത് ഒപ്പം ശക്തമായ... എ വിവേചനാധികാരി യുടെ ദി ഹൃദയത്തിന്റെ ചിന്തകളും ഉദ്ദേശ്യങ്ങളും."

— എബ്രായർ 4:12

"അങ്ങനെ പിന്നെ വിശ്വാസം വരുന്നു എഴുതിയത് കേൾവ് ഒപ്പം കേൾവി എഴുതിയത് ദി വാക്ക് യുടെ ദൈവം."

— റോമർ 10:17

"ഇന്ന്, എങ്കിൽ നീ ചെയ്യും കേൾക്കുക അവന്റെ ശബ്ദം, ചെയ്യുക അല്ല കഠിനമാക്കുക നിങ്ങളുടെ ഹൃദയങ്ങൾ."

— എബ്രായർ 3:15

അഗസ്റ്റൈൻസ് ജീവിച്ചു നിമിഷം

അഗസ്റ്റിൻ സ്വയം

അവസാനത്തിലെത്തിയിരുന്നു.

സത്യത്തെക്കുറിച്ച് അദ്ദേഹം

ഇനി വാദിക്കുന്നില്ല.

അവൻ ആയിരുന്നു ഇല്ല നീളമുള്ളത് മാറ്റിവയ്ക്കൽ

അനുസരണം.
അവൻ ആയിരുന്നു ഇല്ല നീളമുള്ളത് നടിക്കുന്നു ശക്തി
അവൻ ചെയ്തു അല്ല ഉണ്ട്.
അവൻ കരഞ്ഞു - ദൈവത്തെ സംശയിച്ചതുകൊണ്ടല്ല, മറിച്ച് സ്വയം മാറാൻ കഴിയാത്തതുകൊണ്ടാണ് .
ഒപ്പം പിന്നെ ദൈവം
ഇടിമുഴക്കത്തോടെ
യല്ല .
വാദത്തോടെയല്ല
. അല്ല കൂടെ
വിശദീകരണം.
ഒരു
ശബ്ദത്തോടെ.
"എടുക്കുക ഒപ്പം വായിക്കുക."

ദി കമാൻഡ് ആയിരുന്നു ലളിതം. അത് വാഗ്ദാനം ചെയ്തു ഇല്ല ആശ്വാസം, ഇല്ല ചർച്ച, യുക്തിയില്ല. അത് ചെയ്തു അല്ല ചോദിക്കുക അഗസ്റ്റിൻ വരെ അനുഭവപ്പെടുക തയ്യാറാണ്—മാത്രം വരെ പ്രതികരിക്കുക.

കൃപ ചെയ്യുന്നു അല്ല

എപ്പോഴും എത്തിച്ചേരുക

പോലെ ആശ്വാസം.

ചിലപ്പോൾ അത് ഒരു

ദിശയായി എത്തുന്നു .

ജീവിതം പാഠം

മുന്നേറ്റം പലപ്പോഴും വരുന്നു എപ്പോൾ പരിശ്രമിക്കുക അവസാനിക്കുന്നു.

ദൈവത്തിന്റെ പദം ആണ് അല്ല വെറുതെ വിവരം—അത് ആണ് **ഇടപെടൽ** . തിരുവെഴുത്ത് ഉപദേശിക്കുക മാത്രമല്ല ; അത് ആന്തരിക പ്രക്ഷുബ്ധതയെ തടസ്സപ്പെടുത്തുകയും ഇച്ഛാശക്തിയെ പുനഃക്രമീകരിക്കുകയും ചെയ്യുന്നു.

അഗസ്റ്റിന്റെ സമരം ചെയ്തു അല്ല അവസാനിക്കുന്നു കാരണം അവൻ ഒടുവിൽ ശ്രമിച്ചു വിഷമകരം. അത് അവസാനിച്ചു കാരണം ദൈവം സംസാരിച്ചു, ഒപ്പം അഗസ്റ്റി പ്രതികരിച്ചു.

എപ്പോൾ ദൈവം സംസാരിക്കുന്നു, അനുസരണം മാറുന്ന സാധ്യമാണ് - അല്ല കാരണം ശക്തി പ്രത്യക്ഷപ്പെടുന്നു, പക്ഷേ കാരണം കൃപ സജീവമാക്കുന്നു.

കണ്ണാടി നിമിഷം (വ്യക്തിഗതം പ്രതിഫലനം)

ആകുക ഇപ്പോഴും കൂടെ ഇവ ചോദ്യങ്ങൾ:

- എവിടെ ഉണ്ട് നീ എത്തി ദി അവസാനിക്കുന്നു യുടെ

നിങ്ങളുടെ സ്വന്തം ശക്തി?

- എന്ത് ലളിതം നിർദ്ദേശം ശക്തി ദൈവം ഇതിനകം ആകുക കൊടുക്കൽ നീയോ?
- ആർ നീ കാത്തിരിക്കുന്നു വേണ്ടി ആശ്വാസം എപ്പോൾ ദൈവം ആണ് ചോദിക്കുന്നു പ്രതികരണത്തിനായി?

ചെയ്യുക അല്ല തിരക്ക്. കേൾക്കൂ.

നടപടി വേണ്ടി അനുസരണം

ഇന്ന്, അനുവദിക്കുക ദൈവത്തിന്റെ പദം വരെ തടസ്സപ്പെടുത്തുക നീ.

- സജ്ജമാക്കുക മാറ്റിവയ്ക്കുക 15 മിനിറ്റ് ഇല്ലാതെ ശ്രദ്ധ തിരിക്കുന്നവ
- തുറക്കുക തിരുവെഴുത്ത് - അല്ല വരെ പഠനം, പക്ഷേ വരെ **കേൾക്കുക**
- ചോദിക്കുക ദി പരിശുദ്ധം ആത്മാവ്:

  "എന്ത് ആകുന്നു നീ ചോദിക്കുന്നു ഞാൻ വരെ ചെയ്യണോ?"

എപ്പോൾ വ്യക്തത വരുന്നു, പ്രവർത്തിക്കുക—ഇല്ലാതെ കാലതാമസം.

ഗ്രൂപ്പ് ചർച്ച ചോദ്യങ്ങൾ

1. എന്തുകൊണ്ട് ചെയ്യുന്നു ദൈവം പലപ്പോഴും സംസാരിക്കുക ലളിതമായി ചെയ്തത് നിർണായകമായ നിമിഷങ്ങൾ?
2. എങ്ങനെ കഴിയും തിരുവെഴുത്ത് പ്രവർത്തനം പോലെ തടസ്സം പകരം അധികം വിവരങ്ങൾ?

3. എന്ത് സൂക്ഷിക്കുന്നു ഞങ്ങളെ നിന്ന് പ്രതികരിക്കുന്നു ഉടനെ എപ്പോൾ ദൈവം സംസാരിക്കുമോ?

പ്രാർത്ഥന

പിതാവേ, ഐ നന്ദി നീ അത് നീ
സംസാരിക്കുക എപ്പോൾ ഐ രാവിലെ
ദുർബലം. തടസ്സപ്പെടുത്തുക എന്റെ
പരിശ്രമിക്കുക കൂടെ നിങ്ങളുടെ
വാക്ക്.
കൊടുക്കുക ഞാൻ ചെവികൾ
വരെ കേൾക്കുക ഒപ്പം ധൈര്യം
വരെ പ്രതികരിക്കുക. ഞാൻ
തിരഞ്ഞെടുക്കുക അനുസരണം
എപ്പോൾ നീ സംസാരിക്കുക.
ആമേൻ.

പ്രവചനം പ്രഖ്യാപനം

ഞാൻ
ദൈവത്തിന്റെ
ശബ്ദം കേൾക്കുന്നു.
അവന്റെ പദം
സംവിധാനം
ചെയ്യുന്നു എന്റെ
പടികൾ.
സമരം നൽകുന്നു വഴി
വരെ അനുസരണം. കൃപ
ശാക്തീകരിക്കുന്നു
എന്റെ പ്രതികരണം.

പ്രതിബദ്ധത ലേക്ക് അനുസരണം

ഇന്ന്, ഐ പ്രതിജ്ഞാബദ്ധമാക്കുക
വരെ പ്രതികരിക്കുക എപ്പോൾ
ദൈവം സംസാരിക്കുന്നു. ഞാൻ
വൈകിപ്പിക്കുകയോ ചർച്ച
നടത്തുകയോ ചെയ്യില്ല.
ഐ ചെയ്യും അനുസരിക്കുക ദി പദം ഐ കേൾക്കുക.

നോക്കുന്നു മുന്നോട്ട് ലേക്ക് ദിവസം എട്ട്

അഗസ്റ്റിന്റെ തടസ്സം തീരുമാനത്തിലേക്ക് നയിച്ചു - പക്ഷേ തീരുമാനം നയിച്ചത് **പരിത്യാഗം** .

നാളെ ഞങ്ങൾ ചെയ്യും നേരിടുക ദി ചെലവ് യുടെ അനുസരണം:

എന്ത് വേണം വീഴ്ച അകലെ എപ്പോൾ കൃപ എടുക്കുന്നു പിടിക്കണോ?

ദിവസം എട്ട്

കൃപ രാജി ആവശ്യപ്പെടുമ്പോൾ

K **ഏയ് ഫോക്കസ് തിരുവെഴുത്തുകൾ**

"എങ്കിൽ ആരെങ്കിലും ആഗ്രഹങ്ങൾ വരെ വരൂ ശേഷം ഞാൻ, അനുവദിക്കുക അവൻ നിഷേധിക്കുക സ്വയം, ഒപ്പം എടുക്കുക അവന്റെ കുരിശ് ദിവസേന, ഒപ്പം പിന്തുടരുക ഞാൻ."

— ലൂക്കോസ് 9:23

"ഇടുക ഓഫ്, സംബന്ധിച്ച നിങ്ങളുടെ മുൻ പെരുമാറ്റം, പഴയത് പുരുഷൻ ഏത് ദുഷിക്കുന്നു പ്രകാരം വരെ ദി വഞ്ചനാപരമായ മോഹങ്ങൾ."

— എഫെസ്യർ 4:22

"പക്ഷേ എന്തുതന്നെയായാലും കാര്യങ്ങൾ ആയിരുന്നു നേട്ടം വരെ ഞാൻ, ഇവ ഐ ഉണ്ട് എണ്ണി നഷ്ടം വേണ്ടി ക്രിസ്തു."

— ഫിലിപ്പിയർ 3:7–8

"അനുവദിക്കുക ഞങ്ങളെ കിടന്നു മാറ്റിവയ്ക്കുക ഓരോ ഭാരം, ഒപ്പം ദി പാപം ഏത് അങ്ങനെ എളുപ്പത്തിൽ കെണികൾ ഞങ്ങളെ."

— എബ്രായർ 12:1

അഗസ്റ്റൈൻസ് ജീവിച്ചു നിമിഷം

എപ്പോൾ കൃപ ഒടുവിൽ പൊട്ടി വഴി, **അഗസ്റ്റിൻ** യുടെ ഹിപ്പോ ചെയ്തു അല്ല ലളിതമായി ക്ഷമ തോന്നുന്നു .

അവൻ മാറ്റി ദിശ .

കൃപ ചെയ്തു അല്ല കൂടിയാലോചിക്കുക കൂടെ അവന്റെ പഴയത് ജീവിതം. അത് ചെയ്തു അല്ല ഓഫർ സഹവർത്തിത്വം. അത് ആവശ്യപ്പെട്ടു പരിത്യാഗം. അഗസ്റ്റിൻ മനസ്സിലായി അത് കീഴടങ്ങുക ഉദ്ദേശിച്ചത് ആന്തരിക ഉടമ്പടിയേക്കാൾ ഉപരി - അതിന് മാതൃകകളിൽ നിന്നും അഭിലാഷങ്ങളിൽ നിന്നും ദൃശ്യമായ വേർതിരിവ് ആവശ്യമായിരുന്നു, ഒപ്പം അറ്റാച്ചുമെന്റുകൾ അത് കഴിയും ഇല്ല നീളമുള്ളത് അവശേഷിക്കുക.

ഈ ആയിരുന്നു
അല്ല ശിക്ഷ. അത്
വിന്യാസമായിരു
ന്നു.
കൃപ ഉണ്ടായിരുന്നു സ്വതന്ത്രമാക്കി അവൻ, പക്ഷേ
സ്വാതന്ത്ര്യം ആവശ്യമാണ് പ്രകാശനം.

ജീവിതം പാഠം

കൃപ ചെയ്യുന്നു അല്ല മാത്രം രക്ഷപ്പെടുത്തുക—അ പുനഃക്രമീകരിക്കുന്നു.

പരിത്യാഗം ആണ് അല്ല ദി വില ഞങ്ങൾ പണം നൽകുക വേണ്ടി കൃപ; അത് ആണ് ദി **പഴം** യുടെ കൃപ. ദൈവം ഹൃദയത്തെ പിടിക്കുമ്പോൾ, ചില കാര്യങ്ങൾക്ക് സ്ഥാനത്ത് നിലനിൽക്കാൻ കഴിയില്ല - അവ എപ്പോഴും പാപകരമായി കാണപ്പെടുന്നതുകൊണ്ടല്ല, മറിച്ച് അധികാരത്തിനായി മത്സരിക്കുന്നതുകൊണ്ടാണ്.

പരിത്യാഗം ഉത്തരങ്ങൾ ഒന്ന് ചോദ്യം വ്യക്തമായി:

WHO ആണ് ഇൻ ചാർജ് ചെയ്യുക ഇപ്പോൾ?

എന്ത് ഞങ്ങൾ നിരസിക്കുക വരെ റിലീസ് ഒടുവ് ചെറുക്കുന്നു നമ്മുടെ അനുസരണം.

കണ്ണാടി നിമിഷം (വ്യക്തിഗതം പ്രതിഫലനം)

ഇരിക്കുക സത്യസന്ധമായി കൂടെ ഇവ ചോദ്യങ്ങൾ:

- എന്ത് ചെയ്തു കൃപ സൌജന്യമായി നീ നിന്ന് അത് നീ ആകുന്നു ഇപ്പോഴും കൈവശം വയ്ക്കൽ ലേക്കോ?
- ദൈവത്തിന്റെ അധികാരവുമായി മത്സരിക്കുന്ന ഏതെങ്കിലും ബന്ധമോ, ശീലമോ, അഭിലാഷമോ ഉണ്ടോ ?
- എന്ത് ഉണ്ട് ദൈവം ഇതിനകം ഹൈലൈറ്റ് ചെയ്തു പോലെ എ "ഭാരം," അല്ല വെറും എ പാപമോ?

ചെയ്യുക അല്ല ന്യായീകരിക്കുക. കേൾക്കൂ.

നടപടി വേണ്ടി അനുസരണം

ഇന്ന്, മനഃപൂർവ്വം പരിശീലിക്കുക പരിത്യാഗം.

- തിരിച്ചറിയുക **ഒന്ന് കാര്യം** ദൈവം ആണ് ചോദിക്കുന്ന നീ വരെ റിലീസ്

- പേര് അത് വ്യക്തമായി മുമ്പ് അവൻ
- എടുക്കുക എ മൂർത്തമായ ഘട്ടം വരെ ബന്ധം വേർപെടുത്തുക നിന്ന് അത്

പരിത്യാഗം മാറുന്നു യഥാർത്ഥമായ എപ്പോൾ അത് ആണ് അഭിനയിച്ചു മേൽ.

ഗ്രൂപ്പ് ചർച്ച ചോദ്യങ്ങൾ

1. എന്തുകൊണ്ട് ചെയ്യുന്നു പരിത്യാഗം അനുഭവപ്പെടുക പോലെ നഷ്ടം പോലും എപ്പോൾ അത് ലീഡുകൾ വരെ സ്വാതന്ത്ര്യമോ?
2. എങ്ങനെ കഴിയും നല്ലത് കാര്യങ്ങൾ ആയിത്തീരുക ഭാരം?
3. എന്ത് ആണ് ദി വ്യത്യാസം ഇടയിൽ മാനേജ്മെന്റ് പാപം ഒപ്പം കുരിശിലേറ്റൽ അത്?

പ്രാർത്ഥന

പിതാവേ, ഐ നന്ദി നീ വേണ്ടി ദി കൃപ അത് ഉണ്ട് എന്നെ എത്തി .

കൊടുക്കുക ഞാൻ ധൈര്യം വരെ റിലീസ്

എന്ത് ഇല്ല നീളമുള്ളത് ഉൾപ്പെടുന്നതാണ് ഇൻ

എന്റെ ജീവിതം. ഞാൻ അറ്റാച്ച്മെന്റിനു

പകരം വിന്യാസം തിരഞ്ഞെടുക്കുന്നു.

ഐ കീഴടങ്ങുക

പൂർണ്ണമായും - അല്ല

ഭാഗികമായി. ആമേൻ.

പ്രവചനം പ്രഖ്യാപനം

കൃപ ഭരിക്കുന്നു എന്റെ ജീവിതം.

ഓരോ മത്സരിക്കുന്നു അറ്റാച്ചുമെന്റ് ആണ് തോൽക്കുന്നു അതിന്റെ പിടിക്കുക.

ഐ നടക്കുക സൌജന്യമായി കാരണം ഐ

ഉണ്ട് പുറത്തിറങ്ങി എന്ത് ഒരിക്കൽ ബന്ധിതം

ഞാൻ. ക്രിസ്തു മാത്രമാണ് കർത്താവ്.

പ്രതിബദ്ധത ലേക്ക് അനുസരണം

ഇന്ന്, ഐ ഉപേക്ഷിക്കുക എന്ത്

ദൈവം ഉണ്ട് തിരിച്ചറിഞ്ഞു.

കൃപ വളർന്നതിൽ ഞാൻ

പറ്റിപ്പിടിക്കില്ല. ഞാൻ

തിരഞ്ഞെടുക്കുക സ്വാതന്ത്ര്യം

വഴി കീഴടങ്ങുക.

നോക്കുന്നു മുന്നോട്ട് ലേക്ക് ദിവസം ഒമ്പത്

ത്യാഗം ഇടം സൃഷ്ടിക്കുന്നു - പക്ഷേ ഇടം

നികത്തണം . നാളെ ഞങ്ങൾ ചെയ്യും

പര്യവേക്ഷണം ചെയ്യുക എന്ത്

പിന്തുടരുന്നു റിലീസ്:

എന്ത് സംഭവിക്കുന്നു എപ്പോൾ ദൈവം ആരംഭിക്കുന്നു വരെ പുനഃക്രമീകരിക്കുക ആഗ്രഹം ഒപ്പം പണിയുക പുതിയ വിഷയങ്ങൾ?

ദിവസം ഒമ്പത്

ദൈവം ആഗ്രഹിക്കുകയും പുതിയ ശീലങ്ങൾ വളർത്തിയെടുക്കുകയും ചെയ്യുമ്പോൾ

K ഏയ് ഫോക്കസ് തിരുവെഴുത്തുകൾ

"ആനന്ദം സ്വയം കൂടാതെ ഇൻ ദി ദൈവമേ, ഒപ്പം അവൻ ചെയ്യും കൊടുക്കുക നീ ദി നിങ്ങളുടെ ഹൃദയത്തിലെ ആഗ്രഹങ്ങൾ."

— സങ്കീർത്തനം സംഖ്യാപുസ്തകം 37:4

"ആകുക രൂപാന്തരപ്പെട്ടു എഴുതിയത് ദി പുതുക്കുന്നു യു
നിങ്ങളുടെ മനസ്സ്."

— റോമർ 12:2

"ആ WHO ഉൾപ്പെടുന്ന വരെ ക്രിസ്തു യേശു ഉണ്ട് ക്രൂശിക്കപ്പെട്ടു ദി മാംസം കൂടെ അതിന്റെ അഭിനിവേശങ്ങളും ആഗ്രഹങ്ങൾ."

— ഗലാത്തിയർ 5:24

"അച്ചടക്കം സ്വയം വേണ്ടി ദി ഉദ്ദേശ്യം യുടെ ദൈവഭക്തി."

— 1 തിമോത്തി 4:7

അഗസ്റ്റെൻസ് ജീവിച്ചു നിമിഷം

പരിത്യാഗത്തിനുശേഷം, അഗസ്റ്റിൻ യുടെ യുദ്ധം അവസാനിച്ചുവെന്ന് ഹിപ്പോ കരുതിയില്ല .

കൃപ ഉണ്ടായിരുന്നു സ്വതന്ത്രമാക്കി അവൻ—പ
സ്വാതന്ത്ര്യം ഉണ്ടായിരുന്നു വരെ ആകുക രൂപീകരിച്ചു .

ദി പഴയത് ആഗ്രഹങ്ങൾ ചെയ്തു അല്ല അപ്രത്യക്ഷമാകുക ഒറ്റരാത്രികൊണ്ട്. ദി വ്യത്യാസം ആയിരുന്നു അത് അവർ മേലിൽ ഇല്ല ഭരിച്ചു. അഗസ്റ്റിൻ മനസ്സിലായി അത് ദൈവം ചെയ്യുന്നു അല്ല വെറുതെ നീക്കം ചെയ്യുക പാപകരമായ ആഗ്രഹം; അവൻ **സ്നേഹത്തെ പുനഃക്രമീകരിക്കുന്നു** . ഒരിക്കൽ ഹൃദയത്തെ ആധിപത്യം സ്ഥാപിച്ചത് എന്തോ ഒന്നിനാൽ മാറ്റിസ്ഥാപിക്കപ്പെടുന്നു. വലുത്.

ഈ പുനഃക്രമീകരിക്കൽ ആവശ്യമാണ് ഉദ്ദേശം. അഗസ്റ്റിൻ ആലിംഗനം ചെയ്തു പ്രാർത്ഥന, തിരുവെഴുത്തും അച്ചടക്കമുള്ള താളങ്ങളും - മതപരമായ ബാധ്യതകളായല്ല, മറിച്ച് പുതിയ സഹജാവബോധങ്ങളെ രൂപപ്പെടുത്തുന്നതിനുള്ള കൃപയ്ക്കുള്ള വഴികളായി.

സ്വാതന്ത്ര്യം ആയിരുന്നു ഇപ്പോൾ ആയിരിക്കൽ പരിശീലനം നേടി.

ജീവിതം പാഠം

ദൈവം രൂപാന്തരപ്പെടുന്നു ഞങ്ങളെ എഴുതിയ പുനർരൂപകൽപ്പന ചെയ്യുന്നു എന്ത് ഞങ്ങൾ സ്നേഹം.

ആഗ്രഹം അപ്രത്യക്ഷമാകുന്നില്ല - അത് വഴിതിരിച്ചുവിടപ്പെടുന്നു. ക്രിസ്തീയ ജീവിതം വാഞ്ഛയെ അടിച്ചമർത്തലല്ല, മറിച്ച് വിശുദ്ധമായ വാത്സല്യം വളർത്തിയെടുക്കലാണ്. ഹൃദയത്തെ പിടിച്ചെടുക്കുന്നത് ആത്യന്തികമായി പെരുമാറ്റത്തെ നിയന്ത്രിക്കുന്നു.

പുതിയ ശീലങ്ങൾ കൃപ
നേടാനുള്ള ശ്രമങ്ങളല്ല. അവ
ആകുന്നു പ്രതികരണങ്ങൾ
വരെ കൃപ.

അച്ചടക്കം സൃഷ്ടിക്കുന്നു സ്ഥലം വേണ്ടി ആഗ്രഹം വരെ മാറ്
കണ്ണാടി നിമിഷം (വ്യക്തിഗതം പ്രതിഫലനം)
പ്രതിഫലിപ്പിക്കുക പ്രാർത്ഥനാപൂർവ്വം:

- എന്ത് ആഗ്രഹങ്ങൾ ഉണ്ട് ദൈവം ഇതിനകം ആരംഭിച്ചു വരെ ഷിഫ്റ്റ് ഇൻ നീയോ?
- ഏത് പഴയത് ശീലങ്ങൾ ആകുന്നു ഇല്ല നീളമുള്ളത് ഭരണം, പക്ഷേ ഇപ്പോഴും വർത്തമാനമോ?
- എന്ത് പുതിയത് രീതികൾ കഴിയും ശക്തിപ്പെടുത്തുക നിങ്ങളുടെ വിന്യാസം കൂടെ ദൈവം?

ചെയ്യുക അല്ല വെറുക്കുക ചെറുത് ആരംഭങ്ങൾ.
രൂപീകരണം ആണ് ക്രമേണ.
നടപടി വേണ്ടി അനുസരണം
ഇന്ന്, സ്ഥാപിക്കുക ഒന്ന്
വിശുദ്ധമായ ശീലം .

തിരഞ്ഞെടുക്കുക ഒന്ന്:

- അ സെറ്റ് സമയം വേണ്ടി പ്രാർത്ഥന
- ദിവസേന തിരുവെഴുത്ത് വായന
- നിശബ്ദത ഒപ്പം പ്രതിഫലനം
- മനഃപൂർവ്വം ഉത്തരവാദിത്തം

കമ്മിറ്റ് ചെയ്യുക വരെ അത് വേണ്ടി ദി അടുത്തത് ഏഴ് ദിവസങ്ങൾ—അല്ല തികച്ചും, പക്ഷേ വിശ്വസ്തതയോടെ.

ഗ്രൂപ്പ് ചർച്ച ചോദ്യങ്ങൾ

1. എന്തുകൊണ്ട് ചെയ്യുന്നു അച്ചടക്കം അനുഭവപ്പെടുക നിയന്ത്രിതമായ മുമ്പ് അത് അനുഭവപ്പെടുന്നു സ്വാതന്ത്രമാക്കുന്നുണ്ടോ?
2. എങ്ങനെ ചെയ്യുക ശീലങ്ങൾ ആകൃതി ആഗ്രഹം ഓവർ ടൈം?
3. എന്ത് രീതികൾ ഉണ്ട് ഏറ്റവും കൂടുതൽ സഹായിച്ചു നീ നിലനിൽക്കുക വിന്യസിച്ചു കൂടെ ദൈവം?

പ്രാർത്ഥന

പിതാവേ, നന്ദി നീ വേണ്ടി സ്വാതന്ത്രമാക്കുന്നു ഞാൻ എഴുതിയത് നിങ്ങളുടെ കൃപ.

പഠിപ്പിക്കുക ഞാൻ വരെ സ്നേഹം എന്ത് നീ സ്നേഹം.
എന്റെ ആഗ്രഹങ്ങളെ
പുനഃക്രമീകരിക്കുകയും
ദൈവഭക്തിയിലേക്കുള്ള എന്റെ
സഹജാവബോധത്തെ പരിശീലിപ്പിക്കുകയും
ചെയ്യുക . ശീലങ്ങൾ ഇൻ എന്റെ ജീവിതം
അത് സൂക്ഷിക്കുക ഞാൻ വിന്യസിച്ചു
കൂടെ നീ.
ആമേൻ.

പ്രവചനം പ്രഖ്യാപനം

എന്റെ ആഗ്രഹങ്ങൾ
ആകുന്നു ആയിരിക്കൽ
പുനഃക്രമീകരിച്ചു
എഴുതിയത് ദൈവമേ.
എല്ലാറ്റിനുമുപരിയായി
ഞാൻ കർത്താവിൽ
ആനന്ദിക്കുന്നു.
എന്റെ വിശ്വാസത്തെ
ശക്തിപ്പെടുത്തുന്ന പുതിയ ശീലങ്ങൾ
രൂപപ്പെട്ടുവരുന്നു. ഞാൻ ദിനംപ്രതി
രൂപാന്തരപ്പെടുന്നു.

പ്രതിബദ്ധത ലേക്ക് അനുസരണം

ഇന്ന്, ഐ പ്രതിജ്ഞാബദ്ധമാക്കുക വരെ അച്ചടക്കമുള്ള വിന്യാസം.
ഐ ചെയ്യും കൃഷി ചെയ്യുക ശീലങ്ങൾ
അത് പോഷിപ്പിക്കുക എന്റെ ഭക്തി
വരെ ദൈവമേ. പരിചയത്തെക്കാൾ
രൂപീകരണമാണ് ഞാൻ

തിരഞ്ഞെടുക്കുന്നത്.

നോക്കുന്നു മുന്നോട്ട് ലേക്ക് ദിവസം പത്ത്

പോലെ അഗസ്റ്റിന്റെ ആഗ്രഹങ്ങൾ ആയിരുന്നു

പുനഃക്രമീകരിച്ചു, ദൈവം തുടങ്ങി വരെ **ഭരമേല്പിക്കുക**

അവൻ ഉത്തരവാദിത്തത്തോടെ .

നാളെ ഞങ്ങൾ ചെയ്യും പര്യവേക്ഷണം ചെയ്യുക എ
ശാന്തമായ സത്യം:

സ്വാതന്ത്ര്യം ആണ് അല്ല ദി എൻഡ്—സ്റ്റുവാർഡ്ഷിപ്പ്

പിന്തുടരുന്നു കൃപ.

ദിവസം പത്ത്

കൃപ ഉത്തരവാദിത്തം ഏറ്റെടുക്കുമ്പോൾ

K **ഏയ് ഫോക്കസ് തിരുവെഴുത്തുകൾ**

"ലേക്ക് ആർ വളരെ ആണ് നൽകിയിരിക്കുന്നു, നിന്ന് അവൻ വളരെ ചെയ്യും ആകുക ആവശ്യമാണ്."

— ലൂക്കോസ് 12:48

"മാത്രമല്ല അത് ആണ് ആവശ്യമാണ് ഇൻ സ്റ്റുവാർഡുകൾ അത് ഒന്ന് ആകുക കണ്ടെത്തി വിശ്വസ്തൻ."

— 1 കൊരിന്ത്യർ 4:2

"ആകുക ചെയ്യുന്നവർ യുടെ ദി വാക്ക്, ഒപ്പം അല്ല ശ്രോതാക്കൾ മാത്രം."

— ജെയിംസ് 1:22

"ഞങ്ങൾ ആകുന്നു അംബാസഡർമാർ വേണ്ടി ക്രിസ്തു."

— 2 കൊരിന്ത്യർ 5:20

അഗസ്റ്റൈൻസ് ജീവിച്ചു നിമിഷം

പോലെ കൃപ പുനഃക്രമീകരിച്ചു അവന്റെ ആഗ്രഹങ്ങൾ ഒപ്പം സ്ഥിരപ്പെടുത്തി അവന്റെ അനുസരണം, **അഗസ്റ്റിൻ** ഹിപ്പോയുടെ പുതിയ സീസണിലേക്ക് പ്രവേശിച്ചു.

ദൈവം തുടങ്ങി വരെ **ഭരമേല്പിക്കുക** അവൻ **കൂ**
ഉത്തരവാദിത്തം.

അഗസ്റ്റിൻ സ്വാധീനം തേടിയില്ല. വിശ്വസ്തത തേടി.

എന്നാൽ ഉത്തരവാദിത്തം പരിവർത്തനത്തെ തുടർന്ന് വന്നു. അദ്ദേഹത്തിന്റെ വാക്കുകൾക്ക് പ്രാധാന്യമുണ്ടായിരുന്നു. അദ്ദേഹത്തിന്റെ പെരുമാറ്റം നിരീക്ഷിക്കപ്പെട്ടു. അദ്ദേഹത്തിന്റെ അനുസരണം മറ്റുള്ളവരെ സ്വാധീനിക്കാൻ തുടങ്ങി.

ഗ്രേസ് അവനെ
രക്ഷിക്കുക മാത്രമല്ല
ചെയ്തത്, അത്
അവനെ
സ്ഥാനഭ്രഷ്ടനാക്കി.

ഈ മാറ്റം ഗൗരവമുള്ളതായിരുന്നു. സ്വാതന്ത്ര്യം അനുവാദമല്ലെന്ന് അഗസ്റ്റിൻ മനസ്സിലാക്കി . വരെ തത്സമയം ആകസ്മികമായി - അത് ആയിരുന്നു എ വിളി വരെ തത്സമയം **ശ്രദ്ധാപൂർവ്വം** . അവന്റെ ജീവിതം ആയിരുന്നു ഇല്ല കൂടുതൽ സ്വകാര്യം. അത് വായിച്ചുകൊണ്ടിരുന്നു.

ജീവിതം പാഠം

കൃപ എപ്പോഴും ലീഡുകൾ വരെ കാര്യസ്ഥൻ.

ദൈവം ചെയ്യുന്നു അല്ല സൌജന്യമായി ഞങ്ങളെ അങ്ങനെ ഞങ്ങൾ കഴിയും മടങ്ങുക വരെ സ്വയം സംവിധാനം ചെയ്ത ജീവിക്കുന്നു. അവൻ സ്വതന്ത്രമാക്കുന്നു ഞങ്ങളെ അങ്ങനെ നമുക്ക് അവനെ നന്നായി പ്രതിനിധീകരിക്കാൻ കഴിയും. കൃപയുടെ ഓരോ ദാനവും ഒരു നിയോഗം വഹിക്കുന്നു - അത് ദൃശ്യമോ മറഞ്ഞിരിക്കുന്നതോ ആകട്ടെ.

ഉത്തരവാദിത്തം

സമ്മർദ്ദമല്ല.

വിശ്വാസമാണ്.

ദൈവം ഉത്തരവാദിത്തം ഏൽപ്പിക്കുമ്പോൾ, അവൻ പൂർണത ആവശ്യപ്പെടുന്നില്ല - അവൻ **വിശ്വസ്തത** ആവശ്യപ്പെടുന്നു .

കണ്ണാടി നിമിഷം (വ്യക്തിഗതം പ്രതിഫലനം)
പ്രതിഫലിപ്പിക്കുക സത്യസന്ധമായി:

- എവിടെ ഉണ്ട് ദൈവം ഇതിനകം ഭരമേല്പിച്ച നീ കൂട സ്വാധീനം?
- WHO ആണ് ബാധിച്ച എഴുതിയത് നിങ്ങളുടെ അനുസരണം അല്ലെങ്കിൽ അനുസരണക്കേട്?
- ഉണ്ട് നീ ചികിത്സിച്ചു കൃപ പോലെ ആശ്വാസം പകരം യുടെ ഉത്തരവാദിത്തം?

അനുവദിക്കുക ഇവ ചോദ്യങ്ങൾ തിരയൽ നിങ്ങളുടെ ഹൃദയം.

നടപടി വേണ്ടി അനുസരണം

ഇന്ന്, തിരിച്ചറിയുക ഒന്ന് പ്രദേശം യുടെ

കാര്യസ്ഥൻ ഇൻ നിങ്ങളുടെ ജീവിതം.
അത് ഇതായിരിക്കാം:

- അ ബന്ധം
- അ പങ്ക്
- അ സമ്മാനം
- അ സാക്ഷ്യം

ചോദിക്കുക ദൈവം:
"എങ്ങനെ കഴിയും ഐ പ്രതിനിധീകരിക്കുക നീ വിശ്വസ്തതയോടെ ഇവിടെ?"
പിന്നെ എടുക്കുക ഒന്ന് മനഃപൂർവ്വം നടപടി അത് പ്രതിഫലിപ്പിക്കുന്നു ക്രിസ്തു.

ഗ്രൂപ്പ് ചർച്ച ചോദ്യങ്ങൾ

1. എന്തുകൊണ്ട് ചെയ്യുക ഞങ്ങൾ ചിലപ്പോൾ ചെറുക്കുക ഉത്തരവാദിത്തം ശേഷം സ്വാതന്ത്ര്യമോ?
2. എങ്ങനെ ചെയ്യുന്നു കാര്യസ്ഥൻ വ്യത്യസ്തമാക്കുക നിന്ന് സമ്മർദ്ദം?
3. എന്ത് ചെയ്യുന്നു അത് ശരാശരി വരെ തത്സമയം പോലെ എ ദൃശ്യം പ്രതിനിധി യുടെ ക്രിസ്തുവോ?

പ്രാർത്ഥന

പിതാവേ, നന്ദി നീ വേണ്ടി ദി കൃപ അത് ഉണ്ട് മാറ്റി എന്നെ. പഠിപ്പിക്കുക ഞാൻ വരെ കൊണ്ടുപോകുക ഉത്തരവാദിത്തം കൂടെ വിനയം ഒപ്പം വിശ്വസ്തത. സഹായം ഞാൻ പ്രതിനിധീകരിക്കുക നീ നന്നായി ഇൻ ഓരോ സ്ഥലം നീ ഉണ്ട് ഭരമേല്പിച്ച വരെ ഞാൻ. ഞാൻ തിരഞ്ഞെടുക്കുക കാര്യസ്ഥൻ കഴിഞ്ഞു സൗകര്യം.

ആമേൻ.

പ്രവചനം പ്രഖ്യാപനം

ഐ രാവിലെ എ വിശ്വസ്തനായ കാര്യസ്ഥൻ യുടെ ദൈവത്തിന്റെ കൃപ.

ഞാൻ എവിടെ നട്ടുപിടിപ്പിച്ചാലും എന്റെ ജീവിതം ക്രിസ്തുവിനെ പ്രതിഫലിപ്പിക്കുന്നു. ഉത്തരവാദിത്തം എന്റെ അനുസരണത്തെ മൂർച്ച കൂട്ടുന്നു.

ഐ തത്സമയം പോലെ ഒരു സ്ഥാനപതി യുടെ ക്രിസ്തു.

പ്രതിബദ്ധത ലേക്ക് അനുസരണം

ഇന്ന്, ഐ പ്രതിജ്ഞാബദ്ധമാക്കുക വരെ വിശ്വസ്തനായ കാര്യസ്ഥൻ.

ഐ ചെയ്യും തത്സമയം മനഃപൂർവ്വം, അറിയുന്നു എന്റെ ജീവിതം ആണ് വായിക്കുക എഴുതിയത് മറ്റുള്ളവർ.

ഞാൻ തിരഞ്ഞെടുക്കുക വിശ്വസ്തത ഇൻ എന്ത് ദൈവം ഉണ്ട് ഭരമേല്പിച്ച വരെ എന്നെ.

നോക്കുന്നു മുന്നോട്ട് ലേക്ക് ദിവസം പതിനൊന്ന്

പോലെ ഉത്തരവാദിത്തം വർദ്ധിച്ചു, അഗസ്റ്റിൻ കണ്ടെത്തി എ പുതിയത് വെല്ലുവിളി:

എങ്ങനെ ചെയ്യുക നീ നിലനിൽക്കുക വിനീതമായ എപ്പോൾ സ്വാധീനം വളരുന്നു?

നാളെ ഞങ്ങൾ ചെയ്യും നേരിടുക എ സൂക്ഷ്മമായ അപായം:

എപ്പോൾ ഉപയോഗക്ഷമത ഭീഷണിപ്പെടുത്തുന്നു ആശ്രിതത്വം ഓൺ ദൈവം.

ദിവസം പതിനൊന്ന്

ദി അപായം ഓഫ് ഉപയോഗശൂന്യത ആശ്രിതത്വം

K ഏയ് ഫോക്കസ് തിരുവെഴുത്തുകൾ

"കൂടാതെ ഞാൻ നീ കഴിയും ചെയ്യുക ഒന്നുമില്ല."

— ജോൺ 15:5

"അനുവദിക്കുക അവൻ WHO ചിന്തിക്കുന്നു അവൻ സ്റ്റാൻഡ്സ് എടുക്കുക ശ്രദ്ധിക്കുക അല്ലെങ്കിൽ അവൻ വീഴുക."

— 1 കൊരിന്ത്യർ 10:12

"ഞങ്ങൾ ഉണ്ട് ഇത് നിധി ഇൻ മണ്ണുകൊണ്ടുള്ള പാത്രങ്ങൾ, അത് ദി മികവ് യുടെ ദി പവർ മെയ് ആകുക യുടെ ദൈവം ഒപ്പം അല്ല യുടെ ഞങ്ങളെ."

— 2 കൊരിന്ത്യർ 4:7

"അല്ല അത് ഞങ്ങൾ ആകുന്നു മതിയായ യുടെ നമ്മളെത്തന്നെ... പക്ഷേ നമ്മുടെ പര്യാപ്തത ആണ് നിന്ന് ദൈവം."

— 2 കൊരിന്ത്യർ 3:5

അഗസ്റ്റൈൻസ് ജീവിച്ചു നിമിഷം

പോലെ ഉത്തരവാദിത്തം വർദ്ധിച്ചു, അഗസ്റ്റിൻ യുടെ ഹിപ്പോ ആയി കൂടുതൽ ഉപയോഗപ്രദമാകുന്നു.

ആളുകൾ

ശ്രദ്ധിച്ചു.

ജീവിക്കുന്നു
ആയിരുന്നു
ആകൃതിയി
ലുള്ള. സത്യം
ആയിരുന്നു
വ്യക്തമാക്കി.
ഒപ്പം അത് ആയിരുന്നു കൃത്യമായി ദി അപായം.

ജാഗ്രത നഷ്ടപ്പെട്ടാൽ ഉപയോഗക്ഷമതയ്ക്ക് ആശ്രിതത്വത്തെ നിശബ്ദമായി മാറ്റിസ്ഥാപിക്കാൻ കഴിയുമെന്ന് അഗസ്റ്റിൻ മനസ്സിലാക്കി. ദൈവം നൽകുന്ന ദാനങ്ങൾ തന്നെ ദൈവത്തിന് പകരമായി മാറും. സ്വാധീനം നിരാശയെ മന്ദീഭവിപ്പിക്കും. സത്യവുമായുള്ള പരിചയം കൃപയ്ക്കായുള്ള ദാഹം കുറയ്ക്കും.

അഗസ്റ്റിൻ ചെറുത്തുനിന്നു ഇത് ഡ്രിഫ്റ്റ് മനഃപൂർവ്വം. അവൻ ഓർമ്മിച്ചു അതും വ്യക്തമായി ദൈവസാന്നിധ്യത്തേക്കാൾ തന്റെ ഉൾക്കാഴ്ചയെ വിശ്വസിക്കാൻ അവൻ വിസമ്മതിച്ചു .

ഉപയോഗക്ഷമത അവനെ
ആകർഷിച്ചില്ല. ആശ്രയത്വം
അവനെ നങ്കൂരമിട്ടു.

ജീവിതം പാഠം

ദൈവം ആഗ്രഹങ്ങൾ ആശ്രിതത്വം കൂടുതൽ അധി
ഉപയോഗക്ഷമത.

ഫലഭൂയിഷ്ഠത ഇല്ലാതെ ആശ്രിതത്വം ആണ് സുസ്ഥിരമല്ലാത്ത. തിരുവെഴുത്ത് പഠിപ്പിക്കുന്നു ശാഖ ഫലം പുറപ്പെടുവിക്കുന്നത് പരിശ്രമം കൊണ്ടല്ല, മറിച്ച് മുന്തിരിവള്ളിയുമായി ബന്ധപ്പെട്ടിരിക്കുന്നു എന്നതുകൊണ്ടാണ് .

ഉപയോഗക്ഷമത മാറുന്നു അപകടകരമായ എപ്പോൾ:

- ഞങ്ങൾ ആശ്രയിക്കുക ഓൺ സമ്മാനം നൽകൽ പകരം യുടെ കൃപ
- ഞങ്ങൾ പകരം വയ്ക്കുക പ്രവർത്തനം വേണ്ടി അടുപ്പം
- ഞങ്ങൾ ആശ്രയം അനുഭവം കൂടുതൽ അധികം ദൈവം

ആശ്രയത്വം വഴി തുറന്നിടുന്നു. അതില്ലെങ്കിൽ നല്ല പ്രവൃത്തികൾ പോലും പൊള്ളയായി മാറും.

കണ്ണാടി നിമിഷം (വ്യക്തിഗതം പ്രതിഫലനം)

പ്രതിഫലിപ്പിക്കുക ശ്രദ്ധാപൂർവ്വം:

- എവിടെ ഉണ്ട് ദൈവം നിർമ്മിച്ചത് നീ ഫലപ്രദമായ അല്ലെങ്കിൽ ഫലപ്രദമോ?
- ഉണ്ട് ഫലപ്രാപ്തി കുറച്ചു നിങ്ങളുടെ അർത്ഥം യുടെ ആവശ്യം വേണ്ടി ദൈവം?
- ആർ നീ ആശ്രയിക്കൽ ഓൺ കഴിഞ്ഞ ഏറ്റുമുട്ടലുകൾ പകരം യുടെ വർത്തമാനം ആശ്രിതത്വം?

അനുവദിക്കുക ഇവ ചോദ്യങ്ങൾ വീണ്ടും കാലിബ്രേറ്റ് ചെയ്യുക നിങ്ങളുടെ ഹൃദയം.

നടപടി വേണ്ടി അനുസരണം

ഇന്ന്, പരിശീലനം **മനഃപൂർവ്വം ആശ്രിതത്വം** .

- താൽക്കാലികമായി നിർത്തുക മുമ്പ് ഓരോ പ്രധാനപ്പെട്ട ജോലി
- അംഗീകരിക്കുക ദൈവം വാമൊഴിയായി:
  "കർത്താവേ, ഐ ആവശ്യം നീ വേണ്ടി ഇത്."
- നിരസിക്കുക വരെ

ആശ്രയിക്കുക മാത്രം ഓൺ

അനുഭവം അല്ലെങ്കിൽ നൈപുണ്യ

ആശ്രിതത്വം ആണ് അല്ല

ബലഹീനത - അത് ആണ് ജ്ഞാനം.

ഗ്രൂപ്പ് ചർച്ച ചോദ്യങ്ങൾ

1. എന്തുകൊണ്ട് ചെയ്യുന്നു ഉപയോഗക്ഷമത പലപ്പോഴും ദുർബലപ്പെടുത്തുക ആശ്രിതത്വം?
2. എങ്ങനെ കഴിയും ആത്മീയ വിജയം സൃഷ്ടിക്കുക ആത്മീയ ദുർബലത?
3. എന്ത് രീതികൾ സഹായം നിലനിർത്തുക അടുപ്പം കൂടെ ദൈവം ഉത്തരവാദിത്തത്തിനിടയിൽ ?

പ്രാർത്ഥന

പിതാവേ, ഐ കുറ്റസമ്മതം നടത്തുക അത് ഐ ചിലപ്പോൾ ആശ്രയിക്കുക ഓൺ എന്ത് നീ ഉണ്ട് നൽകിയിരിക്കുന്നു ഞാൻ നിങ്ങളിൽ എന്നതിന് പകരം .
പുനഃസ്ഥാപിക്കുക എന്റെ ആശ്രിതത്വം.
പഠിപ്പിക്കുക ഞാൻ വരെ
നിലനിൽക്കുക ബന്ധിപ്പിച്ചു വരെ നീ
ഇൻ എല്ലാം കാര്യങ്ങൾ.
സ്വാതന്ത്ര്യത്തേക്കാൾ ഞാൻ അടുപ്പം
ഇഷ്ടപ്പെടുന്നു.
ആമേൻ.

പ്രവചനം പ്രഖ്യാപനം

ഐ നിലനിൽക്കുക ആശ്രിത ഓൺ ദൈവം.
എന്റെ പര്യാപ്തത ആണ് അല്ല ഇൻ
എന്റെ കഴിവ് പക്ഷേ ഇൻ അവന്റെ
കൃപ. ഫലം പ്രയത്നത്തിൽ നിന്നല്ല,
അടുപ്പത്തിൽ നിന്നാണ് ഉണ്ടാകുന്നത്.
ഐ പാലിക്കുക ഇൻ ക്രിസ്തു ദിവസേന.
പ്രതിബദ്ധത ലേക്ക് അനുസരണം

ഇന്ന്, ഐ പ്രതിജ്ഞാബദ്ധമാക്കുക വരെ നിലനിൽക്കുന്ന ഇൻ ക്രിസ്തു.

ഐ ചെയ്യും അല്ല ആശ്രയം എന്റെ

ഉപയോഗക്ഷമത കൂടുതൽ അധികം

ദൈവത്തിന്റെ സാന്നിധ്യം. I

തിരഞ്ഞെടുക്കുക ആശ്രിതത്വം ചെയ്തത്

ഓരോ സ്റ്റേജ് യുടെ ഫലഭൂയിഷ്ഠത.

നോക്കുന്നു മുന്നോട്ട് ലേക്ക് ദിവസം പന്ത്രണ്ട്

പോലെ അഗസ്റ്റിൻ അവശേഷിച്ചു ആശ്രിത, ദൈവം അനുവദിച്ചു അവൻ വരെ മുഖം ഉപയോഗത്തെക്കാളും പരാജയത്തെക്കാളും ആഴത്തിലുള്ള ഒന്ന്:

തിരുത്തൽ.

നാളെ ഞങ്ങൾ ചെയ്യും നേരിടുക എ പരിഷ്കരിക്കൽ സത്യം:

എങ്ങനെ ചെയ്യുന്നു എ വിശ്വസ്തനായ ദാസൻ സ്വീകരിക്കുക തിരുത്തൽ ഇല്ലാതെ പ്രതിരോധം?

ദിവസം പന്ത്രണ്ട്

ദൈവം താൻ വിശ്വസിക്കുന്നവരെ തിരുത്തുമ്പോൾ

K**ഏയ് ഫോക്കസ് തിരുവെഴുത്തുകൾ**

"വേണ്ടി ആർ ദി യജമാനൻ സ്നേഹിക്കുന്നു അവൻ ചാസ്റ്റൻസ്, ഒപ്പം ബാധകൾ ഓരോ അവൻ സ്വീകരിക്കുന്ന മകൻ."

— എബ്രായർ 12:6

"പോലെ ധാരാളം പോലെ ഐ സ്നേഹം, ഐ ശാസന ഒപ്പം ശാസന. അതുകൊണ്ട് ആകുക തീക്ഷ്ണതയുള്ള ഒപ്പം മാനസാന്തരപ്പെടുക."

— വെളിപാട് 3:19

"അനുവദിക്കുക എ നീതിമാനായ പുരുഷൻ പണിമുടക്ക് ഞാൻ; അത് ചെയ്യും ആകുക എ ദയ."

— സങ്കീർത്തനം 141:5

"എല്ലാ തിരുവെഴുത്തും ദൈവശ്വാസീയമായി നൽകപ്പെട്ടതിനാൽ അത് ഉപദേശത്തിന് പ്രയോജനകരമാണ് . ശാസന, വേണ്ടി തിരുത്തൽ, വേണ്ടി നിർദ്ദേശം ഇൻ നീതി."

— 2 തിമോത്തി 3:16

അഗസ്റ്റൈൻസ് ജീവിച്ചു നിമിഷം

ഹിപ്പോയിലെ അഗസ്റ്റിൻ സ്വാധീനത്തിലും ഉത്തരവാദിത്തത്തിലും വളർന്നപ്പോൾ, ദൈവം അദ്ദേഹത്തിന്റെ ജീവിതത്തിൽ നിന്ന് തിരുത്തൽ നീക്കം

ചെയ്തില്ല.

അവൻ വർദ്ധിച്ചു അത് .

തിരുത്തൽ വന്നു വഴി

തിരുവെഴുത്ത്.

വിശ്വസനീയമായ

ശബ്ദങ്ങളിലൂടെ.

വഴി സാഹചര്യങ്ങൾ അത് തുറന്നുകാട്ടപ്പെട്ടു അന്ധൻ പാടുകൾ.

തിരുത്തലിനെ നിരസിക്കലായി അഗസ്റ്റിൻ വ്യാഖ്യാനിച്ചില്ല. അദ്ദേഹം അത് തെളിവായി തിരിച്ചറിഞ്ഞു. യുടെ വിശ്വാസം . ദൈവം തിരുത്തുന്നു എന്ത് അവൻ ഉദ്ദേശിക്കുന്നു വരെ സൂക്ഷിക്കുക. അവൻ വിഷയങ്ങൾ അവൻ ഉപയോഗിക്കാൻ ഉദ്ദേശിക്കുന്നത്.

എതിർക്കുന്നതിനുപകരം,

അഗസ്റ്റിൻ ഇടപെട്ടു. തിരുത്തൽ

ചെയ്തു അല്ല കുറയ്ക്കുക

അവന്റെ അധികാരം. അത്

അതിനെ പരിഷ്കരിച്ചു.

ജീവിതം പാഠം

തിരുത്തൽ ആണ് എ അടയാളം യുടെ പുത്രത്വം, അല്ല പരാജയം.

ദൈവം തിരുത്താതെ വിടുന്നവരെ ഒരുക്കുന്നില്ല - അവ

ഇടത് ഒറ്റയ്ക്ക്. തിരുവെഴുത്ത് ഉണ്ടാക്കുന്നു അത്

വ്യക്തമായ: തിരുത്തൽ ആണ് തെളിവ് യുടെ ബന്ധം.

ആത്മീയം പക്വത ആണ് അല്ല വെളിപ്പെടുത്തി എഴുതിയത് ദി അഭാവം യുടെ തിരുത്തൽ, പക്ഷേ എഴുതിയത് ദി

പ്രതികരണം വരെ അത്.

തിരുത്തൽ അഹങ്കാരത്തെ താഴ്ത്തുന്നു ,

വിവേചനശക്തിയെ മൂർച്ച കൂട്ടുന്നു ,

ഫലഭൂയിഷ്ഠത നിലനിർത്തുന്നു .

കണ്ണാടി നിമിഷം (വ്യക്തിഗതം പ്രതിഫലനം)

പ്രതിഫലിപ്പിക്കുക സത്യസന്ധമായി:

- എങ്ങനെ ചെയ്യുക നീ സാധാരണയായി പ്രതികരിക്കു വരെ തിരുത്തൽ?
- ചെയ്യുക നീ സ്വീകരിക്കുക ശാസന പ്രതിരോധപരമായ അല്ലെങ്കിൽ വിവേകത്തോടെ?
- ഉണ്ട് ദൈവം ആയിരുന്നു ഹൈലൈറ്റ് ചെയ്യുന്നു ഒരു പ്രദേശം അത് ആവശ്യമാണ് ക്രമീകരണം?

ചെയ്യുക അല്ല തിരക്ക് കഴിഞ്ഞ ബോധ്യം. സ്വീകരിക്കുക അത് പോലെ സ്നേഹം.

നടപടി വേണ്ടി അനുസരണം

ഇന്ന്, പരിശീലനം **പഠിപ്പിക്കാനുള്ള കഴിവ്** .

- ക്ഷണിക്കുക ദൈവം വരെ തിരയൽ നിങ്ങളുടെ ഹൃദയ

(സങ്കീർത്തനം 139:23–24)

- കേൾക്കൂ ശ്രദ്ധാപൂർവ്വം വരെ തിരുവെഴുത്ത് ഒപ്പം ആലോചന
- എങ്കിൽ തിരുത്തൽ ആണ് വ്യക്തമായ, പ്രതികരിക്കുക ഇല്ലാതെ കാലതാമസം

തിരുത്തൽ കരടികൾ പഴം എപ്പോൾ അത് ആണ് അഭിനയിച്ചു മേൽ.

ഗ്രൂപ്പ് ചർച്ച ചോദ്യങ്ങൾ

1. എന്തുകൊണ്ട് ചെയ്യുന്നു തിരുത്തൽ അനുഭവപ്പെടുക ഭീഷണിപ്പെടുത്തൽ വരെ ദി അഹംഭാവമോ?
2. എങ്ങനെ കഴിയും തിരുത്തൽ സംരക്ഷിക്കുക ദീർഘകാല ഫലഭൂയിഷ്ഠത?
3. എന്ത് വേർതിരിച്ചറിയുന്നു ദൈവഭക്തമായ തിരുത്തൽ നിന്ന് ശിക്ഷാവിധിയോ?

പ്രാർത്ഥന

പിതാവേ, നന്ദി നീ വേണ്ടി സ്നേഹിക്കുന്ന

ഞാൻ മതി വരെ ശരി എന്നെ. നീക്കം

ചെയ്യുക പ്രതിരോധശേഷി നിന്ന് എന്റെ

ഹൃദയം.

പഠിപ്പിക്കുക ഞാൻ വരെ സ്വീകരിക്കുക നിർദ്ദേശം കൂടെ വിനയം ഒപ്പം നന്ദി.

ആകൃതി ഞാൻ കടന്നു എ
പാത്രം നീ കഴിയും
വിശ്വസിക്കൂ. ആമേൻ.
പ്രവചനം പ്രഖ്യാപനം
ഐ സ്വീകരിക്കുക ദൈവത്തിന്റെ
തിരുത്തൽ കൂടെ എളിമ. തിരുത്തൽ
എന്നെ ശുദ്ധീകരിക്കുന്നു; അത് എന്നെ
തള്ളിക്കളയുന്നില്ല.
ഐ വളരുക കൂടുതൽ ശക്തമായ
വഴി ദൈവത്തിന്റെ സ്നേഹിക്കുന്ന
അച്ചടക്കം. കർത്താവിന്റെ
മുമ്പാകെ ഞാൻ
പഠിക്കപ്പെടാവുന്നവനായി
തുടരുന്നു.
പ്രതിബദ്ധത ലേക്ക് അനുസരണം
ഇന്ന്, യാതൊരു എതിർപ്പും കൂടാതെ
തിരുത്തൽ സ്വീകരിക്കാൻ ഞാൻ
പ്രതിജ്ഞാബദ്ധനാണ്. ഞാൻ ചെയ്യും
പ്രതികരിക്കുക വേഗത്തിൽ എവിടെ
ദൈവം കുറ്റവാളികൾ എന്നെ.
ഐ തിരഞ്ഞെടുക്കുക വളർച്ച കഴിഞ്ഞു അഹംഭാവം.
നോക്കുന്നു മുന്നോട്ട് ലേക്ക് ദിവസം പതിമൂന്ന്

പോലെ അഗസ്റ്റിൻ സമർപ്പിച്ചു വരെ തിരുത്തൽ, ദൈവം തുടങ്ങി വരെ ആഴത്തിലാക്കുക നേതൃത്വത്തിനും ദീർഘായുസ്സിനും അത്യാവശ്യമായ ഒന്ന്:

അനുകമ്പ.

നാളെ ഞങ്ങൾ ചെയ്യും പര്യവേക്ഷണം ചെയ്യുക:
എങ്ങനെ തകർച്ച മാറുന്നു എ ഉറവിടം യുടെ ആർദ്രത പകരം

അധികം കയ്പ്പ്.

ദിവസം പതിമൂന്ന്

കൂടെ തകർച്ച ലേക്ക് അനുകമ്പ

K ഏയ് ഫോക്കസ് തിരുവെഴുത്തുകൾ

"അനുഗ്രഹീതൻ ആകുന്നു ദി കരുണയുള്ള, വേണ്ടി അവർ ചെയ്യും നേടുക കരുണ."

— മത്തായി 5:7

ദൈവത്തിൽ നിന്ന് ഞങ്ങൾക്കു ലഭിക്കുന്ന ആശ്വാസം കൊണ്ട് ഏതൊരു കഷ്ടതയിലുമുള്ളവരെ ആശ്വസിപ്പിക്കുക ."

— 2 കൊരിന്ത്യർ 1:4 (El 1:4)

"ഓർക്കുക അവ WHO ആകുന്നു ബന്ധിതമായ, പോലെ എങ്കിൽ ബന്ധിതം കൂടെ അവരെ."

— എബ്രായർ 13:3

"എ ചതഞ്ഞരഞ്ഞ ഞാങ്ങണ അവൻ ചെയ്യും അല്ല ബ്രേക്ക്.

— യെശയ്യാവ് യെശയ്യാവ് 42:3

അഗസ്റ്റൈൻസ് ജീവിച്ചു നിമിഷം

പോലെ അഗസ്റ്റിൻ യുടെ ഹിപ്പോ പക്വത പ്രാപിച്ചു ഇൻ വിശ്വാസം, എന്തോ നിശബ്ദം പക്ഷേ വളരെ ആഴത്തിലുള്ള ഒരു സംഭവം സംഭവിച്ചു.

അവന്റെ കഴിഞ്ഞ നിർത്തി കുറ്റപ്പെടുത്തൽ അവൻ—ഒ ആരംഭിച്ചു നിർദ്ദേശം നൽകുന്നു അവനെ .

അഗസ്റ്റിൻ താൻ ആരായിരുന്നുവെന്ന് മറന്നില്ല. തന്റെ കഥ പുനർവ്യാഖ്യാനിക്കാൻ അദ്ദേഹം കൃപയെ അനുവദിച്ചു. ഒരിക്കൽ ലജ്ജ ഉളവാക്കിയ അതേ

പരാജയങ്ങൾ ഇപ്പോൾ സഹാനുഭൂതിയെ ഉളവാക്കി. ദി അതേ പോരാട്ടങ്ങൾ അത് ഒരിക്കൽ അടിമയാക്കി അവൻ ഇപ്പോൾ സഹായിച്ചു അവൻ തിരിച്ചറിയുക വേദന മറ്റുള്ളവയിൽ .

ക്രൂരതയില്ലാതെ അദ്ദേഹം
തെറ്റ് തിരുത്തി. അദ്ദേഹം
നേരിട്ടു പാപം ഇല്ലാതെ
അവജ്ഞ.
അവൻ അക്ഷമ കൂടാതെ ദുർബലരെ
നയിച്ചു. തകർച്ച, സുഖപ്പെട്ടു
എഴുതിയത് കൃപ, ആയി അനുകമ്പ.

ജീവിതം പാഠം

സുഖം പ്രാപിച്ചു തകർച്ച ഉത്പാദിപ്പിക്കുന്നു ആർദ്രത, അ ശ്രേഷ്ഠത.

ദൈവം ചെയ്യുന്നു അല്ല മായ്ക്കുക നമ്മുടെ കഴിഞ്ഞ; അവൻ വീണ്ടെടുക്കുന്നു അത്. എപ്പോൾ തകർച്ച ആണ് സമർപ്പിച്ചു കൃപ, അത് മാറുന്നു എ പാലം പകരം അധികം എ തടസ്സം. അനുകമ്പ ആണ് ജനിച്ചത് അല്ല ദൂരെ നിന്ന് , പക്ഷേ ഓർമ്മയിൽ നിന്ന്.

ആ WHO മറക്കുക എവിടെ അവർ ആയിരുന്നു രക്ഷപ്പെടുത്തി നിന്ന് പലപ്പോഴും തോൽക്കുക ക്ഷമ മറ്റുള്ളവരുമായി .

ആ WHO ഓർമ്മിക്കുക ആയിത്തീരുക സൗമ്യമായ ഇല്ലാ ആയിത്തീരുന്നു അനുവദനീയമായ.

കണ്ണാടി നിമിഷം (വ്യക്തിഗതം പ്രതിഫലനം)

പ്രതിഫലിപ്പിക്കുക പ്രാർത്ഥനാപൂർവ്വം:

- എന്ത് ഭാഗങ്ങൾ യുടെ നിങ്ങളുടെ കഴിഞ്ഞ ഉണ്ട് ദൈവം ഇതിനകം വീണ്ടെടുത്തോ?
- എവിടെ ശക്തി നിങ്ങളുടെ സുഖപ്പെട്ടു മുറിവുകൾ ആകുക ഉദ്ദേശിച്ചത് വരെ സേവിക്കുക മറ്റുള്ളവർ?
- ചെയ്യുക നീ ശരി മറ്റുള്ളവർ കൂടെ ക്ഷമ അല്ലെങ്കിൽ നിരാശയോ?

ചോദിക്കുക ദൈവം വരെ വിന്യസിക്കുക നിങ്ങളു ഹൃദയം കൂടെ അവന്റെ.

നടപടി വേണ്ടി അനുസരണം

ഇന്ന്, പരിശീലനം **മനഃപൂർവ്വം അനുകമ്പ** .

- തിരിച്ചറിയുക ഒന്ന് വ്യക്തി WHO ആണ് ബുദ്ധിമുട്ടുന്നു
- പ്രതികരിക്കുക കൂടെ ക്ഷമ പകരം അധികം വിധി

• ഓഫർ സാന്നിധ്യം, പ്രാർത്ഥന, അല്ലെങ്കിൽ പ്രോത്സാഹനം

അനുവദിക്കുക കൃപ ഒഴുക്ക് പുറത്തേക്ക് പോലെ അത് ഒരിക്കൽ ഒഴുകി വരെ നീ.

ഗ്രൂപ്പ് ചർച്ച ചോദ്യങ്ങൾ

1. എങ്ങനെ കഴിയും ഓർമ്മിക്കുന്നു നമ്മുടെ കഴിഞ്ഞ സംരക്ഷിക്കുക ഞങ്ങളെ നിന്ന് ആത്മീയ അഹങ്കാരം?
2. എന്ത് ആണ് ദി വ്യത്യാസം ഇടയിൽ കാരുണ്യം ഒപ്പം വിട്ടുവീഴ്ച ചെയ്യണോ?
3. എങ്ങനെ ചെയ്യുന്നു ദൈവം ഉപയോഗിക്കുക നമ്മുടെ കഥകൾ വരെ സേവിക്കുക മറ്റുള്ളവർ?

പ്രാർത്ഥന

പിതാവേ, നന്ദി നീ വേണ്ടി

വീണ്ടെടുക്കൽ എന്റെ തകർച്ച.

പഠിപ്പിക്കുക ഞാൻ വരെ നീട്ടുക ദി

അതേ കാരുണ്യം ഐ ഉണ്ട് സ്വീകരിച്ചു.

എന്റെ ഹൃദയത്തെ കാഠിന്യത്തിൽ

നിന്ന് രക്ഷിക്കണമേ.

അനുവദിക്കുക കാരുണ്യം ഒഴുക്ക് വഴി

ഞാൻ പോലെ തെളിവ് യുടെ നിങ്ങളുടെ

കൃപ. ആമേൻ.

പ്രവചനം പ്രഖ്യാപനം

എന്റെ ഹൃദയം പ്രതിഫലിപ്പിക്കുന്നു ദി കാരുണ്യം യുടെ ദൈവം.

കൃപ ഉണ്ട് രൂപാന്തരപ്പെട്ടു എന്റെ

തകർച്ച കടന്നു കരുണ. ഞാൻ

പ്രതികരിക്കുക വരെ മറ്റുള്ളവർ കൂടെ

ക്ഷമ ഒപ്പം സ്നേഹം.

ദി കാരുണ്യം ഐ ഉണ്ട് ലഭിച്ചു, ഐ സ്വതന്ത്രമായി കൊടുക്കുക.

പ്രതിബദ്ധത ലേക്ക് അനുസരണം

ഇന്ന്, ഐ പ്രതിജ്ഞാബദ്ധമാക്കുക വരെ നടത്തം അനുകമ്പയിൽ .

ഐ ചെയ്യും അല്ല മറക്കുക

എവിടെ ദൈവം രക്ഷപ്പെടുത്തി

ഞാൻ നിന്ന്. ഞാൻ

തിരഞ്ഞെടുക്കുക ആർദ്രത

ആകൃതിയിലുള്ള എഴുതിയത്

സത്യം.

നോക്കുന്നു മുന്നോട്ട് ലേക്ക് ദിവസം പതിനാല്

പോലെ കാരുണ്യം ആഴമേറിയ, അഗസ്റ്റിൻ

നേരിട്ടു എ പുതിയത് ടെൻഷൻ: എങ്ങനെ

ചെയ്യുക നീ സ്നേഹം ആളുകൾ ആഴത്തിൽ

ഇല്ലാതെ തോൽക്കുന്നു വ്യക്തത യുടെ

സത്യമാണോ? നാളെ നമ്മൾ പര്യവേക്ഷണം

ചെയ്യും:

ഹോൾഡിംഗ് സത്യം ഒപ്പം സ്നേഹം ഇല്ലാതെ വിട്ടുവീഴ്ച ചെയ്യുക.

ദിവസം പതിനാലു

സത്യം സംസാരിച്ചു

എ.ടി സ്നേഹം

K ഏയ് ഫോക്കസ് തിരുവെഴുത്തുകൾ

"സംസാരിക്കുന്നു ദി സത്യം ഇൻ സ്നേഹം, ഞങ്ങൾ മെയ് വളരുക മുകളിലേക്ക് ഇൻ എല്ലാം കാര്യങ്ങൾ കടന്നു തലയോ ക്രിസ്തു."

— എഫെസ്യർ 4:15

"അനുവദിക്കുക നിങ്ങളുടെ പ്രസംഗം എപ്പോഴും ആകുക കൂടെ കൃപ, രുചികരമായ ഉപ്പിടണോ ."

— കൊളോസ്യർ 4:6

"വിശ്വസ്തൻ ആകുന്നു ദി മുറിവുകൾ യുടെ എ സുഹൃത്ത്.'

— സദൃശവാക്യങ്ങൾ 27:6

"ദി ജ്ഞാനം അത് ആണ് നിന്ന് മുകളിൽ ആണ് ആദ്യം ശുദ്ധമായ, പിന്നെ സമാധാനപരമായ, സൗമ്യം."

— ജെയിംസ് 3:17

അഗസ്റ്റൈൻസ് ജീവിച്ചു നിമിഷം

പോലെ അഗസ്റ്റിൻ യുടെ ഹിപ്പോ പക്വത പ്രാപിച്ച, അവൻ ആയിരുന്നു വർദ്ധിച്ചുവരുന്ന വിളിച്ചു വരെ തെറ്റ് നേരിടുക, ആശയക്കുഴപ്പം, ഒപ്പം പാപം—രണ്ടും

ഇൻ വ്യക്തികൾ ഒപ്പം ഇൻ ദി ക്രിസ്ത്യൻ പള്ളി.

പരുഷമായ സത്യത്തിന്റെ അപകടം അയാൾക്ക് അറിയാമായിരുന്നു.

അയാൾ കൂടാതെ അറിയാമായിരുന്നു ദി അപായം യുടെ നിശബ്ദം സ്നേഹം.

അഗസ്റ്റിൻ ഉണ്ടായിരുന്നു ജീവിച്ചു ഓൺ രണ്ടും വശങ്ങൾ. അവൻ ഉണ്ടായിരുന്നു ഒരിക്കൽ ആയിരുന്നു തിരുത്തി കരുണയില്ലാതെ ഒപ്പം ഉണ്ടായിരുന്നു ചെറുത്തുനിന്നു അത്. ഇപ്പോൾ, ആകൃതിയിലുള്ള എഴുതിയത് കൃപ, അവൻ പഠിച്ചു വരെ സംസാരിക്കുക സത്യം പറഞ്ഞാൽ എ വഴി അത് ക്ഷണിച്ചു പശ്ചാത്താപം പകരം അധികം പ്രതിരോധശേഷി.

അവൻ ചെയ്തു അല്ല നേർപ്പിക്കുക സത്യം വരെ സംരക്ഷിക്കുക സമാധാനം.

അവൻ ചെയ്തു അല്ല ആയുധമാക്കുക സത്യം വരെ ഉറപ്പിക്കുക നിയന്ത്രണം. അവൻ സംസാരിച്ചു പോലെ ഒന്ന് WHO ഉണ്ടായിരുന്നു ആയിരുന്നു സുഖപ്പെട്ടു.

ജീവിതം പാഠം

സത്യവും സ്നേഹവും പരസ്പര വിരുദ്ധങ്ങളല്ല; അവർ പങ്കാളികളാണ്.

സ്നേഹമില്ലാത്ത സത്യം ക്രൂരതയായി മാറുന്നു.

സ്നേഹം ഇല്ലാതെ സത്യം മാറുന്നു വിട്ടുവീഴ്ച ചെയ്യുക.

ആത്മീയം പകചത ആണ് വെളിപ്പെടുത്തി അല്ല എഴുതിയത് ഒഴിവാക്കൽ കഠിനമായ സംഭാഷണങ്ങൾ, പക്ഷേ നമ്മൾ അവരുമായി **എങ്ങനെ ഇടപഴകുന്നു** എന്നതിലൂടെ . താഴ്മയോടെയും ക്ഷമയോടെയും മറ്റൊരാളുടെ പുനഃസ്ഥാപനത്തിനായുള്ള യഥാർത്ഥ ഉത്കണ്ഠയോടെയും സത്യം സംസാരിക്കുമ്പോഴാണ് വളർച്ച സംഭവിക്കുന്നതെന്ന് തിരുവെഴുത്ത് പഠിപ്പിക്കുന്നു.

സ്നേഹം **സ്വരത്തെ**
നിർണ്ണയിക്കുന്നു .
സത്യം. **ദിശ**
നിർണ്ണയിക്കുന്നു .

കണ്ണാടി നിമിഷം (വ്യക്തിഗതം പ്രതിഫലനം)
പ്രതിഫലിപ്പിക്കുക സത്യസന്ധമായി:

- ചെയ്യുക നീ ഒഴിവാക്കുക സത്യം വരെ സൂക്ഷിക്കുക സമാധാനം?
- അഥവാ ചെയ്യുക നീ സംസാരിക്കുക സത്യം ഇല്ലാതെ പരിഗണന വേണ്ടി ആർദ്രത?
- എങ്ങനെ ചെയ്യുന്നു നിങ്ങളുടെ ടോൺ പ്രതിഫലിപ്പിക്കുക നിങ്ങളുടെ ഹൃദയം?

ക്ഷണിക്കുക ദൈവം വരെ തിരയൽ രണ്ടും നിങ്ങളുടെ വാക്കുകൾ ഒപ്പം നിങ്ങളുടെ ഉദ്ദേശ്യങ്ങൾ.

നടപടി വേണ്ടി അനുസരണം

ഇന്ന്, പരിശീലനം **സത്യസന്ധമായ സ്നേഹം** .

- തിരിച്ചറിയുക ഒന്ന് സംഭാഷണം നീ ഉണ്ട് ഒഴിവാക്കി അല്ലെങ്കിൽ തെറ്റായി കൈകാര്യം ചെയ്തു

- പ്രാർത്ഥിക്കുക വേണ്ടി വിനയം ഒപ്പം വ്യക്തത
- എങ്കിൽ ഉചിതമായ, എടുക്കുക ഒന്ന് ഘട്ടം നേരെ സത്യസന്ധൻ, മാന്യമായ സംഭാഷണം

ചെയ്യുക അല്ല ലക്ഷ്യം വരെ വിജയിക്കുക. ലക്ഷ്യം വരെ പുനഃസ്ഥാപിക്കുക.

ഗ്രൂപ്പ് ചർച്ച ചോദ്യങ്ങൾ

1. എന്തുകൊണ്ട് ആണ് അത് ബുദ്ധിമുട്ടുള്ള വരെ പിടിക്കുക സത്യം ഒപ്പം സ്നേഹം ഒരുമിച്ച്?
2. എങ്ങനെ ചെയ്യുന്നു ഭയം സ്വാധീനം നമ്മുടെ ആശയവിനിമയം?
3. എന്ത് വേർതിരിച്ചറിയുന്നു ദൈവഭക്തമായ തിരുത്തര നിന്ന് വ്യക്തിപരമായ വിമർശനം?

പ്രാർത്ഥന

പിതാവേ, പഠിപ്പിക്കുക ഞാൻ വരെ സംസാരിക്കുക സത്യം പോലെ നീ ചെയ്യുക.

നീക്കം ചെയ്യുക കാഠിന്യം നിന്ന് എന്റെ

വാക്കുകൾ ഒപ്പം ഭയം നിന്ന് എന്റെ

അനുസരണം. അനുവദിക്കുക സ്നേഹം

ആകൃതി എന്റെ ടോൺ ഒപ്പം സത്യം

വഴികാട്ടി എന്റെ സന്ദേശം.

ഉപയോഗിക്കുക എന്റെ

വാക്കുകൾ വരെ

സുഖപ്പെടുത്തുക, അല്ല

ദോഷം. ആമേൻ.

പ്രവചനം പ്രഖ്യാപനം

എന്റെ വാക്കുകൾ

പ്രതിഫലിപ്പിക്കുക ദി

ഹൃദയം യുടെ ക്രിസ്തു.

ഞാൻ

സ്നേഹത്തോടെയും

വ്യക്തതയോടെയും

സത്യം സംസാരിക്കുന്നു.

ദൈവം ഉപയോഗങ്ങൾ എന്റെ ശബ്ദം വരെ കൊണ്ടുവരിക പുനഃസ്ഥാപനം.

ഐ വളരുക ഇൻ പക്വത വഴി അനുസരണയുള്ള ആശയവിനിമയം.

പ്രതിബദ്ധത ലേക്ക് അനുസരണം

ഇന്ന്, ഐ പ്രതിജ്ഞാബദ്ധമാക്കുക വരെ സംസാരിക്കുന്നു സത്യം ഇൻ സ്നേഹം.

ഞാൻ സത്യസന്ധത

ഒഴിവാക്കുകയോ അനുകമ്പ

ഉപേക്ഷിക്കുകയോ ചെയ്യില്ല.

ക്രിസ്തുസമാനമായ

ആശയവിനിമയം ഞാൻ

തിരഞ്ഞെടുക്കുന്നു.

നോക്കുന്നു മുന്നോട്ട് ലേക്ക് ദിവസം പതിനഞ്ച്

പോലെ അഗസ്റ്റിൻ തുടർന്നു വരെ ലീഡ്, അവൻ അഭിമുഖീകരിച്ച മറ്റൊന്ന് വെല്ലുവിളി:

എന്ത് സംഭവിക്കുന്നു എപ്പോൾ അനുസരണം ചെലവുകൾ പ്രശസ്തി, ആശ്വാസം, അല്ലെങ്കിൽ സുരക്ഷ?

നാളെ ഞങ്ങൾ ചെയ്യും പര്യവേക്ഷണം ചെയ്യുക:

എണ്ണൽ ദി ചെലവ് ഇല്ലാതെ പിൻവാങ്ങുന്നു നിന്ന് വിശ്വസ്തത.

ദിവസം പതിനഞ്ച്
ദി ചെലവ് ഓഫ് വിശ്വസ്തൻ അനുസരണം

K **ഏയ് ഫോക്കസ് തിരുവെഴുത്തുകൾ**

"ആരായാലും ചെയ്യുന്നു അല്ല കരടി അവന്റെ കുരിശ് ഒപ്പം വരൂ ശേഷം ഞാൻ കഴിയില്ല ആകുക എന്റെ
ശിഷ്യൻ."

— ലൂക്കോസ് 14:27

"അതെ, ഒപ്പം എല്ലാം WHO ആഗ്രഹം വരെ തത്സമയം ദൈവഭക്തമായ ഇൻ ക്രിസ്തു യേശു ചെയ്യും കഷ്ടപ്പെടുക പീഡനം."

— 2 തിമോത്തി 3:12

"അനുവദിക്കുക ഞങ്ങളെ പോകൂ മുന്നോട്ട് വരെ അവൻ, പുറത്ത് ദി ക്യാമ്പ്, ബെയറിംഗ് അവന്റെ നിന്ദ."

— എബ്രായർ 13:13

"വേണ്ടി എന്ത് ചെയ്യും അത് ലാഭം എ പുരുഷൻ എങ്കിൽ അവൻ നേട്ടങ്ങൾ ദി മുഴുവൻ ലോകം, ഒപ്പം തോൽക്കുന്നു അവന്റെ സ്വന്തം ആത്മാവോ?"

— അടയാളം 8:36

അഗസ്റ്റൈൻസ് ജീവിച്ചു നിമിഷം

അഗസ്റ്റിൻ ആയി യുടെ ഹിപ്പോ വിശ്വസ്തതയിൽ വളർന്നു, അനുസരണത്തിന് പരിശ്രമത്തേക്കാൾ വില

കൊടുക്കേണ്ടി വന്നു.

അത് ചെലവ്

അവൻ

ആശ്വാസം.

അത്

അവന്റെ

സമാധാനം

നഷ്ടപ്പെടുത്തി.

അത് ചെലവ് അവൻ അംഗീകാരം.

സത്യത്തിനുവേണ്ടി നിലകൊള്ളുന്നത് എതിർപ്പിന് കാരണമായി. വിശ്വസ്തതയോടെ മേയിക്കുന്നത് തെറ്റിദ്ധാരണയ്ക്ക് കാരണമായി. നിരസിക്കുന്നു വിട്ടുവീഴ്ച ചെയ്യുക ക്ഷണിച്ചു വിമർശനം. അഗസ്റ്റിൻ അത് പഠിച്ചു അനുസരണം ചെയ്യുന്നു അല്ല എപ്പോഴും ലീഡ് വരെ കരഘോഷം—പലപ്പോഴും, അത് ലീഡുകൾ വരെ ഐസൊലേഷൻ.

എന്നിട്ടും അവൻ ചെയ്തു അല്ല പിൻവാങ്ങുക.

അവൻ ഉണ്ടായിരുന്നു ഇതിനകം പഠിച്ചു അത് വിട്ടുവീഴ്ച ചെയ്യുക ചെലവുകൾ കൂടുതൽ അധികം അനുസരണം എന്നെങ്കിലും ചെയ്യും.

ജീവിതം പാഠം

അനുസരണം എപ്പോഴും വഹിക്കുന്നു എ ചെലവ്—പക്ഷേ അനുസരണക്കേട് ചെലവുകൾ കൂടുതൽ.

യേശു ഒരിക്കലും ഒളിപ്പിച്ചു ദി വില യുടെ ശിഷ്യത്വം. ദി വിളി വരെ പിന്തുടരുക അവൻ ഉൾപ്പെടുന്നു സന്നദ്ധത വരെ തോൽക്കുക എന്ത് കഴിയില്ല ആകുക സൂക്ഷിച്ചു ഇൻ ഓർഡർ വരെ നേട്ടം എന്ത് കഴിയില്ല ആകുക നഷ്ടപ്പെട്ടു.

വിശ്വസ്തൻ അനുസരണം പരിശോധനകൾ എന്ത് ഞങ്ങൾ ശരിക്കും മൂല്യം:

- മതിപ്പ് അല്ലെങ്കിൽ നീതി
- ആശ്വാസം അല്ലെങ്കിൽ വിളിക്കുന്നു
- സ്വീകാര്യത അല്ലെങ്കിൽ കൂറ്

എപ്പോൾ അനുസരണം മാറുന്നു ചെലവേറിയ, അത് വെളിപ്പെടുത്തുന്നു WHO ഞങ്ങൾ സേവിക്കുക.

കണ്ണാടി നിമിഷം (വ്യക്തിഗതം പ്രതിഫലനം)

പ്രതിഫലിപ്പിക്കുക സത്യസന്ധമായി:

- എവിടെ ഉണ്ട് അനുസരണം ഇതിനകം ചെലവ് നീ എന്തെങ്കിലും?
- എന്ത് നഷ്ടം ആകുന്നു നീ ഏറ്റവും കൂടുതൽ ഭയപ്പെട്ടു യുടെ നിങ്ങളാണെങ്കിൽ പിന്തുടരുക ദൈവം പൂർണ്ണമായും?
- ഉണ്ട് നീ എന്നേക്കും ഒഴിവാക്കി അനുസരണം വരെ സംരക്ഷിക്കുക ആശ്വാസം അതോ പ്രശസ്തിയോ?

അനുവദിക്കുക ഇവ ചോദ്യങ്ങൾ ഉപരിതലം സത്യം ഇല്ലാ ഭയം.

നടപടി വേണ്ടി അനുസരണം

ഇന്ന്, അംഗീകരിക്കുക ദി ചെലവ്—പക്ഷേ തിരഞ്ഞെടുക്കു

അനുസരണം എന്തായാലും.

- തിരിച്ചറിയുക ഒന്ന് പ്രദേശം എവിടെ അനുസരണം അനുഭവപ്പെടുന്നു വിലയേറിയ
- പേര് ദി ഭയം ഘടിപ്പിച്ചിരിക്കുന്നു വരെ അത്
- കീഴടങ്ങുക അത് ഭയം വരെ ദൈവം മനഃപൂർവ്വം

വിശ്വസ്തത വളരുന്നു എപ്പോൾ അനുസരണം ആണ് തിരഞ്ഞെടുത്തത് ഉണ്ടായിരുന്നിട്ടും ചെലവ്.

ഗ്രൂപ്പ് ചർച്ച ചോദ്യങ്ങൾ

1. എന്തുകൊണ്ട് ചെയ്യുക ഞങ്ങൾ പ്രതീക്ഷിക്കുക അനുസരണം വരെ ആകുക സൗകര്യപ്രദമാണോ?
2. എങ്ങനെ ചെയ്യുന്നു ഭയം യുടെ നഷ്ടം ആകൃതി നമ്മുടെ തീരുമാനങ്ങൾ?
3. എന്ത് സഹായിക്കുന്നു വിശ്വാസികൾ സഹിക്കുക ദി ചെലവ് യുടെ വിശ്വസ്തതയോ?

പ്രാർത്ഥന

പിതാവേ, ഐ കുറ്റസമ്മതം നടത്തുക അത് ഐ

ചിലപ്പോൾ ഭയം ദി ചെലവ് യുടെ അനുസരണം.

വില എന്തുതന്നെയായാലും നിന്നെ

അനുഗമിക്കാനുള്ള എന്റെ ദൃഢനിശ്ചയത്തെ

ശക്തിപ്പെടുത്തണമേ. സഹായിക്കണമേ . ഞാൻ

മൂല്യം വിശ്വസ്തത മുകളിൽ ആശ്വാസം.

ഐ തിരഞ്ഞെടുക്കുക കൂറ്

വരെ നീ മുകളിൽ എല്ലാം

അല്ലെങ്കിൽ. ആമേൻ.

പ്രവചനം പ്രഖ്യാപനം

ഐ തിരഞ്ഞെടുക്കുക അനുസരണം കഴിഞ്ഞു ആശ്വാസം.

ദി ചെലവ് യുടെ വിശ്വസ്തത

ചെയ്യും അല്ല തടയുക ഞാൻ.

ദൈവമേ ആണ് എന്റെ

പ്രതിഫലം, അല്ല അംഗീകാരം

നിന്ന് മറ്റുള്ളവർ. ഞാൻ

ക്രിസ്തുവിനെ പൂർണ്ണമായി

അനുഗമിക്കുന്നു.

പ്രതിബദ്ധത ലേക്ക് അനുസരണം

ഇന്ന്, ഐ പ്രതിജ്ഞാബദ്ധമാക്കുക വരെ വിശ്വസ്തനായ
അനുസരണം.

അനുസരണം ചെലവേറിയതായി

മാറുമ്പോൾ ഞാൻ പിന്മാറുകയില്ല .

തിരഞ്ഞെടുക്കുക ദി കുരിശ്

കഴിഞ്ഞു വിട്ടുവീഴ്ച ചെയ്യുക.

നോക്കുന്നു മുന്നോട്ട് ലേക്ക് ദിവസം പതിനാറ്

പോലെ അഗസ്റ്റിൻ സഹിച്ചു ദി ചെലവ് യുടെ

അനുസരണം, ദൈവം ശക്തിപ്പെടുത്തി അവൻ എന്തോ ഒന്ന് കൊണ്ട് അത്യാവശ്യം:

സ്ഥിരോത്സാഹം.

നാളെ ഞങ്ങൾ ചെയ്യും പര്യവേക്ഷണം ചെയ്യുക:

എങ്ങനെ വിശ്വസ്തത ആണ് സുസ്ഥിരമായ എപ്പോൾ അനുസരണം മാറുന്നു എ നീളമുള്ള റോഡ്.

ദിവസം പതിനാറ്
ദി കൃപ ലേക്ക് സ്ഥിരോത്സാഹം

K **ഏയ് ഫോക്കസ് തിരുവെഴുത്തുകൾ**

"അനുവദിക്കുക ഞങ്ങളെ ഓടുക കൂടെ സഹിഷ്ണുത
റേസ് അത് ആണ് സെറ്റ് മുമ്പ് ഞങ്ങളെ."

— എബ്രായർ 12:1

"അവൻ WHO സഹിക്കുന്നു വരെ ദി അവസാനിക്കുന്നു ചെയ്യും ആകുക രക്ഷപ്പെട്ടു."

— മത്തായി 24:13

"ഒപ്പം അനുവദിക്കുക ഞങ്ങളെ അല്ല വളരുക ക്ഷീണിച്ച അതേസമയം ചെയ്യുന്നത് നല്ലത്, വേണ്ടി ഇൻ കാലാവധി സീസൺ ഞങ്ങൾ കൊയ്യും എങ്കിൽ ഞങ്ങൾ ചെയ്യുക അല്ല തോൽക്കുക ഹൃദയം."

— ഗലാത്തിയർ 6:9

"ആകുക വിശ്വസ്തനായ വരുവോളം മരണം, ഒപ്പം ഐ ചെയ്യും കൊടുക്കുക നീ ദി കിരീടം യുടെ ജീവൻ."

— വെളിപാട് 2:10

അഗസ്റ്റൈൻസ് ജീവിച്ചു നിമിഷം

അഗസ്റ്റിന് കാലം കഴിഞ്ഞതോടെ അനുസരണം എളുപ്പമായില്ല. **യുടെ ഹിപ്പോ .** അത് നീളം കൂടി .

ദി നേരത്തെ തീവ്രത യുടെ കീഴടങ്ങുക കൊടുത്തു വഴി വരെ ദിവസേന വിശ്വസ്തത. അവിടെ നാടകീയമായ വഴിത്തിരിവുകളൊന്നുമായിരുന്നില്ല - സ്ഥിരത മാത്രം.

പഠിപ്പിക്കൽ. ഇടയവേല. തിരുത്തൽ. പ്രാർത്ഥിക്കൽ. സഹിച്ചുനിൽക്കൽ.

അഗസ്റ്റിൻ പഠിച്ചു അത് പരിവർത്തനം ആണ് അല്ല സുസ്ഥിരമായ എഴുതിയത് അഭിനിവേശം ഒറ്റയ്ക്ക്. അത് സുസ്ഥിരമായ എഴുതിയത് **ഗ്രേസ്-എനേബിൾഡ് സ്ഥിരോത്സാഹം**.

അവിടെ ആയിരുന്നു ദിവസങ്ങൾ യുടെ ക്ഷീണം. ദിവസങ്ങളിൽ എപ്പോൾ എതിർപ്പ് അനുഭവപ്പെട്ടു കനത്ത. ദിവസങ്ങളിൽ പുരോഗതി എപ്പോൾ തോന്നി പതുക്കെ. എന്നിട്ടും അഗസ്റ്റിൻ അവശേഷിച്ചു - ഇല്ല കാരണം അവൻ ആയിരുന്നു ശക്തമായ, പക്ഷേ ദൈവം വിശ്വസ്തനായിരുന്നതുകൊണ്ടാണ്.

ജീവിതം പാഠം

സ്ഥിരോത്സാഹം ആണ് കൃപ പ്രകടിപ്പിച്ചു കഴിഞ്ഞു സമയ ആവർത്തിക്കപ്പെടുമ്പോൾ ക്ഷീണിതരാകുന്നു. ഒപ്പം കാണാത്ത. തിരുവെഴുത്ത് ഓർമ്മിപ്പിക്കുന്നു ഞങ്ങളെ അത് സഹിഷ്ണുത ആണ് അല്ല ഓപ്ഷണൽ— അത് അത്യാവശ്യം.

ദൈവം ചെയ്യുന്നു അല്ല
ചോദിക്കുക ഞങ്ങളെ വരെ
ആകുക അതിശയകരമാണ്.
വിശ്വസ്തരായിരിക്കാൻ
അവൻ നമ്മോട്
ആവശ്യപ്പെടുന്നു.

സ്ഥിരോത്സാഹം ആണ് അല്ല ശാഠ്യമുള്ള പരിശ്രമം; അത് ആണ് തുടർന്നു ആശ്രിതത്വം ഓൺ ശക്തി മങ്ങുമ്പോൾ കൃപ.

കണ്ണാടി നിമിഷം (വ്യക്തിഗതം പ്രതിഫലനം)
പ്രതിഫലിപ്പിക്കുക സത്യസന്ധമായി:

- എവിടെ ഉണ്ട് നീ വളർന്നു ക്ഷീണിച്ച ഇൻ അനുസരണ
- എന്ത് വിശ്വസ്തത അനുഭവപ്പെടുന്നു ശ്രദ്ധിക്കപ്പെടാത അല്ലെങ്കിൽ പ്രതിഫലമില്ലാത്തതോ?
- ഉണ്ട് നീ തെറ്റിദ്ധരിച്ചു മന്ദത വേണ്ടി പരാജയമോ?

അനുവദിക്കുക ദൈവം റീഫ്രെയിം ചെയ്യുക നിങ്ങളു കാഴ്ചപ്പാട്.

നടപടി വേണ്ടി അനുസരണം

ഇന്ന്, വീണ്ടും സമർപ്പിക്കുക വരെ **സ്ഥിരതയു** **വിശ്വസ്തത** .

- തിരിച്ചറിയുക ഒന്ന് പ്രദേശം എവിടെ നീ ഉണ്ട് അനുഭവപ്പെട്ടു ക്ഷീണിതൻ അല്ലെങ്കിൽ നിരുത്സാഹപ്പെടുത്തിയ
- കൊണ്ടുവരിക അത് മുമ്പ് ദൈവം സത്യസന്ധമായി
- തിരഞ്ഞെടുക്കുക വരെ തുടരുക—ഇല്ലാതെ കാത്തിരിക്കുന്നു വേണ്ടി പുതുക്കി വികാരം

സഹിഷ്ണുത പലപ്പോഴും മുമ്പുള്ളത് പുതുക്കൽ.

ഗ്രൂപ്പ് ചർച്ച ചോദ്യങ്ങൾ

1. എന്തുകൊണ്ട് ആണ് സ്ഥിരോത്സാഹം വിഷമകരം അധികം ആരംഭിക്കുന്നു നന്നായി?
2. എങ്ങനെ ചെയ്യുന്നു സഹിഷ്ണുത ആകൃതി ആത്മീയ പക്വത?
3. എന്ത് രീതികൾ സഹായം വിശ്വാസികൾ നിലനിൽക്കുക വിശ്വസ്തനായ കഴിഞ്ഞു സമയം?

പ്രാർത്ഥന

പിതാവേ, ഐ കുറ്റസമ്മതം നടത്തുക അത് ഐ ചിലപ്പോൾ വളരുക ക്ഷീണിച്ച ഇൻ ചെയ്യുന്നത് നല്ലത്. ശക്തിപ്പെടുത്തുക ഞാൻ കൂടെ നിങ്ങളുടെ കൃപ വരെ സഹിക്കുക.
പഠിപ്പിക്കുക ഞാൻ വരെ ആശ്രയം ദി പ്രക്രിയ നീ ആകുന്നു ജോലി ചെയ്യുന്നു ഇൻ എന്റെ ജീവിതം.

ഐ തിരഞ്ഞെടുക്കുക
വിശ്വസ്തത കഴിഞ്ഞു
വികാരം. ആമേൻ.

പ്രവചനം പ്രഖ്യാപനം

ഐ ഓടുക എന്റെ
റേസ് കൂടെ
സഹിഷ്ണുത.
ദൈവത്തിന്റെ കൃപ
നിലനിർത്തുന്നു
ഞാൻ ദിവസേന.

ഐ ചെയ്യുക അല്ല വളരുക ക്ഷീണിച്ച അല്ലെങ്കിൽ തോൽക്കു ഹൃദയം.

ഐ പൂർത്തിയാക്കുക എന്ത് ദൈവം ഉണ്ട് ഭരമേല്പിച്ച വരെ എന്നെ.

പ്രതിബദ്ധത ലേക്ക് അനുസരണം

ഇന്ന്, ഐ പ്രതിജ്ഞാബദ്ധമാക്കുക വരെ സ്ഥിരോത്സാഹം.
ഐ ചെയ്യും നിലനിൽക്കുക
വിശ്വസ്തനായ പോലും എപ്പോൾ
പുരോഗതി അനുഭവപ്പെടുന്നു
പതുക്കെ. ഞാൻ ആശ്രയം
ദൈവത്തിന്റെ സമയം ഒപ്പം
അവന്റെ ജോലി ഇൻ എന്നെ.

നോക്കുന്നു മുന്നോട്ട് ലേക്ക് ദിവസം പതിനേഴു

പോലെ സ്ഥിരോത്സാഹം ആഴമേറിയ, അഗസ്റ്റിൻ പഠിച്ചു മറ്റൊന്ന് അത്യാവശ്യം സത്യം:

വിശ്വസ്തത ചെയ്യുന്നു അല്ല ഇല്ലാതാക്കുക ആത്മീയ എതിർപ്പ്.

നാളെ ഞങ്ങൾ ചെയ്യും പര്യവേക്ഷണം ചെയ്യുക:

എങ്ങനെ വരെ നിൽക്കുക ഉറച്ച എപ്പോൾ പ്രതിരോധം

തീവ്രമാക്കുന്നു.

ദിവസം പതിനേഴു

സ്റ്റാൻഡിങ് സ്ഥാപനം കീഴിൽ സമ്മർദ്ദം

K ഏയ് ഫോക്കസ് തിരുവെഴുത്തുകൾ

"ആകുക ശാന്തമായ, ആകുക ജാഗ്രത; കാരണം നിങ്ങളുടെ എതിരാളി ദി പിശാച് നടത്തം ഒരു ഗർജ്ജിക്കുന്ന സിംഹത്തെപ്പോലെ."

—1 പത്രൊസ് 5:8

"ഉണ്ടായിരിക്കുന്നത് ചെയ്തു എല്ലാം, വരെ നിൽക്കുക."

—എഫെസ്യർ 6:13

"ഇൻ ദി ലോകം നീ ചെയ്യും ഉണ്ട് കഷ്ടത; പക്ഷേ ആകു. യുടെ നല്ലത് ആഹ്ലാദിക്കുക, ഐ ലോകത്തെ ജയിച്ചിരിക്കുന്നു."

— ജോൺ 16:33

"എതിർക്കുക ദി പിശാച് ഒപ്പം അവൻ ചെയ്യും ഓടിപ്പോകുക നിന്ന് നീ."

—ജെയിംസ് 4:7

അഗസ്റ്റൈൻസ് ജീവിച്ചു നിമിഷം

ഹിപ്പോയിലെ അഗസ്റ്റിൻ വിശ്വസ്തതയിൽ ഉറച്ചുനിന്നപ്പോൾ , എതിർപ്പ് മങ്ങിയില്ല - അത് രൂപം

മാറി .

അവിടെ ആയിരുന്നു ബാഹ്യ സമ്മർദ്ദങ്ങൾ: വിമർശനം, തെറ്റിദ്ധാരണ, പ്രതിരോധം സത്യത്തിലേക്ക് .

ആന്തരിക സമ്മർദ്ദങ്ങളുണ്ടായിരുന്നു: ക്ഷീണം, നിരുത്സാഹം, മയപ്പെടുത്താനുള്ള പ്രലോഭനം ബോധ്യം.

അനുസരണം സ്ഥിരമായി നിലനിൽക്കുന്നിടത്ത് ആത്മീയ എതിർപ്പ് പലപ്പോഴും രൂക്ഷമാകുമെന്ന് അഗസ്റ്റിൻ മനസ്സിലാക്കി. വിശ്വസ്തത ഇരുട്ടിൽ നിന്ന് കരഘോഷം ഉയർത്തുന്നില്ല, മറിച്ച് അത് ചെറുത്തുനിൽപ്പിന് കാരണമാകുന്നു.

എന്നിരുന്നാലും സമ്മർദ്ദത്തെ പരാജയമായി അഗസ്റ്റിൻ വ്യാഖ്യാനിച്ചില്ല; അത് സ്ഥിരീകരണമായി അദ്ദേഹം തിരിച്ചറിഞ്ഞു.

ജീവിതം പാഠം

മർദ്ദം ചെയ്യുന്നു അല്ല ശരാശരി നീ ആകുന്നു ഓഫ് കോഴ്സ്. പലപ്പോഴും, അത് അർത്ഥമാക്കുന്നത് നീ ആകു കൃത്യമായി എവിടെ നീ വേണം ആകുക.

തിരുവെഴുത്ത് പഠിപ്പിക്കുന്നു അത് ആത്മീയ പ്രതിരോധം ആണ് ഭാഗം യുടെ ദി ക്രിസ്ത്യൻ യാത്ര. ദി ശത്രു ചെയ്യുന്നു അല്ല എതിർക്കുക എന്ത് പോസുകൾ ഇല്ല ഭീഷണി. നിൽക്കുന്നു ഉറച്ച ആണ് അല്ല മുന്നേറുന്നതിനെക്കുറിച്ച് ആക്രമണാത്മകമായി - അത് ആണ് കുറിച്ച് **നിരസിക്കൽ വരെ പിൻവാങ്ങുക** .

വിജയം എപ്പോഴും മുന്നോട്ട്
നീങ്ങുന്നതല്ല. ചിലപ്പോൾ അത്
ആണ് ലളിതമായി **ശേഷിക്കുന്നു**
വിശ്വസ്തൻ .

കണ്ണാടി നിമിഷം (വ്യക്തിഗതം പ്രതിഫലനം)
പ്രതിഫലിപ്പിക്കുക സത്യസന്ധമായി:

- എവിടെ ഉണ്ട് നീ അനുഭവപ്പെട്ടു മർദ്ദം കാരണം യുടെ അനുസരണം?
- നിങ്ങളെ ഏറ്റവും കൂടുതൽ പ്രലോഭിപ്പിക്കുന്ന പ്രതിരോധം എന്താണ് - ഉപേക്ഷിക്കാനോ, വിട്ടുവീഴ്ച ചെയ്യാനോ, അല്ലെങ്കിൽ വളരാനോ? ക്ഷീണിച്ചോ?
- ഉണ്ട് നീ തെറ്റിദ്ധരിച്ചു എതിർപ്പ് വേണ്ടി ദൈവത്തിന്റെ വിസമ്മതം?

അനുവദിക്കുക ദൈവം റീഫ്രെയിം ചെയ്യുക ദി സമരം.

നടപടി വേണ്ടി അനുസരണം

ഇന്ന്, പരിശീലനം **മനഃപൂർവ്വം ദൃഢത** .

- തിരിച്ചറിയുക ഒന്ന് പ്രദേശം എവിടെ മർദ്ദം ഉണ്ട് പ്രലോഭിപ്പിക്കപ്പെട്ടു നീ പിൻവാങ്ങാൻ
- വീണ്ടും സ്ഥിരീകരിക്കുക നിങ്ങളുടെ അനുസരണം മുമ്പ് ദൈവം
- പ്രഖ്യാപിക്കുക ഉച്ചത്തിൽ:
  "ഞാൻ ചെയ്യും നിൽക്കുക."

നിൽക്കുന്നു ആണ് ഒരു പ്രവർത്തിക്കുക യുടെ വിശ്വാസം.

ഗ്രൂപ്പ് ചർച്ച ചോദ്യങ്ങൾ

1. എന്തുകൊണ്ട് ചെയ്യുന്നു വിശ്വസ്തത പലപ്പോഴും ആകർഷിക്കുക പ്രതിരോധം?
2. എങ്ങനെ കഴിയും വിശ്വാസികൾ തിരിച്ചറിയുക ഇടയിൽ തിരുത്തൽ ഒപ്പം എതിർപ്പാണോ?
3. എന്ത് സഹായിക്കുന്നു നീ നിലനിൽക്കുക സ്ഥിരമായ കീഴിൽ ആത്മീയ സമ്മർദ്ദം?

പ്രാർത്ഥന

പിതാവേ, ശക്തിപ്പെടുത്തുക ഞാൻ വരെ നിൽക്കുക ഉറച്ച.
ഭയമില്ലാതെ പ്രതിരോധത്തെ തിരിച്ചറിയാൻ
എനിക്ക് വിവേചനശക്തി തരൂ. വസ്ത്രം
ധരിക്കൂ. ഞാൻ കൂടെ ധൈര്യം,
സഹിഷ്ണുത, ഒപ്പം ആശ്രയം ഇൻ നീ.
അനുസരണത്തിൽ നിന്ന്
ഞാൻ പിന്മാറുകയില്ല.
ആമേൻ.

പ്രവചനം പ്രഖ്യാപനം

ഐ നിൽക്കുക ഉറച്ച വിശ്വാസത്തിൽ .
സമ്മർദ്ദം എന്നെ
അനുസരണത്തിൽ നിന്ന് മാറ്റില്ല.
ദൈവത്തിന്റെ ശക്തി
നിലനിർത്തുന്നു ഞാൻ കീഴിൽ
പ്രതിരോധം. എല്ലാ സീസണിലും
ഞാൻ വിശ്വസ്തത
പുലർത്തുന്നു.

പ്രതിബദ്ധത ലേക്ക് അനുസരണം

ഇന്ന്, ഐ പ്രതിജ്ഞാബദ്ധമാക്കുക വരെ നിൽക്കുന്നത് ഉറ.
ഐ ചെയ്യും അല്ല വിട്ടുവീഴ്ച ചെയ്യുക കീഴിൽ സമ്മർദ്ദം.
ഐ ആശ്രയം ദൈവം വരെ നിലനിർത്തുക ഞാൻ പോലെ
ഐ വിശ്വസ്തത പുലർത്തുക .

നോക്കുന്നു മുന്നോട്ട് ലേക്ക് ദിവസം പതിനെട്ട്

പോലെ അഗസ്റ്റിൻ നിന്നു ഉറച്ച, അവൻ കണ്ടെത്തി
അത്യാവശ്യമായ എന്തെങ്കിലും :
പ്രതിരോധം കഴിയും ആഴത്തിലാക്കുക ജ്ഞാനം എങ്കിൽ ഞങ്ങൾ കേൾക്കുക നന്നായി.

നാളെ ഞങ്ങൾ ചെയ്യും പര്യവേക്ഷണം ചെയ്യുക:

എങ്ങനെ ദൈവം ഉപയോഗങ്ങൾ സംഘർഷം ഒപ്പം വെല്ലുവിളി വരെ മൂർച്ച കൂട്ടുക വിവേചനാധികാരം.

ദിവസം

സംഘർഷത്തിൽ പതിനെട്ട്

ജ്ഞാനം രൂപപ്പെട്ടു

K **ഏയ് ഫോക്കസ് തിരുവെഴുത്തുകൾ**

"എങ്കിൽ ഏതെങ്കിലും യുടെ നീ കുറവുകൾ ജ്ഞാനം, അനുവദിക്കുക അവൻ ചോദിക്കുക യുടെ ദൈവം."

— ജെയിംസ് 1:5

"ദി ജ്ഞാനം അത് ആണ് നിന്ന് മുകളിൽ ആണ് ആദ്യം ശുദ്ധമായ, പിന്നെ സമാധാനപരമായ, സൗമ്യമായ, തയ്യാറാണ് വരുമാനം, നിറഞ്ഞു യുടെ കാരുണ്യം ഒപ്പം നല്ലത് പഴങ്ങൾ."

— ജെയിംസ് 3:17

"വേണ്ടി ഇരുമ്പ് മൂർച്ച കൂട്ടുന്നു ഇരുമ്പ്, അങ്ങനെ എ പുരുഷൻ മൂർച്ച കൂട്ടുന്നു ദി മുഖഭാവം യുടെ അവന്റെ സുഹൃത്ത്."

— സദൃശവാക്യങ്ങൾ 27:17

"എന്നിരുന്നാലും അവൻ ആയിരുന്നു എ മകനേ, ഇതുവ അവൻ പഠിച്ചു അനുസരണം എഴുതിയത് ദി കാര്യങ്ങൾ ഏ അവൻ കഷ്ടപ്പെട്ടു."

— എബ്രായർ 5:8

അഗസ്റ്റിൻസ് ജീവിച്ചു നിമിഷം

സംഘർഷം ആയി ഒന്ന് യുടെ ദൈവത്തിന്റെ ഏറ്റവും കൂടുതൽ ഫലപ്രദമായ അധ്യാപകർ ഇൻ ദി ജീവിതം യുടെ

അഗസ്റ്റിൻ യുടെ ഹിപ്പോ .

അഭിപ്രായവ്യത്യാസങ്ങൾ അദ്ദേഹത്തിന്റെ ക്ഷമയെ പരീക്ഷിച്ചു. എതിർപ്പുകൾ അദ്ദേഹത്തിന്റെ ചിന്തയെ പരിഷ്കരിച്ചു. വിമർശനം അദ്ദേഹത്തിന്റെ ഉദ്ദേശ്യലക്ഷ്യങ്ങളെ തുറന്നുകാട്ടി.

ജ്ഞാനം രൂപപ്പെടുന്നത് ആശ്വാസത്തിലല്ല, മറിച്ച് ഇടപെടലിലാണ് എന്ന് അഗസ്റ്റിൻ മനസ്സിലാക്കി . സംഘർഷം നിർബന്ധിതമായി അവൻ വരെ പരിശോധിക്കുക തിരുവെഴുത്ത് കൂടുതൽ ആഴത്തിൽ, പ്രാർത്ഥിക്കുക കൂടുതൽ സത്യസന്ധമായി, ഒപ്പം കേൾക്കുക കൂടുതൽ ശ്രദ്ധാപൂർവ്വം. അത് ഉരിഞ്ഞു അകലെ ആവേശകരമായ പ്രതികരണങ്ങൾ അവയെ വകതിരിവോടെ മാറ്റിസ്ഥാപിച്ചു.

അവൻ കണ്ടെത്തി അത് പ്രതികരിക്കുന്നു വേഗത്തിൽ പലപ്പോഴും ദുർബലപ്പെടുത്തുന്നു സത്യം, പക്ഷേ ബുദ്ധിപൂർവ്വം പ്രതികരിക്കുന്നത് അതിനെ ശക്തിപ്പെടുത്തുന്നു.

ജീവിതം പാഠം

ജ്ഞാനം വളരുന്നു എവിടെ വിനയം ശ്രദ്ധിക്കുന്നു.

സംഘർഷം വെളിപ്പെടുത്തുന്നു എന്ത് അറിവ് ഒറ്റയ്ക്ക് കഴിയില്ല. അത് തുറന്നുകാട്ടുന്നു അഭിമാനം, ബോധ്യം വ്യക്തമാക്കുകയും, പ്രതികരണവും പ്രതികരണവും തമ്മിൽ വേർതിരിച്ചറിയാൻ വിശ്വാസിയെ നിർബന്ധിക്കുകയും ചെയ്യുന്നു .

ദൈവം പലപ്പോഴും ഉപയോഗങ്ങൾ പിരിമുറുക്കം ലേക്ക്:

- മൂർച്ച കൂട്ടുക വിവേചനബുദ്ധി
- ശുദ്ധീകരിക്കുക ഉദ്ദേശ്യങ്ങൾ
- ആഴത്തിലുള്ള ധാരണ

ജ്ഞാനം ആണ് അല്ല ദി അഭാവം യുടെ സംഘർഷം—അത് ആണ് ദി കഴിവ് വരെ നിലനിൽക്കുക വിശ്വസ്തൻ, വിനീതൻ, അതിനുള്ളിൽ വ്യക്തൻ.

കണ്ണാടി നിമിഷം (വ്യക്തിഗതം പ്രതിഫലനം)
പ്രതിഫലിപ്പിക്കുക പ്രാർത്ഥനാപൂർവ്വം:

- ഒരു സംഘർഷത്തോട് നിങ്ങൾ സാധാരണയായി എങ്ങനെ പ്രതികരിക്കും - പ്രതിരോധപരമായോ വിവേകപരമായോ?
- എന്ത് സമീപകാല പിരിമുറുക്കം ശക്തി ദൈവം ആകു ഉപയോഗിച്ച് വരെ പരിഷ്കരിക്കുക നിങ്ങളുടെ ജ്ഞാനമോ?
- ആർ നീ കൂടുതൽ ആകാംക്ഷയുള്ള വരെ ആകുക ശരി അല്ലെങ്കിൽ വരെ ആകുക വിശ്വസ്തനോ?

അനുവദിക്കുക ദി ആത്മാവ് തിരയൽ നിങ്ങളുടെ ഹൃദയം

നടപടി വേണ്ടി അനുസരണം

ഇന്ന്, തിരഞ്ഞെടുക്കുക എ **ജ്ഞാനമുള്ള പ്രതികരണം** കഴിഞ്ഞു എ വേഗം പ്രതികരണം.

- തിരിച്ചറിയുക എ നിലവിലുള്ളത് സംഘർഷം അല്ലെങ്കിൽ വിയോജിപ്പ്
- താൽക്കാലികമായി നിർത്തുക മുമ്പ് പ്രതികരിക്കുന്നു
- ചോദിക്കുക ദൈവം വേണ്ടി ജ്ഞാനം മുമ്പ് സംസാരിക്കുന്നു അല്ലെങ്കിൽ അഭിനയം

ജ്ഞാനം പലപ്പോഴും വെളിപ്പെടുത്തുന്നു സ്വയം ഇൻ സംയമനം.

ഗ്രൂപ്പ് ചർച്ച ചോദ്യങ്ങൾ

1. എന്തുകൊണ്ട് ചെയ്യുന്നു സംഘർഷം തുറന്നുകാട്ടുക ആത്മീയ പക്വത?
2. എങ്ങനെ കഴിയും പിരിമുറുക്കം ആഴത്തിലാക്കുക ജ്ഞാനം പകരം യുടെ കയ്പ്പ്?
3. എന്ത് രീതികൾ സഹായം വിശ്വാസികൾ പ്രതികരിക്കുക ബുദ്ധിപൂർവ്വം കീഴിൽ സമ്മർദ്ദം?

പ്രാർത്ഥന

പിതാവേ, ഐ ചോദിക്കുക നീ വേണ്ടി ജ്ഞാനം.
പഠിപ്പിക്കുക ഞാൻ വരെ കേൾക്കുക മുമ്പ് പ്രതികരിക്കുന്നു
എന്റെ ഹൃദയത്തെ പരിഷ്കരിക്കാനും
എന്റെ ബോധ്യങ്ങൾ വ്യക്തമാക്കാനും
സംഘർഷം ഉപയോഗിക്കുക . നിങ്ങളുടെ
ജ്ഞാനം വഴികാട്ടി എന്റെ വാക്കുകൾ
ഒപ്പം പ്രവർത്തനങ്ങൾ.
ആമേൻ.

പ്രവചനം പ്രഖ്യാപനം

എനിക്ക് ദൈവത്തിൽ
നിന്നാണ് ജ്ഞാനം
ലഭിക്കുന്നത്. സംഘർഷം
എന്റെ
വിവേചനശക്തിയെ
മൂർച്ച കൂട്ടുന്നു.
ഐ പ്രതികരിക്കുക കൂടെ
വ്യക്തത, വിനയം, ഒപ്പം കൃപ.
ദൈവത്തിന്റെ ജ്ഞാനം
ഭരിക്കുന്നു എന്റെ ജീവിതം.

പ്രതിബദ്ധത ലേക്ക് അനുസരണം

ഇന്ന്, ഞാൻ ജ്ഞാനത്തോടെ
പ്രതികരിക്കാൻ
പ്രതിജ്ഞാബദ്ധനാണ്. ഞാൻ
ചെയ്യും അല്ല അനുവദിക്കുക
സംഘർഷം വരെ കഠിനമാക്കുക
എന്റെ ഹൃദയം.

ഐ തിരഞ്ഞെടുക്കുക വിവേചനബുദ്ധി കഴിഞ്ഞു പ്രതികരണം.

നോക്കുന്നു മുന്നോട്ട് ലേക്ക് ദിവസം പത്തൊൻപത്

പോലെ അഗസ്റ്റിൻ വളർന്നു ഇൻ ജ്ഞാനം, ദൈവം ഭരമേല്പിച്ച അവൻ കൂടെ എന്തോ ഭാരം കൂടിയത്:

ദി പരിചരണം യുടെ ആത്മാക്കൾ.

നാളെ ഞങ്ങൾ ചെയ്യും പര്യവേക്ഷണം ചെയ്യുക:

എന്ത് അത് അർത്ഥമാക്കുന്നത് വരെ കൊണ്ടുപോകുക ഉത്തരവാദിത്തം വേണ്ടി മറ്റുള്ളവർ മുമ്പ് ദൈവം.

ദിവസം പത്തൊൻപത്

വെറും അഭിപ്രായങ്ങളല്ല, ആത്മാക്കളെയാണ് വഹിക്കുന്നത്

K ഏയ് ഫോക്കസ് തിരുവെഴുത്തുകൾ

"അനുസരിക്കുക അവ WHO ഭരണം കഴിഞ്ഞു നീ, ഒപ്പം ആകുക വിധേയത്വമുള്ള, വേണ്ടി അവർ വാച്ച് പുറത്ത് നിങ്ങളുടെ ആത്മാക്കൾ, പോലെ അവ WHO വേണം കൊടുക്കുക അക്കൗണ്ട്."

— എബ്രായർ 13:17

"ഇടയൻ ദി കൂട്ടം യുടെ ദൈവം ഏത് ആണ് ഇടയിൽ നീ."

— 1 പത്രോസ് 5:2

"കരടി ഒന്ന് മറ്റൊരാളുടെ ഭാരങ്ങൾ, ഒപ്പം അങ്ങനെ നിറവേറ്റുക ദി നിയമം യുടെ ക്രിസ്തു."

— ഗലാത്തിയർ 6:2

"WHO ആണ് മതിയായ വേണ്ടി ഈ കാര്യങ്ങൾ?"

— 2 കൊരിന്ത്യർ 2:16

അഗസ്റ്റൈൻസ് ജീവിച്ചു നിമിഷം

ഹിപ്പോയിലെ അഗസ്റ്റിൻ ജ്ഞാനത്തിലും സ്വാധീനത്തിലും പക്വത പ്രാപിച്ചപ്പോൾ , ഒരു ഗൗരവമേറിയ സത്യം അദ്ദേഹത്തിന് കൂടുതൽ ബോധ്യപ്പെട്ടു:

അദ്ദേഹം ആശയങ്ങളുമായി

മാത്രമല്ല, ആളുകളുമായും
ഇടപഴകുകയായിരുന്നു .
ഓരോ വാക്ക് അവൻ പഠിപ്പിച്ചു
ആകൃതിയിലുള്ള മനസ്സാക്ഷി.
ഓരോ തീരുമാനവും ജീവിതത്തെ
ബാധിച്ചു.
ഓരോ വിട്ടുവീഴ്ച ചെയ്യുക—അല്ലെങ്കിൽ വ്യക്തത—
ഉണ്ടായിരുന്നു അനന്തരഫലങ്ങൾ അപ്പുറം സ്വയം.

വാദങ്ങളിൽ ജയിക്കാനോ നിലപാടുകൾ സംരക്ഷിക്കാനോ അല്ല ആത്മീയ നേതൃത്വം എന്ന് അഗസ്റ്റിൻ മനസ്സിലാക്കി. അത് ആത്മാക്കളെ ദൈവമുമ്പാകെ കൊണ്ടുപോകുന്നതിനെക്കുറിച്ചാണ് . ഈ തിരിച്ചറിവ് അദ്ദേഹത്തെ ആഴത്തിൽ വിനീതനാക്കി. ഉത്തരവാദിത്തത്തിന്റെ ഭാരം അദ്ദേഹത്തിന്റെ ആത്മവിശ്വാസത്തെ വർദ്ധിപ്പിച്ചില്ല; മറിച്ച് അത് അദ്ദേഹത്തിന്റെ ആശ്രയത്വം വർദ്ധിപ്പിച്ചു.

അവൻ മനസ്സിലായി അത് അഭിപ്രായങ്ങൾ കഴിയും ആകുക ചർച്ച ചെയ്തു—പക്ഷേ ആത്മാക്കൾ വേണം ആകുക
ഇടയനായി.

ജീവിതം പാഠം

ദൈവം ഭരമേൽപ്പിക്കുന്നു ആളുകൾ, അല്ല പ്ലാറ്റ്ഫോമുകൾ. സത്യത്തോട് അഭിനിവേശമുള്ളവരും ആളുകളോട് അശ്രദ്ധയുള്ളവരും ആയിരിക്കാൻ സാധ്യതയുണ്ട്. നേതൃത്വവും സ്വാധീനവും അളക്കുന്നത് കൃത്യത കൊണ്ടു മാത്രമല്ല, മറിച്ച് **കരുതലിലൂടെയാണെന്ന് തിരുവെഴുത്ത് നിരന്തരം മുന്നറിയിപ്പ് നൽകുന്നു** .

ചുമക്കുന്നു ആത്മാക്കൾ അർത്ഥമാക്കുന്നത്:

- കേൾക്കുന്നു മുമ്പ് സംസാരിക്കുന്നു
- സേവനം നൽകുന്നു ഉറപ്പിച്ചു പറയുന്നതിന് മുമ്പ്
- പ്രാർത്ഥിക്കുന്നു മുമ്പ് അഭിനയം

സ്വാധീനം ഇല്ലാതെ സ്നേഹം
മാറുന്നു നിയന്ത്രണം.
കരുതലില്ലാത്ത സത്യം ഒരു
ഭാരമായി മാറുന്നു.
ദൈവം വിളിക്കുന്നു അവന്റെ സേവകർ വരെ ഇടയൻ ഹൃദയങ്ങൾ, അല്ല വെറുതെ സംസ്ഥാനം ബോധ്യങ്ങൾ.

കണ്ണാടി നിമിഷം (വ്യക്തിഗതം പ്രതിഫലനം)

പ്രതിഫലിപ്പിക്കുക സത്യസന്ധമായി:

- WHO ഉണ്ട് ദൈവം ഭരമേല്പിച്ച വരെ നിങ്ങളുടെ സ്വാധീനം?
- ചെയ്യുക നീ കാണുക ആളുകൾ പോലെ ഉത്തരവാദിത്തങ്ങൾ അതോ തടസ്സങ്ങളോ?
- ആർ നിങ്ങളുടെ വാക്കുകൾ ആകൃതിയിലുള്ള കൂടുതൽ എഴുതിയത് ബോധ്യം അല്ലെങ്കിൽ എഴുതിയത് പരിചരണം?

അനുവദിക്കുക ഇവ ചോദ്യങ്ങൾ തിരയൽ നിങ്ങളുടെ ഉദ്ദേശ്യങ്ങൾ.

നടപടി വേണ്ടി അനുസരണം

ഇന്ന്, പരിശീലനം **മനഃപൂർവ്വം ഇടയവേല** .

- തിരിച്ചറിയുക ഒന്ന് വ്യക്തി ദൈവം ഉണ്ട് സ്ഥാപിച്ചു ഇൻ നിങ്ങളുടെ പരിചരണം അല്ലെങ്കിൽ സ്വാധീനം
- പ്രാർത്ഥിക്കുക വേണ്ടി അവരെ പ്രത്യേകമായി എഴുതിയത് പേര്
- എത്തിച്ചേരുക പുറത്ത് കൂടെ പ്രോത്സാഹനം, കേൾക്കൽ, അല്ലെങ്കിൽ പിന്തുണ

ചുമക്കുന്നു ആത്മാക്കൾ ആരംഭിക്കുന്നു കൂടെ ശ്രദ്ധ.

ഗ്രൂപ്പ് ചർച്ച ചോദ്യങ്ങൾ

1. എന്തുകൊണ്ട് ആണ് അത് വളരെ എളുപ്പം വരെ പ്രതിരോധിക്കുക അഭിപ്രായങ്ങൾ അധികം വരെ പരിചരണം വേണ്ടി ആളുകളോ?
2. എങ്ങനെ ചെയ്യുന്നു ആത്മീയ ഉത്തരവാദിത്തം ആഴത്തിലാക്കുക എളിമ?

3. പകരം ഇടയന്മാരായിരിക്കാൻ നേതാക്കളെ സഹായിക്കുന്ന രീതികൾ ഏതാണ് ?

പ്രാർത്ഥന

പിതാവേ, വാദങ്ങളെക്കാൾ പ്രധാനം

ആളുകളാണെന്ന് എന്നെ ഓർമ്മിപ്പിക്കണമേ.

എളിമയോടെയും കരുതലോടെയും

ഹൃദയങ്ങളെ വഹിക്കാൻ എന്നെ

പഠിപ്പിക്കണമേ.

കാവൽ ഞാൻ നിന്ന് അഭിമാനം, കാഠിന്യം, അല്ലെങ്കിൽ നിസ്സംഗത.

നീ എന്നെ ഏൽപ്പിച്ചത് വിശ്വസ്തതയോടെ

മേയിക്കാൻ എന്നെ സഹായിക്കണമേ. ആമേൻ.

പ്രവചനം പ്രഖ്യാപനം

എളിമയും സ്നേഹവും

കൊണ്ട് ഞാൻ ആളുകളെ

കൊണ്ടുപോകുന്നു. ദൈവം

എന്നെ ആത്മാക്കളെയാണ്

ഏൽപ്പിക്കുന്നത്, വെറും

ആശയങ്ങളെയല്ല. എന്റെ

സ്വാധീനം പ്രതിഫലിപ്പിക്കുന്നു

ദി ഹൃദയം യുടെ ക്രിസ്തു.

ഐ ഇടയൻ വിശ്വസ്തതയോടെ എന്ത് ദൈവം ഉണ്ട് സ്ഥാപിച്ചു ഇൻ എന്റെ പരിചരണം.

പ്രതിബദ്ധത ലേക്ക് അനുസരണം

ഇന്ന്, സ്ഥാനങ്ങൾ സംരക്ഷിക്കാൻ മാത്രമല്ല,

ആളുകളെ പരിപാലിക്കാനും ഞാൻ

പ്രതിജ്ഞാബദ്ധനാണ്. ഞാൻ ചെയ്യും ഇടയൻ

കൂടെ ക്ഷമ, പ്രാർത്ഥന, ഒപ്പം സ്നേഹം.

ഐ തിരഞ്ഞെടുക്കുക ഉത്തരവാദിത്തം അംഗീകാരത്തിന് മുകളിൽ .

നോക്കുന്നു മുന്നോട്ട് ലേക്ക് ദിവസം ഇരുപത്

പോലെ അഗസ്റ്റിൻ കൊണ്ടുപോയി ദി ഭാരം യുടെ ആത്മാക്കൾ, അവൻ പഠിച്ചു മറ്റൊന്ന് നിർണായകമായ പാഠം:

നേതൃത്വം ആവശ്യമാണ് ആഴത്തിലുള്ള വിനയം വരെ നിലനിൽക്കുക ആരോഗ്യമുള്ള.

നാളെ ഞങ്ങൾ ചെയ്യും പര്യവേക്ഷണം ചെയ്യുക:

എങ്ങനെ ദൈവം സൂക്ഷിക്കുന്നു ദി ഹൃദയം യുടെ എ ദാസൻ കീഴിൽ ഉത്തരവാദിത്തം.

ദിവസം ഇരുപത്

നേതൃത്വത്തെ നിലനിർത്തുന്ന വിനയം

K ഏയ് ഫോക്കസ് തിരുവെഴുത്തുകൾ

"ദൈവം ചെറുക്കുന്നു ദി അഭിമാനം, പക്ഷേ നൽകുന്നു കൃപ വരെ ദി എളിമയുള്ള."

— **ജെയിംസ്** 4:6

"ആരായാലും ആഗ്രഹങ്ങൾ വരെ ആയിത്തീരുക മികച്ചത് ഇടയിൽ നീ, അനുവദിക്കുക അവൻ ആകുക നിങ്ങളുടെ ദാസൻ."

— **മത്തായി** 20:26

"അവൻ വേണം വർധിപ്പിക്കുക, പക്ഷേ ഐ വേണം കുറയ്ക്കുക."

— **ജോൺ** 3:30

"എന്ത് ചെയ്യുക നീ ഉണ്ട് അത് നീ ചെയ്തു അല്ല സ്വീകരിക്കണോ?

— 1 കൊരിന്ത്യർ 4:7

അഗസ്റ്റിൻസ് ജീവിച്ചു നിമിഷം

ജീവിതത്തിന്റെ ഈ ഘട്ടത്തിൽ, ഹിപ്പോയിലെ അഗസ്റ്റിന ആത്മീയവും, ബൗദ്ധികവും, അജപാലനപരവുമായ പ്രാധാന്യം വഹിച്ചു.

ആളുകൾ

അദ്ദേഹത്തിൽ

ആശ്രയിച്ചു. സഭകൾ
അദ്ദേഹത്തിൽ
ആശ്രയിച്ചു.
വ്യക്തതയ്ക്കായി
വാദപ്രതിവാദങ്ങൾ
അദ്ദേഹത്തിലേക്ക്
തിരിഞ്ഞു.
ഒപ്പം അഗസ്റ്റിൻ അറിയാമായിരുന്നു എന്തോ അപകടകർമായ ആയിരുന്നു സാധ്യമാണ്.

നേതൃത്വത്തിന് ഒരു വ്യക്തിയെ പതുക്കെ തങ്ങൾ ആവശ്യമാണെന്ന് ബോധ്യപ്പെടുത്താൻ കഴിയും. ഫലങ്ങൾ അവരെ ആശ്രയിച്ചിരിക്കുന്നു. ആ സ്വാധീനം അവരുടേതാണ്. അഗസ്റ്റിൻ ഇതിനെ ചെറുത്തു. നിശബ്ദമായി പക്ഷേ മനഃപൂർവ്വം. അവൻ ഓർമ്മിപ്പിച്ചു സ്വയം - പലപ്പോഴും - അത് അവൻ ആയിരുന്നു അല്ല ഉറവിടം യുടെ സത്യം, പക്ഷേ എ ദാസൻ യുടെ അത് .

വിനയം ആയിരുന്നു അല്ല
ഓപ്ഷണൽ വേണ്ടി
അവനെ. അത്
അതിജീവനമായിരുന്നു.

ജീവിതം പാഠം

വിളിക്കുന്നു ഇല്ലാതെ വിനയം ഒടുവിൽ തകരുന്നു.

കഴിവ് കൊണ്ടു മാത്രമല്ല, ദൈവത്തിലുള്ള തുടർച്ചയായ ആശ്രയത്വത്തിലൂടെയാണ് നേതൃത്വം നിലനിൽക്കുന്നത്. തിരുവെഴുത്ത് വ്യക്തമാണ്: വിനയം നിലനിൽക്കുന്നിടത്ത് കൃപ ഒഴുകുന്നു, പക്ഷേ പ്രതിരോധം. വരുന്നു എവിടെ അഹങ്കാരം എടുക്കുന്നു റൂട്ട്.

വിനയം സൂക്ഷിക്കുന്നു നേതൃത്വം:

- പഠിപ്പിക്കാവുന്നത്
- ഉത്തരവാദിത്തമുള്ളത്
- ആശ്രിതൻ
- സുരക്ഷിതം

എപ്പോൾ വിനയം ക്ഷയിക്കുന്നു, പോലും നല്ലത് നേതൃ മാറുന്നു അപകടകരമാണ്.

കണ്ണാടി നിമിഷം (വ്യക്തിഗതം പ്രതിഫലനം)

പ്രതിഫലിപ്പിക്കുക ശ്രദ്ധാപൂർവ്വം:

- എവിടെ ഉണ്ട് ദൈവം ഭരമേല്പിച്ച നീ കൂടെ ഉത്തരവാദിത്തം അല്ലെങ്കിൽ സ്വാധീനം?
- എങ്ങനെ ചെയ്യുക നീ കാവൽക്കാരൻ നിങ്ങളുടെ ഹൃദയം എതിരായി അഹങ്കാരം?
- ചെയ്യുക നീ ഇപ്പോഴും തിരിച്ചറിയുക എല്ലാം നീ ഉണ്ട് പോലെ ലഭിച്ചു, അല്ല സമ്പാദിച്ചോ?

അനുവദിക്കുക ദൈവം പരിശോധിക്കുക അല്ല വെ നിങ്ങളുടെ പ്രവർത്തനങ്ങൾ, പക്ഷേ നിങ്ങളുടെ ഭാവം.

നടപടി വേണ്ടി അനുസരണം

ഇന്ന്, പരിശീലനം **മനഃപൂർവ്വം വിനയം** .

- അംഗീകരിക്കുക ഒന്ന് പ്രദേശം എവിടെ നീ അനുഭവപ്പെടുക ആത്മവിശ്വാസം അല്ലെങ്കിൽ സ്ഥാപിച്ചു
- നന്ദി ദൈവം വ്യക്തമായി വേണ്ടി അത്
- ക്ഷണിക്കുക അവന്റെ നടന്നുകൊണ്ടിരിക്കുന്ന മാർഗ്ഗനിർദ്ദേശം ഒപ്പം തിരുത്തൽ

വിനയം വളരുന്നു എവിടെ കൃതജ്ഞത ജീവിക്കുന്നു.

ഗ്രൂപ്പ് ചർച്ച ചോദ്യങ്ങൾ

1. എന്തുകൊണ്ട് ആണ് അഹങ്കാരം പലപ്പോഴും സൂക്ഷ്മമായ ഇൻ നേതൃത്വം?
2. എങ്ങനെ ചെയ്യുന്നു വിനയം സംരക്ഷിക്കുക ദീർഘകാല ഫലഭൂയിഷ്ഠത?
3. എന്ത് രീതികൾ സഹായം നേതാക്കൾ നിലനിൽക്കുക ആശ്രിത ഓൺ ദൈവം?

പ്രാർത്ഥന

പിതാവേ, ഐ അംഗീകരിക്കുക അത് എല്ലാം ഐ
ഉണ്ട് വരുന്നു നിന്ന് നീ. ഗാർഡ് എന്റെ ഹൃദയം
നിന്ന് അഹങ്കാരം ഒപ്പം സ്വാശ്രയത്വം.
എളിമയോടെ നയിക്കാനും
സേവിക്കാനും അനുസരിക്കാനും
എന്നെ പഠിപ്പിക്കണമേ. കൃപ
എന്റെ ജീവിതത്തിൽ
നിലനിൽക്കട്ടെ.
ആമേൻ.

പ്രവചനം പ്രഖ്യാപനം

ഐ നടക്കുക ഇൻ വിനയം മുമ്പ് ദൈവം.
കൃപ എന്റെ വിളിയും
സ്വാധീനവും നിലനിർത്തുന്നു.
ഞാൻ എന്നെത്തന്നെ
ഉയർത്തുകയല്ല, സേവിക്കുന്നു.
ദൈവം ഒറ്റയ്ക്ക് സ്വീകരിക്കുന്നു ദി മഹത്വം.

പ്രതിബദ്ധത ലേക്ക് അനുസരണം

ഇന്ന്, ദൈവം എനിക്ക് നൽകിയിട്ടുള്ള എല്ലാ
ഉത്തരവാദിത്തങ്ങളിലും ഞാൻ വിനയത്തിന്
പ്രതിജ്ഞാബദ്ധനാണ്. പഠിക്കാൻ കഴിയുന്നവനും,
നന്ദിയുള്ളവനും, ആശ്രയിക്കാവുന്നവനുമായി
ഞാൻ തുടരും.
ഐ തിരഞ്ഞെടുക്കുക കൃപ കഴിഞ്ഞു സ്വാശ്രയത്വം .

നോക്കുന്നു മുന്നോട്ട് ലേക്ക് ദിവസം ഇരുപത്തിയൊന്ന്

ഞങ്ങൾ ഇപ്പോൾ പ്രവേശിക്കുക ദി **രണ്ടാമത്തേത് പകുതി** യുടെ ദി യാത്ര.

പോലെ അഗസ്റ്റിൻ തുടർന്നു വിശ്വസ്തതയോടെ, ദൈവം തുടങ്ങി വരെ ആകൃതി നിലനിൽക്കുന്ന ഒന്ന് :

പാരമ്പര്യം.

നാളെ ഞങ്ങൾ ചെയ്യും പര്യവേക്ഷണം ചെയ്യുക:
എന്ത് ദയയുള്ള യുടെ ജീവിതം ഇലകൾ പഴം അപ്പുറം എ ജീവിതകാലം.

ദിവസം ഇരുപത്തിയൊന്ന്

ജീവിക്കുന്നു വേണ്ടി എന്ത് ഔട്ട്ലൈവ്സ് നീ

K ഏയ് ഫോക്കസ് തിരുവെഴുത്തുകൾ

"മറ്റുള്ളവ ഉണ്ട് അദ്ധ്വാനിച്ചു, ഒപ്പം നീ ഉണ്ട് പ്രവേശിച്ചു കടന്നു അവരുടെ അധ്വാനിക്കുന്നു."

— ജോൺ 4:38

"നീതിമാൻ തന്റെ പരമാർത്ഥതയിൽ നടക്കുന്നു; അവന്റെ ശേഷം അവന്റെ മക്കളും ഭാഗ്യവാന്മാർ."

— സദൃശവാക്യങ്ങൾ 20:7

"എന്ത് നീ ഉണ്ട് കേട്ടു നിന്ന് ഞാൻ... പ്രതിജ്ഞാബദ്ധമാക്കുക ഇവ വരെ വിശ്വസ്തനായ പുരുഷന്മാർ WHO ചെയ്യും മറ്റുള്ളവരെ പഠിപ്പിക്കാനും കഴിയണം .

— 2 തിമോത്തി 2:2

"അങ്ങനെ പഠിപ്പിക്കുക ഞങ്ങളെ വരെ നമ്പർ നമ്മുടെ ദിവസങ്ങൾ, അത് ഞങ്ങൾ മെയ് നേട്ടം എ ഹൃദയം യുടെ ജ്ഞാനം."

— സങ്കീർത്തനം 90:12

അഗസ്റ്റെന്റൻസ് ജീവിച്ചു നിമിഷം

പോലെ ദി വർഷങ്ങൾ കടന്നു, അഗസ്റ്റിൻ യുടെ ഹിപ്പോ ആയി വർദ്ധിച്ചുവരുന്ന അവബോധമുള്ള അത്

അവന്റെ ജീവിതം ആയിരുന്നു ഇല്ല നീളമുള്ളത് അളന്നു എഴുതിയത് പ്രവർത്തനം, പക്ഷേ എഴുതിയത് **അനന്തരാവകാശം**.

അവൻ ആയിരുന്നു ഇല്ല നീളമുള്ളത് ചോദിക്കുന്നു, *എന്ത് രാവിലെ ഐ നേടിയെടുക്കുന്നുണ്ടോ?*

അവൻ ആയിരുന്നു ചോദിക്കുന്നു, *എന്ത് നിലനിൽക്കുമോ ?*

അഗസ്റ്റിൻ എഴുതി, പഠിപ്പിച്ചു, തിരുത്തി, ഒപ്പം മേയിച്ചു—പക്ഷേ കൂടെ എ വളരുന്ന അവബോധം അത് അവൻ ആയിരുന്നു കെട്ടിടം വേണ്ടി തലമുറകൾ അവൻ ചെയ്യും ഒരിക്കലും കണ്ടുമുട്ടുക. അവന്റെ വാക്കുകൾ ആയിരുന്നു ആകൃതിയിലുള്ള കൂടെ പരിചരണം. അവന്റെ പഠിപ്പിക്കൽ ആയിരുന്നു ഭരമേല്പിച്ച വരെ മറ്റുള്ളവർ. അവന്റെ വിശ്വസ്തത ആയിരുന്നു ഇല്ല നീളമുള്ളത് അടിയന്തിരം - അത് ആയിരുന്നു **മനഃപൂർവ്വം**

.

അവൻ മനസ്സിലായി അത് ദൈവം അളവുകൾ പാരമ്പര്യം അല്ല എഴുതിയത് ദൃശ്യപരത, പക്ഷേ എഴുതിയത്
പകർച്ച.

ജീവിതം പാഠം

പൈതൃകം ആണ് രൂപപ്പെട്ടു എഴുതിയത് വിശ്വസ്തത, അ
പ്രശസ്തി.

ദൈവരാജ്യം തുടർച്ചയിലൂടെ മുന്നേറുന്നു. നാം മറ്റുള്ളവരിലേക്ക് പകരുന്നത് നമ്മുടെ ജീവിതകാലം മുഴുവൻ ദൈവം തന്റെ വേല തുടരുന്നതിനുള്ള മാർഗമായി മാറുന്നു.

ലിവിംഗ് വേണ്ടി എന്ത് അതിജീവിച്ചു നീ അർത്ഥമാക്കുന്നത

- നിക്ഷേപം ഇൻ ആളുകൾ കൂടുതൽ അധികം പദ്ധതിക
- മുൻഗണന നൽകുന്നു രൂപീകരണം കഴിഞ്ഞു അംഗീകാ
- തിരഞ്ഞെടുക്കുന്നു വിശ്വസ്തത കഴിഞ്ഞു ഉടനടി

പൈതൃകം ആണ് അല്ല എന്ത് ആളുകൾ ഓർമ്മിക്കുക കുറിച്ച് നമ്മൾ—അത് ആണ് എന്ത് ദൈവം തുടരുന്നു ചെയ്യുക വഴി എന്ത് ഞങ്ങൾ ഉണ്ട് വിശ്വസ്തതയോടെ നൽകിയത്.

കണ്ണാടി നിമിഷം (വ്യക്തിഗതം പ്രതിഫലനം)

പ്രതിഫലിപ്പിക്കുക പ്രാർത്ഥനാപൂർവ്വം:

- എന്ത് ആകുന്നു നീ കെട്ടിടം അത് ചെയ്യും നിലനിൽക്ക ശേഷം നീയോ?
- WHO ആകുന്നു നീ മനഃപൂർവ്വം നിക്ഷേപം ഇൻ?
- ആർ നിങ്ങളുടെ ദിവസേന തിരഞ്ഞെടുപ്പുകൾ ആകൃതിയിലുള്ള എഴുതിയത് നിത്യത അല്ലെങ്കിൽ അടിയന്തിരാവസ്ഥ?

അനുവദിക്കുക ദൈവം വീണ്ടും കാലിബ്രേറ്റ് ചെയ്യ നിങ്ങളുടെ ദർശനം.

നടപടി വേണ്ടി അനുസരണം

ഇന്ന്, എടുക്കുക ഒന്ന് പാരമ്പര്യ

അടിസ്ഥാനമാക്കിയുള്ളത് നടപടി.

- തിരിച്ചറിയുക ഒന്ന് വ്യക്തി വരെ മനഃപൂർവ്വം നിക്ഷേപിക്കുക ഇൻ
- പ്രോത്സാഹിപ്പിക്കുക, പഠിപ്പിക്കുക, അല്ലെങ്കിൽ പ്രാർത്ഥിക്കുക കൂടെ അവരെ
- കമ്മിറ്റ് ചെയ്യുക വരെ ദീർഘകാല വിശ്വസ്തത പകരം അധികം ഷോർട്ട് ടേം ആഘാതം

പൈതൃകം വളരുന്നു പതുക്കെ - എന്നാൽ സ്ഥിരമായി.

ഗ്രൂപ്പ് ചർച്ച ചോദ്യങ്ങൾ

1. എങ്ങനെ ചെയ്യുന്നു തിരുവെഴുത്ത് നിർവചിക്കുക പാരമ്പര്യം വ്യത്യസ്തമായി നിന്ന് സംസ്കാരം?
2. എന്തുകൊണ്ട് ആണ് നിക്ഷേപം ഇൻ ആളുകൾ പലപ്പോഴും പതുക്കെ പോകൂ അധികം കെട്ടിടം പ്ലാറ്റ്ഫോമുകൾ?
3. എന്ത് സഹായിക്കുന്നു വിശ്വാസികൾ താമസിക്കുക ശ്രദ്ധ കേന്ദ്രീകരിച്ചത് ഓൺ ദീർഘകാല പഴമോ?

പ്രാർത്ഥന

പിതാവേ, പഠിപ്പിക്കുക ഞാൻ വരെ തത്സമയം കൂടെ നിത്യത ഇൻ കാഴ്ച.

എന്റെ മുൻഗണനകളെ
യഥാർത്ഥത്തിൽ
നിലനിൽക്കുന്നവയുമായി
പൊരുത്തപ്പെടുത്തുക.
സഹായം. ഞാൻ നിക്ഷേപിക്കുക
വിശ്വസ്തതയോടെ ഇൻ
ആളുകൾ ഒപ്പം സത്യം. എന്റെ
ജീവിതകാലം മുഴുവൻ എന്റെ
ജീവിതം ഫലം കായ്ക്കട്ടെ.
ആമേൻ.

പ്രവചനം പ്രഖ്യാപനം

ഐ തത്സമയം വേണ്ടി എന്ത് എന്നെക്കാൾ ജീവിക്കുന്നു .
എന്റെ ജീവിതം
ദൈവരാജ്യത്തിൽ നിലനിൽക്കുന്ന
ഫലം പുറപ്പെടുവിക്കുന്നു. ഞാൻ
നിക്ഷേപിക്കുക ഇൻ ആളുകൾ,
അല്ല വെറും ഫലങ്ങൾ.
ദൈവം ഗുണിക്കുന്നു എന്ത് ഐ വിശ്വസ്തതയോടെ കാര്യസ്ഥൻ.

പ്രതിബദ്ധത ലേക്ക് അനുസരണം

ഇന്ന്, ഞാൻ ശാശ്വതമായ
കാഴ്ചപ്പാടോടെ ജീവിക്കാൻ
പ്രതിജ്ഞാബദ്ധനാണ്. നിലനിൽക്കുന്ന
കാര്യങ്ങളിൽ ഞാൻ നിക്ഷേപിക്കും.
ഐ തിരഞ്ഞെടുക്കുക പാരമ്പര്യം കഴിഞ്ഞു ഉടനടി.

നോക്കുന്നു മുന്നോട്ട് ലേക്ക് ദിവസം ഇരുപത്തിരണ്ട്

പോലെ പാരമ്പര്യം എടുക്കുന്നു ആകൃതി, എ പുതിയത്

വെല്ലുവിളി ഉയർന്നുവരുന്നു:

എങ്ങനെ ചെയ്യുക നീ നിലനിൽക്കുക വിശ്വസ്തനായ എപ്പോൾ നീ ചെയ്യും അല്ല കാണുക ദി നിറഞ്ഞു വിളവെടുപ്പ്?

നാളെ ഞങ്ങൾ ചെയ്യും പര്യവേക്ഷണം ചെയ്യുക:

വിശ്വസിക്കൽ ദൈവം കൂടെ കാണാത്ത പഴങ്ങൾ.

ദിവസം ഇരുപത്തിരണ്ട്
വിളവ് കാണാതെ വിശ്വസ്തൻ

K ഏയ് ഫോക്കസ് തിരുവെഴുത്തുകൾ

"ഒന്ന് വിതയ്ക്കുന്നു ഒപ്പം മറ്റൊന്ന് കൊയ്യുന്നു."

— ജോൺ 4:37

"ഒപ്പം ഉള്ളത് ചെയ്തു എല്ലാം... വരെ നിൽക്കുക."

— എഫെസ്യർ 6:13

"ഇവ എല്ലാം മരിച്ചു ഇൻ വിശ്വാസം, അല്ല ഉള്ളത് ലഭിച്ചു ദി വാഗ്ദാനങ്ങൾ, പക്ഷേ ഉള്ളത് ദൂരെ നിന്ന് അവരെ കണ്ടു."

— എബ്രായർ 11:13

"ഞാൻ നട്ടുപിടിപ്പിച്ചു, അപ്പോളോസ് നനച്ചു, പക്ഷേ ദൈവ കൊടുത്തു ദി വർധിപ്പിക്കുക."

— 1 കൊരിന്ത്യർ 3:6

അഗസ്റ്റൈൻസ് ജീവിച്ചു നിമിഷം

പോലെ അഗസ്റ്റിൻ യുടെ ഹിപ്പോ പ്രവേശിച്ചു ദി പിന്നീട് വർഷങ്ങൾ യുടെ അവന്റെ ശുശ്രൂഷ, അവൻ ഒരു ഭയാനകമായ യാഥാർത്ഥ്യത്തെക്കുറിച്ച് കൂടുതൽ ബോധവാന്മാരായി :

വളരെ യുടെ എന്ത് ദൈവം ആയിരുന്നു ചെയ്യുന്നത് വ അവൻ ചെയ്യും അതിജീവിച്ചു അവനെ .

ദൃശ്യമായ ഫലങ്ങൾ ലഭിക്കുമെന്ന ഉറപ്പില്ലാതെ അദ്ദേഹം വിശ്വസ്തതയോടെ പ്രവർത്തിച്ചു. തലമുറകൾ

എടുത്തേക്കാവുന്ന നാശനഷ്ടങ്ങൾ പരിഹരിക്കാൻ കഴിയുമെന്ന് അറിഞ്ഞുകൊണ്ട് അദ്ദേഹം തെറ്റ് തിരുത്തി. വിശ്വാസത്തോടെ അദ്ദേഹം സത്യം പഠിപ്പിച്ചു. ദൈവം വരെ സംരക്ഷിക്കുക അത് അപ്പുറം അവന്റെ ശബ്ദം.

അഗസ്റ്റിൻ ഫലങ്ങൾ കാണാൻ
നിർബന്ധിച്ചില്ല. അദ്ദേഹം
രചയിതാവിനെ വിശ്വസിച്ചു.

ജീവിതം പാഠം

ദൈവം ചെയ്യുന്നു അല്ല ആവശ്യപ്പെടുക ഞങ്ങളെ വരെ പൂർത്തിയാക്കുക ദി ജോലി മാത്രം വരെ ആകുക വിശ്വസ്തനായ വരെ നമ്മുടെ ഭാഗം. രാജ്യം പങ്കുവെച്ചുള്ള അധ്വാനത്തിലൂടെയാണ് പുരോഗമിക്കുന്നതെന്ന് തിരുവെഴുത്ത് ആവർത്തിച്ച് പഠിപ്പിക്കുന്നു. കുറുകെ സമയം. ചിലത് പ്ലാന്റ്. ചിലത് വെള്ളം. മറ്റുള്ളവ കൊയ്യുക. പക്ഷേ ദൈവം ഒറ്റയ്ക്ക് നിയന്ത്രണങ്ങൾ വർധിപ്പിക്കുക.

വിശ്വസ്തത ആണ് അനുസരണം ഇല്ലാതെ ഉറപ്പുകൾ .

എപ്പോൾ ഞങ്ങൾ നിർബന്ധിക്കുക ഓൺ കാണുന്നത് ഫലങ്ങൾ, ഞങ്ങൾ സൂക്ഷ്മമായി സ്ഥലം നമ്മൾ തന്നെ ചെയ്തത് ദി കേന്ദ്രം ദൈവത്തിന്റെ ജോലി. എപ്പോൾ ഞങ്ങൾ ആശ്രയം ദൈവം കൂടെ കാണാത്ത പഴങ്ങൾ, ഞങ്ങ ബഹുമതി അവന്റെ പരമാധികാരം.

കണ്ണാടി നിമിഷം (വ്യക്തിഗതം പ്രതിഫലനം)

പ്രതിഫലിപ്പിക്കുക സത്യസന്ധമായി:

- എവിടെ ഉണ്ട് നീ വളർന്നു നിരുത്സാഹപ്പെടുത്തിയ കാരണം ഫലങ്ങൾ ആകുന്നു വൈകിയോ?
- ഉണ്ട് നീ തുല്യമാക്കിയത് ഫലഭൂയിഷ്ഠത കൂടെ ദൃശ്യപരത?
- ആർ നീ സന്നദ്ധതയുള്ള വരെ അനുസരിക്കുക പോലും എങ്കിൽ നീ ഒരിക്കലും കാണുക ഫലം ?

അനുവദിക്കുക ദൈവം പുനഃക്രമീകരിക്കുക നിങ്ങളുടെ പ്രതീക്ഷകൾ.

നടപടി വേണ്ടി അനുസരണം

ഇന്ന്, റിലീസ് നിങ്ങളുടെ ആവശ്യം വരെ കാണുക ഫലങ്ങ

- തിരിച്ചറിയുക ഒന്ന് പ്രദേശം എവിടെ നീ അനുഭവപ്പെടുക കാണാത്ത അല്ലെങ്കിൽ പൂർത്തീകരിക്കാത്ത
- സംസാരിക്കുക ഇത് പ്രാർത്ഥന ഉച്ചത്തിൽ:
  "കർത്താവേ, ഐ ആശ്രയം നീ കൂടെ ദി വിളവെടുപ്പ്."
- തുടരുക വിശ്വസ്തതയോടെ ഇല്ലാതെ ക്രമീകരിക്കുന്ന അനുസരണം വരെ ഫലങ്ങൾ

ആശ്രയം നിലനിർത്തുന്നു അനുസരണം.

ഗ്രൂപ്പ് ചർച്ച ചോദ്യങ്ങൾ

1. എന്തുകൊണ്ട് ചെയ്യുക ഞങ്ങൾ സമരം വരെ അനുസരിക്കുക ഇല്ലാതെ കാണുന്നത് ഫലങ്ങൾ?
2. എങ്ങനെ ചെയ്യുന്നു വിശ്വാസം പകവതയുള്ള എപ്പോൾ ഫലങ്ങൾ ആകുന്നു കാണാത്തതോ?
3. എന്ത് സഹായിക്കുന്നു വിശ്വാസികൾ നിലനിൽക്കുക വിശ്വസ്തനായ കുറുകെ നീളമുള്ള ഋതുക്കൾ?

പ്രാർത്ഥന

പിതാവേ, പഠിപ്പിക്കുക ഞാൻ വരെ ആശ്രയം നീ
കൂടെ ഫലങ്ങൾ ഐ മെയ് ഒരിക്കലും കാണുക.
സൗജന്യം ഞാൻ നിന്ന് ദി ആവശ്യം വേണ്ടി
അംഗീകാരം അല്ലെങ്കിൽ ഉടനടി പഴങ്ങൾ.
നീ ഏൽപ്പിച്ച വേലയിൽ വിശ്വസ്തത
പുലർത്താൻ എന്നെ സഹായിക്കണമേ.
വിളവെടുപ്പിൽ ഞാൻ നിന്നെ
വിശ്വസിക്കുന്നു.
ആമേൻ.

പ്രവചനം പ്രഖ്യാപനം

ഫലം കാണാതെ തന്നെ ഞാൻ
വിശ്വസ്തനായി തുടരുന്നു. ദൈവം
തന്റെ സമയത്ത് വർദ്ധനവ്
കൊണ്ടുവരുന്നു.
എന്റെ അനുസരണം
പാഴായില്ല. ഞാൻ
ആശ്രയം ദൈവം
കൂടെ കാണാത്ത
പഴങ്ങൾ.
പ്രതിബദ്ധത ലേക്ക് അനുസരണം
ഇന്ന്, ഐ പ്രതിജ്ഞാബദ്ധമാക്കുക വരെ
വിശ്വസ്തനായ അനുസരണം ഇല്ലാതെ
വ്യവസ്ഥകൾ. I ചെയ്യും വിതയ്ക്കുക,
വെള്ളം, ഒപ്പം ആശ്രയം ദൈവം കൂടെ ദി
വിളവെടുപ്പ്.
ഐ തിരഞ്ഞെടുക്കുക ആശ്രയം കഴിഞ്ഞു നിയന്ത്രണം.
നോക്കുന്നു മുന്നോട്ട് ലേക്ക് ദിവസം ഇരുപത്തി മൂന്ന്
പോലെ അഗസ്റ്റിൻ വിശ്വസനീയം ദൈവം കൂടെ കാണാത്ത
പഴങ്ങൾ, അവൻ പഠിച്ചു മറ്റൊന്ന് സത്യം:
വിശ്വസ്തത ചെയ്യുന്നു അല്ല നീക്കം ചെയ്യുക കഷ്ടപ്പാട് - അത് റീഫ്രെയിമുകൾ അത്.
നാളെ ഞങ്ങൾ ചെയ്യും പര്യവേക്ഷണം ചെയ്യുക:
എങ്ങനെ കഷ്ടപ്പാട് രൂപങ്ങൾ പ്രത്യാശ പകരം അധികം നശിപ്പിക്കുന്നു അത്.

ദിവസം ഇരുപത്തി മൂന്ന്

കഷ്ടപ്പാട് അത് പ്രതീക്ഷയെ ശക്തിപ്പെടുത്തുന്നു

K ഏയ് ഫോക്കസ് തിരുവെഴുത്തുകൾ

"കഷ്ടത സഹിഷ്ണുതയെ ഉളവാക്കുന്നു എന്ന് അറിഞ്ഞുകൊണ്ട് നാം കഷ്ടങ്ങളിലും പ്രശംസിക്കുന്നു; ഒപ്പം സ്ഥിരോത്സാഹം, സ്വഭാവം; ഒപ്പം സ്വഭാവം, പ്രത്യാശ."

— റോമർ 5:3–4 (യോഹന്നാൻ 5:3–4)

"വേണ്ടി നമ്മുടെ വെളിച്ചം കഷ്ടത, ഏത് ആണ് പക്ഷേ വേണ്ടി എ നിമിഷം, ആണ് ജോലി ചെയ്യുന്നു വേണ്ടി ഞങ്ങളെ എ വളരെ കൂടുതൽ കവിയുക ഒപ്പം നിത്യമായ ഭാരം യുടെ മഹത്വം."

— 2 കൊരിന്ത്യർ 4:17

"എന്നിരുന്നാലും അവൻ കൊല്ലുക ഞാൻ, ഇതുവരെ ചെയ്യും ഐ ആശ്രയം അവൻ."

— ഇയ്യോബ് 13:15

"അനുഗ്രഹീതൻ ആണ് ദി പുരുഷൻ WHO സഹിക്കുന്നു പ്രലോഭനം; വേണ്ടി എപ്പോൾ അവൻ ഉണ്ട് അംഗീകരിച്ചു, അവൻ ചെയ്യും സ്വീകരിക്കുക ദി കിരീടം യുടെ ജീവൻ."

— ജെയിംസ് 1:12

അഗസ്റ്റൈൻസ് ജീവിച്ചു നിമിഷം

അഗസ്റ്റിൻ ആയി യുടെ ഹിപ്പോ പകാതയിലേക്ക്

കൂടുതൽ ആഴത്തിൽ നടന്നു, പക്ഷേ കഷ്ടപ്പാടുകൾ അവന്റെ ജീവിതത്തിൽ നിന്ന് അപ്രത്യക്ഷമായില്ല.

അത് മാറ്റി അതിന്റെ വേഷം.

വേദന ഇനി ശിക്ഷയായി

വർത്തിച്ചില്ല. ബുദ്ധിമുട്ട് ഇനി

പരാജയമല്ല.

കാലതാമസം ഇല്ല നീളമുള്ളത് സൂചിപ്പിച്ച ഉപേക്ഷിക്കൽ.

അഗസ്റ്റിൻ പഠിച്ചു അത് കഷ്ടപ്പാട് കഴിയും ഒന്നുകിൽ കഠിനമാക്കുക ദി ഹൃദയം അല്ലെങ്കിൽ പ്രത്യാശ ഉറപ്പിക്കുക - എവിടെയാണ് വിശ്വാസം അർപ്പിക്കുന്നത് എന്നതിനെ ആശ്രയിച്ച്. വേദന തന്നെ ദൈവത്തിൽ നിന്ന് അകറ്റുന്നതിനുപകരം അവനിലേക്ക് നയിക്കാൻ അവൻ അനുവദിച്ചു. വിശദീകരണം ആവശ്യപ്പെടുന്നതിനുപകരം, അവൻ ദൈവത്തിന്റെ സ്വഭാവത്തിൽ പറ്റിപ്പിടിച്ചു.

പ്രതീക്ഷ ആയിരുന്നു ഇല്ല നീളമുള്ളത് സാഹചര്യപരമായ

അത് ആയി ശാശ്വതമായ.

ജീവിതം പാഠം

കഷ്ടപ്പാട് പരിഷ്കരിക്കുന്നു പ്രത്യാശ എപ്പോൾ ആശ്രയം ആണ് റൂട്ട് ചെയ്തത് ഇൻ ദൈവം.

തിരുവെഴുത്ത് ചെയ്യുന്നു അല്ല വാഗ്ദാനം സ്വാതന്ത്ര്യം നിന്ന് കഷ്ടപ്പാട്. അത് വാഗ്ദാനങ്ങൾ അതിനുള്ളിലെ ലക്ഷ്യം. കഷ്ടപ്പാടിലൂടെ രൂപപ്പെടുന്ന പ്രത്യാശ ശുഭാപ്തിവിശ്വാസത്തേക്കാൾ ശക്തമാണ് - അത് സാഹചര്യങ്ങൾക്കപ്പുറം നങ്കൂരമിട്ടിരിക്കുന്നു.

കഷ്ടപ്പാട് ശക്തിപ്പെടുത്തുന്നു പ്രത്യാശ എപ്പോൾ:

- ഞങ്ങൾ ആശ്രയം ദൈവത്തിന്റെ സ്വഭാവം കഴിഞ്ഞു നമ്മുടെ ആശ്വാസം
- ഞങ്ങൾ വ്യാഖ്യാനിക്കുക വേദന വഴി നിത്യത, അല്ല ഉടനടി
- ഞങ്ങൾ അനുവദിക്കുക സഹിഷ്ണുത വരെ ആകൃതി സ്വഭാവം

പരീക്ഷിക്കപ്പെടാത്ത പ്രത്യാശ
ദുർബലമാണ്. പ്രത്യാശ
പരിഷ്കരിച്ച എഴുതിയത്
കഷ്ടപ്പാട് സഹിക്കുന്നു.

കണ്ണാടി നിമിഷം (വ്യക്തിഗതം പ്രതിഫലനം)

പ്രതിഫലിപ്പിക്കുക പ്രാർത്ഥനാപൂർവ്വം:

- നിങ്ങളുടെ വിശ്വാസ യാത്രയിൽ എന്ത് കഷ്ടപ്പാടാണ് ഉണ്ടാകാൻ പാടില്ലാത്തതെന്ന് നിങ്ങൾ കരുതി?
- എങ്ങനെ ഉണ്ട് വേദന വെല്ലുവിളിച്ചു അല്ലെങ്കിൽ പുനർരൂപകൽപ്പന ചെയ്തു നിങ്ങളുടെ പ്രതീക്ഷ?

- ആണ് നിങ്ങളുടെ പ്രത്യാശ റൂട്ട് ചെയ്തത് ഇൻ ആശ്വാസം—അല്ലെങ്കിൽ ഇൻ ദൈവം?

അനുവദിക്കുക ദൈവം കണ്ടുമുട്ടുക നീ സത്യസന്ധമാ ഇവിടെ.

നടപടി വേണ്ടി അനുസരണം

ഇന്ന്, പരിശീലനം **പ്രതീക്ഷാ കേന്ദ്രീകൃതമായ വിശ്വാസം** .

- തിരിച്ചറിയുക ഒന്ന് പ്രദേശം യുടെ നടന്നുകൊണ്ടിരിക്ക ബുദ്ധിമുട്ട്
- സംസാരിക്കുക ഇത് സത്യം ഉച്ചത്തിൽ:

  "ദൈവം ആണ് വിശ്വസ്തനായ, പോലും ഇവിടെ."
- തിരഞ്ഞെടുക്കുക ഒന്ന് പ്രവർത്തിക്കുക യുടെ അനുസരണം അല്ലെങ്കിൽ കൃതജ്ഞത ഉണ്ടായിരുന്നിട്ടും വേദന

പ്രതീക്ഷ വളരുന്നു എപ്പോൾ ആശ്രയം ആണ് പരിശീലിച്ചു.

ഗ്രൂപ്പ് ചർച്ച ചോദ്യങ്ങൾ

1. എങ്ങനെ ചെയ്യുന്നു തിരുവെഴുത്ത് പുനർനിർവചിക്ക കഷ്ടപ്പാട്?

2. എന്തുകൊണ്ട് ചെയ്യുന്നു കഷ്ടപ്പാട് പലപ്പോഴും തുറന്നുകാട്ടുക എവിടെ നമ്മുടെ പ്രത്യാശ ശരിക്കും വിശ്രമിക്കുന്നുണ്ടോ?
3. എന്ത് രീതികൾ സഹായം വിശ്വാസികൾ സഹിക്കുക വേദന കൂടെ പ്രതീക്ഷ?

പ്രാർത്ഥന

പിതാവേ, ഐ കൊണ്ടുവരിക നീ എന്റെ
വേദന ഇല്ലാതെ നടിക്കുന്നു അത് ആണ്
എന്റെ സാഹചര്യങ്ങളിൽ അല്ല, നിന്റെ
വിശ്വസ്തതയിലാണ് എന്റെ പ്രത്യാശ
ഉറപ്പിക്കേണ്ടത്. ഉപയോഗിക്കുക . ഓരോ
വിചാരണ വരെ ആകൃതി സ്വഭാവം ഒപ്പം
ആഴത്തിലാക്കുക ആശ്രയം.

ഐ
തിരഞ്ഞെടുക്കുക
പ്രത്യാശ അത്
ആമേൻ .

പ്രവചനം പ്രഖ്യാപനം

എന്റെ പ്രത്യാശ
ദൈവത്തിൽ
ഉറപ്പിച്ചിരിക്കുന്നു.
കഷ്ടപ്പാടുകൾ എന്റെ
വിശ്വാസത്തെ
നശിപ്പിക്കില്ല.
ദൈവം എന്നിൽ സഹിഷ്ണുതയും
സ്വഭാവവും രൂപപ്പെടുത്തുന്നു.

എന്റെ പ്രത്യാശ നിരാശപ്പെടില്ല.

പ്രതിബദ്ധത ലേക്ക് അനുസരണം

ഇന്ന്, ഐ പ്രതിജ്ഞാബദ്ധമാക്കുക വരെ വിശ്വസിക്കൽ ദൈവം കഷ്ടപ്പാടുകളിൽ .

ഐ ചെയ്യും അനുവദിക്കുക

പരീക്ഷണങ്ങൾ വരെ

ആഴത്തിലാക്കുക പ്രതീക്ഷ, അല്ല

കുറയ്ക്കുക അത്. ഞാൻ

തിരഞ്ഞെടുക്കുക നിത്യമായ

കാഴ്ചപ്പാട് കഴിഞ്ഞു താൽക്കാലിക

ആശ്വാസം.

നോക്കുന്നു മുന്നോട്ട് ലേക്ക് ദിവസം ഇരുപത്തിനാല്

പോലെ പ്രത്യാശ ആഴമേറിയതാക്കുന്നു, ദൈവം ആരംഭിക്കുന്നു വരെ തയ്യാറാക്കുക ദി ഹൃദയം വേണ്ടി എന്തോ സൂക്ഷ്മമായ പക്ഷേ അത്യാവശ്യം:

ലെറ്റിംഗ് പോകൂ.

നാളെ ഞങ്ങൾ ചെയ്യും പര്യവേക്ഷണം ചെയ്യുക:

എങ്ങനെ വിശ്വാസം പഠിക്കുന്നു വരെ റിലീസ് നിയന്ത്രണം ഒപ്പം വിശ്രമം പൂർണ്ണമായും ഇൻ ദൈവം.

ദിവസം ഇരുപത്തിനാല്

വിട്ടുവീഴ്ചകൾ ചെയ്യാനും ദൈവത്തിൽ പൂർണ്ണമായി വിശ്വസിക്കാനും പഠിക്കുന്നു

K ഏയ് ഫോക്കസ് തിരുവെഴുത്തുകൾ

"പൂർണ്ണഹൃദയത്തോടെ കർത്താവിൽ ആശ്രയിക്കുക, സ്വന്തം വിവേകത്തിൽ ഊന്നരുത്."

— സദൃശവാക്യങ്ങൾ 3:5–6

"ആകുക ഇപ്പോഴും, ഒപ്പം അറിയാം അത് ഐ രാവിലെ ദൈവം."

— സങ്കീർത്തനം 46:10

"കാസ്റ്റിംഗ് എല്ലാം നിങ്ങളുടെ പരിചരണം മേൽ അവൻ, വേണ്ടി അവൻ കരുതലുകൾ വേണ്ടി നീ."

— 1 പത്രോസ് 5:7

"അവൻ WHO ഉണ്ട് പ്രവേശിച്ചു അവന്റെ വിശ്രമം ഉണ്ട് സ്വയം കൂടാതെ നിർത്തി നിന്ന് അവന്റെ പ്രവർത്തിക്കുന്നു."

— എബ്രായർ 4:10

അഗസ്റ്റൈൻസ് ജീവിച്ചു നിമിഷം

ൽ ദി പിന്നീട് ഋതുക്കൾ യുടെ അവന്റെ ജീവിതം, **അഗസ്റ്റിൻ യുടെ ഹിപ്പോ** പഠിച്ചു എ പാഠം അനുസരണം കൊണ്ട് മാത്രം അവനെ പഠിപ്പിക്കാൻ കഴിയില്ലെന്ന്.

അവൻ

പഠിച്ചു വരെ
അനുവദിക്കു
ക
വിശ്വാസത്തി
ൽ നിന്നല്ല.
അല്ല യുടെ
ഉത്തരവാദി
ത്തം. പക്ഷേ
നിയന്ത്രണത്തി
ന്റെ.

അഗസ്റ്റിൻ ഉണ്ടായിരുന്നു ചെലവഴിച്ചു വർഷങ്ങൾ ചിന്തിക്കുന്നു ആഴത്തിൽ, പഠിപ്പിക്കൽ വ്യക്തമായി, ശ്രദ്ധാപൂർവം ഇടയവേല ചെയ്യുക. എന്നിരുന്നാലും വിശ്വസ്ത സേവനത്തിന് പോലും നിശബ്ദമായി ഉത്കണ്ഠ വഹിക്കാൻ കഴിയും - ഫലങ്ങൾ നമ്മുടെ ജാഗ്രതയെ ആശ്രയിച്ചിരിക്കുന്നു എന്ന ബോധം . കാലക്രമേണ, വിശ്വാസം ഒരു അല്ല തെളിയിക്കപ്പെട്ട എഴുതിയത് പരിശ്രമം, പക്ഷേ എഴുതിയത് വിശ്രമം.

അവൻ പഠിച്ചു വരെ സ്ഥലം ഫലങ്ങൾ എവിടെ അവ ഉൾപ്പെട്ടിരുന്നത്: ഇൻ ദൈവത്തിന്റെ കൈകൾ.

ജീവിതം പാഠം

ആശ്രയം ആണ് വെളിപ്പെടുത്തി അല്ല എഴുതിയത് പ്രവർത്തനം, പക്ഷേ കീഴടങ്ങൽ വഴി .

പല വിശ്വാസികളും ദൈവത്തെ അനുസരിക്കുന്നുണ്ടെങ്കിലും നിയന്ത്രണത്തിന്റെ ഭാരം വഹിക്കുന്നു. നാം ആസൂത്രണം ചെയ്യുന്നു, കൈകാര്യം ചെയ്യുന്നു, പ്രതീക്ഷിക്കുന്നു - പലപ്പോഴും ആത്മാർത്ഥതയോടെ - പക്ഷേ വിശ്രമമില്ലാതെ. തിരുവെഴുത്ത് പഠിപ്പിക്കുന്നു. അത് സത്യം ആശ്രയം റിലീസുകൾ ദി ആവശ്യം വരെ നിയന്ത്രണം ഫലങ്ങൾ.

വിട്ടുകളയുക എന്നതിനർത്ഥം അനുസരണയിൽ നിന്ന് പിന്മാറുക എന്നല്ല. അത് അർത്ഥമാക്കുന്നത് വിച്ഛേദിക്കൽ നിന്ന് **ഉത്കണ്ഠ** .

വിശ്വാസം പക്വത പ്രാപിക്കുന്നു എപ്പോൾ ഞങ്ങൾ നിർത്തുക ചാരി നിൽക്കുന്നു ഓൺ മനസ്സിലാക്കൽ ഒപ്പം ആരംഭിക്കുക വിശ്രമിക്കുന്നു ദൈവത്തിൽ പരിചരണം.

കണ്ണാടി നിമിഷം (വ്യക്തിഗതം പ്രതിഫലനം)
പ്രതിഫലിപ്പിക്കുക **നിശബ്ദമായി:**

- എവിടെ ആകുന്നു നീ ഇപ്പോഴും ശ്രമിക്കുന്നു വരെ നിയന്ത്രണം ഫലങ്ങൾ?
- എന്ത് ഭാരം ഉണ്ട് ദൈവം ചോദിച്ചു നീ വരെ റിലീസ്?
- ആണ് നിങ്ങളുടെ അനുസരണം ഓടിച്ചു എഴുതിയത് ആശ്രയം അല്ലെങ്കിൽ ഉത്കണ്ഠ?

ഇരിക്കുക കൂടെ ഇവ ചോദ്യങ്ങൾ സത്യസന്ധമായി.

നടപടി വേണ്ടി അനുസരണം

ഇന്ന്, പരിശീലനം **മനഃപൂർവ്വം പ്രകാശനം** .

- തിരിച്ചറിയുക ഒന്ന് ആശങ്ക നീ ഉണ്ട് ആയിരുന്നു ചുമക്കുന്നു
- സംസാരിക്കുക അത് ഉച്ചത്തിൽ വരെ ദൈവം
- ബോധപൂർവ്വം റിലീസ് ഉത്തരവാദിത്തം വേണ്ടി ദി ഫലം

പറയുക പതുക്കെ:

“കർത്താവേ, ഐ ആശ്രയം നീ കൂടെ ഇത്."

ഗ്രൂപ്പ് ചർച്ച ചോദ്യങ്ങൾ

1. എന്തുകൊണ്ട് ആണ് അനുവദിക്കൽ പോകൂ പലപ്പോഴും വിഷമകരം അധികം എടുക്കൽ നടപടി
2. എങ്ങനെ കഴിയും ഉത്തരവാദിത്തം നിശബ്ദമായി തിരിയുക കടന്നു ഉത്കണ്ഠ?
3. എന്ത് രീതികൾ സഹായം വിശ്വാസികൾ വിശ്രമം അതേസമയം ശേഷിക്കുന്നു വിശ്വസ്തനോ?

പ്രാർത്ഥന

പിതാവേ, ഐ കുറ്റസമ്മതം നടത്തുക അത് ഐ പലപ്പോഴും കൊണ്ടുപോകുക എന്ത് നീ ഒരിക്കലും ചോദിച്ചു ഞാൻ വരെ പിടിക്കുക. പഠിപ്പിക്കുക ഞാൻ വരെ ആശ്രയം നീ പൂർണ്ണമായും.

സഹായം ഞാൻ റിലീസ് ഉത്കണ്ഠ
ഒപ്പം വിശ്രമം ഇൻ നിങ്ങളുടെ
കെയർ. ഐ സ്ഥലം ഓരോ ഫലം
ഇൻ നിങ്ങളുടെ കൈകൾ.
ആമേൻ.

പ്രവചനം പ്രഖ്യാപനം

ഐ ആശ്രയം ദൈവം കൂടെ ഓരോ ഫലം.
ഐ റിലീസ് നിയന്ത്രണം
ഒപ്പം വിശ്രമം ഇൻ
അവന്റെ കരുതൽ. ദൈവം
എന്റെ
പരിശ്രമത്തിനപ്പുറം
വിശ്വസ്തനാണ്.
ഐ തത്സമയം നിന്ന് വിശ്രമം, അല്ല ഉത്കണ്ഠ.

പ്രതിബദ്ധത ലേക്ക് അനുസരണം

ഇന്ന്, ഐ പ്രതിജ്ഞാബദ്ധമാക്കുക വരെ വിശ്വസിക്കൽ
ദൈവം പൂർണ്ണമായും.
ഐ ചെയ്യും റിലീസ് നിയന്ത്രണം
എവിടെ ദൈവം ഉണ്ട് ചോദിച്ചു ഞാൻ
വരെ വിശ്വാസം. വിശ്വാസത്തിൽ
വേരൂന്നിയ വിശ്രമം ഞാൻ
തിരഞ്ഞെടുക്കുന്നു.

നോക്കുന്നു മുന്നോട്ട് ലേക്ക് ദിവസം ഇരുപത്തിയഞ്ച്

പോലെ അഗസ്റ്റിൻ പഠിച്ചു വരെ അനുവദിക്കുക പോകൂ,
എന്തോ മനോഹരം പിന്തുടർന്നു:

സന്തോഷം തിരിച്ചുവന്നു—അല്ല നിന്ന് വിജയം, പക്ഷേ നിന്ന് വിശ്രമം.

നാളെ ഞങ്ങൾ ചെയ്യും പര്യവേക്ഷണം ചെയ്യുക:

എങ്ങനെ സന്തോഷം ഒഴുകുന്നു എപ്പോൾ ദി ആത്മാവ് വിശ്രമം

ഇൻ ദൈവം.

ദിവസം ഇരുപത്തിയഞ്ച്

ദി സന്തോഷം അത് വരുന്നു വിശ്രമത്തിൽ നിന്ന്

K **ഏയ് ഫോക്കസ് തിരുവെഴുത്തുകൾ**

"ഇൻ നിങ്ങളുടെ സാന്നിധ്യം ആണ് പൂർണ്ണത യുടെ സന്തോഷം."

— സങ്കീർത്തനം 16:11

"ദി സന്തോഷം യുടെ ദി യജമാനൻ ആണ് നിങ്ങളുടെ ശക്തി."

— നെഹെമ്യാവ് 8:10

"വരൂ വരെ ഞാൻ... ഒപ്പം ഐ ചെയ്യും കൊടുക്കുക നീ വിശ്രമിക്കുക."

— മത്തായി 11:28–29

"നീ ചെയ്യും സൂക്ഷിക്കുക അവൻ ഇൻ പൂർണ്ണമായ സമാധാനം, ആരുടെ മനസ്സ് ആണ് താമസിച്ചു ഓൺ നീ."

— യെശയ്യാവ് 26:3

അഗസ്റ്റൈൻസ് ജീവിച്ചു നിമിഷം

ൽ ദി പിന്നീട് വർഷങ്ങൾ യുടെ അവന്റെ ജീവിതം,

അഗസ്റ്റിൻ യുടെ ഹിപ്പോ കണ്ടെത്തി എ സന്തോഷം അവൻ മുൻ സീസണുകളിൽ അറിയില്ലായിരുന്നു.

അത് ആയിരുന്നു അല്ല ദി

സന്തോഷം യുടെ നേട്ടം.

അംഗീകാരത്തിന്റെ

സന്തോഷമല്ല.

അല്ല പോലും ദി സന്തോഷം

യുടെ വിജയം ഇൻ ശുശ്രൂഷ.

വിശ്രമത്തിന്റെ

സന്തോഷമായിരുന്നു അത് .

അഗസ്റ്റിൻ നിയന്ത്രണം വിട്ട് ദൈവത്തിൽ പൂർണ്ണമായി വിശ്വസിക്കാൻ പഠിച്ചപ്പോൾ, ഉത്കണ്ഠ കുറഞ്ഞു. അതിന്റെ പിടി. ദി പരിശ്രമിക്കുക അത് ഒരിക്കൽ ആധിപത്യം പുലർത്തിയ അവന്റെ അകം ജീവിതം മങ്ങി. സാഹചര്യങ്ങളിൽ അല്ല, മറിച്ച് ദൈവത്തിന്റെ സാന്നിധ്യത്തിൽ വേരൂന്നിയ ശാന്തവും സ്ഥിരവുമായ ഒരു സന്തോഷമായിരുന്നു അവശേഷിച്ചത് .

സന്തോഷം ആയിരുന്നു ഇല്ല
നീളമുള്ളത് എന്തോ അവൻ
പിന്തുടർന്നു. അത് അവൻ
താമസിച്ചിരുന്ന ഒന്നായി
മാറി.

ജീവിതം പാഠം

സന്തോഷം ആണ് ദി പഴം യുടെ വിശ്രമം, പരിശ്രമമല്ല .

പല വിശ്വാസികളും സന്തോഷം പിന്തുടരുന്നത് നേട്ടത്തിലൂടെയോ, സ്ഥിരീകരണത്തിലൂടെയോ, ആത്മീയ പ്രകടനത്തിലൂടെയോ ആണ്. തിരുവെഴുത്ത് പഠിപ്പിക്കുന്നു എന്തോ വ്യത്യസ്ത: സന്തോഷം ഒഴുകുന്നു സ്വാഭാവികമായി ആത്മാവ് ദൈവത്തിൽ വിശ്രമിക്കുന്നിടത്ത് .

സന്തോഷത്തിന് പൂർണ്ണമായ

സാഹചര്യങ്ങൾ ആവശ്യമില്ല.

അതിന് സ്ഥിരമായ വിശ്വാസം

ആവശ്യമാണ്.

എപ്പോൾ വിശ്രമം മാറ്റിസ്ഥാപിക്കുന്നു പരിശ്രമിക്കുക, സന്തോഷം ഉയർന്നുവരുന്നു—അല്ല പോലെ ആവേശം, പക്ഷേ പോലെ

ശക്തി .

കണ്ണാടി നിമിഷം (വ്യക്തിഗതം പ്രതിഫലനം)

പ്രതിഫലിപ്പിക്കുക പ്രാർത്ഥനാപൂർവ്വം:

- എവിടെ ഉണ്ട് നീ ആയിരുന്നു അന്വേഷിക്കുന്നു സന്തോഷം വഴി പരിശ്രമം?
- എന്ത് ഉണ്ട് ഉത്കണ്ഠ മോഷ്ടിച്ചു സന്തോഷം നിന്ന് ഇൻ നിങ്ങളുടെ ജീവിതമോ?
- എങ്ങനെ ശക്തി വിശ്രമം ഇൻ ദൈവം പുനഃസ്ഥാപിക്കുക സന്തോഷം?

അനുവദിക്കുക ദി ആത്മാവ് വരെ പുനഃക്രമീകരിക്കുക നിങ്ങളുടെ പ്രതീക്ഷകൾ.

നടപടി വേണ്ടി അനുസരണം

ഇന്ന്, പരിശീലനം **ആനന്ദകരമായ വിശ്രമം** .

- സജ്ജമാക്കുക മാറ്റിവയ്ക്കുക സമയം വരെ ലളിതമായി

ആകുക ഇൻ ദൈവത്തിന്റെ സാന്നിധ്യം

- ചെയ്യുക അല്ല ചോദിക്കുക വേണ്ടി എന്തും
- സ്വീകരിക്കുക ദൈവത്തിന്റെ സാമീപ്യം കൂടെ കൃതജ്ഞത

സന്തോഷം പലപ്പോഴും തിരിച്ചുവരവുകൾ എപ്പോൾ ഞങ്ങൾ നിർത്തുക ആവശ്യപ്പെടുന്ന ഫലങ്ങൾ.

ഗ്രൂപ്പ് ചർച്ച ചോദ്യങ്ങൾ

1. എന്തുകൊണ്ട് ചെയ്യുക ഞങ്ങൾ സഹകാരി സന്തോഷം കൂടെ വിജയം പകരം അധികം വിശ്രമം?
2. എങ്ങനെ ചെയ്യുന്നു ഉത്കണ്ഠ ക്ഷയിക്കുക സന്തോഷം?
3. എന്ത് രീതികൾ സഹായം വിശ്വാസികൾ തത്സമയം നിറ വിശ്രമം പകരം യുടെ പരിശ്രമിക്കുകയാണോ?

പ്രാർത്ഥന

പിതാവേ, നന്ദി നീ വേണ്ടി ദി സന്തോഷം അത്
വരുന്നു നിന്ന് വിശ്രമിക്കുന്നു ഇൻ നീ. വിടൂ
ഞാൻ നിന്ന് പരിശ്രമിക്കുക അത്
മോഷ്ടിക്കുന്നു സമാധാനം.
പുനഃസ്ഥാപിക്കുക സന്തോഷം
വരെ എന്റെ ആത്മാവ്
പോലെ ഐ ആശ്രയം നീ
പൂർണ്ണമായും. ഞാൻ
സ്വീകരിക്കുക നിങ്ങളുടെ
സന്തോഷം പോലെ എന്റെ
ശക്തി.
ആമേൻ.

പ്രവചനം പ്രഖ്യാപനം

ദി സന്തോഷം യുടെ ദി
യജമാനൻ ആണ് എന്റെ
ശക്തി. I തത്സമയം നിന്ന്
വിശ്രമം, അല്ല നിന്ന്
സമ്മർദ്ദം.
സന്തോഷം ഒഴുകുന്നു നിന്ന്
ദൈവത്തിന്റെ സാന്നിധ്യം
ഇൻ എന്റെ എന്റെ ജീവൻ
അവനിൽ സ്ഥിരവും
സുരക്ഷിതവുമാണ് .

പ്രതിബദ്ധത ലേക്ക് അനുസരണം

ഇന്ന്, ഐ
പ്രതിജ്ഞാബദ്ധമാക്കുക
വരെ ജീവിക്കുന്നത് നിന്ന്
വിശ്രമം.
പരിശ്രമത്തിലൂടെ ഞാൻ
സന്തോഷം പിന്തുടരില്ല.
ഐ സ്വീകരിക്കുക ദി സന്തോഷം അത് ഒഴുകുന്നു നിന്ന്
വിശ്വസിക്കൽ ദൈവം.

നോക്കുന്നു മുന്നോട്ട് ലേക്ക് ദിവസം ഇരുപത്തിയാറ്

പോലെ സന്തോഷം സ്ഥിരതാമസമാക്കി ഇൻ
അഗസ്റ്റിന്റെ ഹൃദയം, ദൈവം തയ്യാറാക്കിയത് അവൻ
വേണ്ടി എന്തോ ടെൻഡർ , പവിത്രം:

പൂർത്തിയാക്കുന്നു നന്നായി.

നാളെ ഞങ്ങൾ ചെയ്യും പര്യവേക്ഷണം ചെയ്യുക:

എങ്ങനെ എ ജീവിതം നങ്കൂരമിട്ടു ഇൻ ദൈവം തയ്യാറാക്കുന്നു

വേണ്ടി എ സമാധാനപരമായ പൂർത്തിയാക്കുക.

ദിവസം ഇരുപത്തിയാറ്

ഫിനിഷിംഗ് നന്നായി

K **ഏയ് ഫോക്കസ് തിരുവെഴുത്തുകൾ**

"ഞാൻ ഉണ്ട് പൊരുതി ദി നല്ലത് യുദ്ധം, ഐ ഉണ്ട് പൂർത്തിയായി ദി വംശം, ഐ ഉണ്ട് സൂക്ഷിച്ചു ദി വിശ്വാസം."

— 2 തിമോത്തി 4:7

"അനുവദിക്കുക ഞങ്ങളെ ഓടുക കൂടെ സഹിഷ്ണുത ദി റേസ് അത് ആണ് സെറ്റ് മുമ്പ് ഞങ്ങളെ."

— എബ്രായർ 12:1

"ആകുക വിശ്വസ്തനായ വരുവോളം മരണം, ഒപ്പം ഐ ചെയ്യും കൊടുക്കുക നീ ദി കിരീടം യുടെ ജീവൻ."

— വെളിപാട് 2:10

"ദി അവസാനിക്കുന്നു യുടെ എ കാര്യം ആണ് നല്ലത് അധികം അതിന്റെ തുടക്കം."

— സഭാപ്രസംഗി 7:8

അഗസ്റ്റൈൻസ് ജീവിച്ചു നിമിഷം

ൽ ദി അടയ്ക്കൽ വർഷങ്ങൾ യുടെ അവന്റെ ജീവിതം, **അഗസ്റ്റിൻ യുടെ** ഹിപ്പോ ചെയ്തു അല്ല പതുക്കെ കാരണം അവന്റെ വിശ്വാസം ദുർബലമായി.

അവൻ മന്ദഗതിയിലായി കാരണം അവന്റെ ഫോക്കസ് മൂർച്ചകൂട്ടി.

അവൻ ഇല്ല നീളമുള്ളത് അളന്നു ജീവിതം എഴുതിയത് ഉത്പാദനക്ഷമത, പക്ഷേ എഴുതിയത് വിശ്വസ്തത . അവൻ പഠിച്ചിരുന്നു അത് ആരംഭങ്ങൾ പ്രചോദിപ്പിക്കുക, പക്ഷേ അവസാനങ്ങൾ സാക്ഷ്യപ്പെടുത്തുക. പലരും ആരംഭിക്കുക നന്നായി; കുറച്ച് നന്നായി അവസാനിപ്പിക്കുക . അഗസ്റ്റിൻ ആയിരുന്നു നിശ്ചയിച്ചു വരെ പൂർത്തിയാക്കുക കൂടെ അവന്റെ ആശ്രയം കേടുകൂടാതെ, അവന്റെ ഹൃദയം ആർദ്രതയുള്ളവനും ദൈവത്തിൽ പ്രത്യാശ ഉറപ്പിച്ചവനുമാണ്.

അവൻ ജീവിച്ചു കൂടെ ദി അവസാനിക്കുന്നു ഇൻ കാണു
അല്ല ഭയത്തോടെ, പക്ഷേ വിശ്വസ്തതയോടെ.

ജീവിതം പാഠം

പൂർത്തിയാക്കുന്നു നന്നായി ആണ് ദി ലക്ഷ്യം യ ശിഷ്യത്വം.

തിരുവെഴുത്ത് ചെയ്യുന്നു അല്ല ആഘോഷിക്കുക എങ്ങനെ ഉച്ചത്തിൽ ഞങ്ങൾ ആരംഭിക്കുന്നു, പക്ഷേ എങ്ങനെ വിശ്വസ്തതയോടെ നമ്മൾ സഹിക്കുന്നു. നന്നായി പൂർത്തിയാക്കുന്നതിന് സ്ഥിരത, വിനയം, പശ്ചാത്താപം, വിശ്വാസം എന്നിവ ആവശ്യമാണ് - പ്രത്യേകിച്ച് എപ്പോൾ ശക്തി മങ്ങുന്നു ഒപ്പം ദൃശ്യപരത കുറയുന്നു.

പൂർത്തിയാക്കുന്നു നന്നായി അർത്ഥമാക്കുന്നത്:

- ശേഷിക്കുന്നത് വിശ്വസ്തനായ എപ്പോൾ ഇല്ല ഒന്ന് ആണ് കാണുന്നു
- വിശ്വസിക്കൽ ദൈവം എപ്പോൾ ശേഷി കുറയുന്നു
- ഹോൾഡിംഗ് പ്രത്യാശ എപ്പോൾ ഫലങ്ങൾ ആകുന്നു പൂർണ്ണം

ദൈവം മൂല്യങ്ങൾ **വിശ്വസ്തത വരെ ദി അവസാനിക്കുന്നു** .

കണ്ണാടി നിമിഷം (വ്യക്തിഗതം പ്രതിഫലനം)

പ്രതിഫലിപ്പിക്കുക പ്രാർത്ഥനാപൂർവ്വം:

- എന്ത് ചെയ്യുന്നു "പൂർത്തിയാകുന്നു ശരി" ശരാശരി വരെ നീയോ?
- എന്ത് ശീലങ്ങൾ അല്ലെങ്കിൽ മനോഭാവങ്ങൾ കഴിയും ഭീഷണിപ്പെടുത്തുക ദീർഘകാല വിശ്വസ്തതയോ?
- ആർ നീ ജീവിക്കുന്നത് ഇന്ന് ഇൻ എ വഴി നീ ചെയ്യും ആകുക നന്ദിയുള്ള വേണ്ടി പിന്നീട്?

അനുവദിക്കുക ദൈവം ആകൃതി നിങ്ങളുടെ കാഴ്ചപ്പാട് അപ്പുറം ദി വർത്തമാനം നിമിഷം.

നടപടി വേണ്ടി അനുസരണം

ഇന്ന്, പരിശീലനം **അന്തിമ ലക്ഷ്യമുള്ളത് വിശ്വസ്തത** .

- തിരിച്ചറിയുക ഒന്ന് ശീലം അല്ലെങ്കിൽ ഭാവം അത് ചെയ്യും സഹായം നീ പൂർത്തിയാക്കുക നന്നായി
- ശക്തിപ്പെടുത്തുക അത് മനഃപൂർവ്വം ഇന്ന്
- റിലീസ് എന്തും അത് കഴിയും വിട്ടുവീഴ്ച ചെയ്യുക ദീർഘകാല അനുസരണം

പൂർത്തിയാക്കുക നന്നായി എഴുതിയത് ജീവിക്കുന്നത് നന്നായി ഇപ്പോൾ.

ഗ്രൂപ്പ് ചർച്ച ചോദ്യങ്ങൾ

1. എന്തുകൊണ്ട് ആണ് ഫിനിഷിംഗ് നന്നായി പലപ്പോഴു വിഷമകരം അധികം ആരംഭിക്കുന്നു ശക്തമോ?
2. എങ്ങനെ ചെയ്യുന്നു നിത്യമായ കാഴ്ചപ്പാട് ആകൃതി ദിവസേന തീരുമാനങ്ങൾ?
3. എന്ത് രീതികൾ നിലനിർത്തുക വിശ്വസ്തത കഴിഞ്ഞു എ ജീവിതകാലം?

പ്രാർത്ഥന

പിതാവേ, സഹായം ഞാൻ

തത്സമയം കൂടെ ദി

അവസാനിക്കുന്നു ഇൻ കാണുക.

പഠിപ്പിക്കുക ഞാൻ വരെ മൂല്യം

വിശ്വസ്തത കഴിഞ്ഞു

കരഘോഷം. ശക്തിപ്പെടുത്തുക

ഞാൻ വരെ സഹിക്കുക കൂടെ

പ്രത്യാശ ഒപ്പം വിശ്വസിക്കൂ.

എന്റെ ഓട്ടം നന്നായി

പൂർത്തിയാക്കാൻ ഞാൻ

ആഗ്രഹിക്കുന്നു.

ആമേൻ.

പ്രവചനം പ്രഖ്യാപനം

ഐ ചെയ്യും

പൂർത്തിയാക്കുക എന്റെ

റേസ് കൂടെ വിശ്വാസം

ദൈവത്തിന്റെ കൃപ

നിലനിർത്തുന്നു ഞാൻ

വരെ ദി

അവസാനിക്കുന്നു.

ഐ നിലനിൽക്കുക

വിശ്വസ്തനായ ഇൻ ഓരോ

സീസൺ യുടെ ജീവിതം.

ഞാൻ നന്നായി

പൂർത്തിയാക്കുന്നു.

പ്രതിബദ്ധത ലേക്ക് അനുസരണം

ഇന്ന്, ദീർഘകാല വിശ്വസ്തതയ്ക്കായി

ജീവിക്കാൻ ഞാൻ

പ്രതിജ്ഞാബദ്ധനാണ്. ഞാൻ ചെയ്യും

ഉണ്ടാക്കുക തിരഞ്ഞെടുപ്പുകൾ അത്

ബഹുമതി ദൈവം വരുവോളം ദി

അവസാനിക്കുന്നു.

ഐ ആശ്രയം ദൈവം വരെ കൊണ്ടുപോകുക ഞാൻ വഴി ഓരോ സീസൺ.

നോക്കുന്നു മുന്നോട്ട് ലേക്ക് ദിവസം ഇരുപത്തിയേഴ്

അഗസ്റ്റിൻ നന്നായി പൂർത്തിയാക്കാൻ

തയ്യാറെടുക്കുമ്പോൾ, ദൈവം അദ്ദേഹത്തിൽ അന്തിമവും

ഗൗരവമേറിയതുമായ ഒരു ആശയം വെച്ചു. സത്യം:

നമ്മുടെ ജീവിതം തുടരുക വരെ സംസാരിക്കുക ശേഷം ഞങ്ങൾ ആകുന്നു പോയി.

നാളെ ഞങ്ങൾ ചെയ്യും പര്യവേക്ഷണം ചെയ്യുക:

എന്ത് അത് അർത്ഥമാക്കുന്നത് വരെ ആകുക വായിക്കുക
എഴുതിയത് തലമുറകൾ ഇതുവരെ ജനിക്കാത്ത.

ദിവസം ഇരുപത്തിയേഴ്

അ ജീവിതം അത് തുടരുന്നു സംസാരിക്കാൻ

K ഏയ് ഫോക്കസ് തിരുവെഴുത്തുകൾ

“നീ ആകുന്നു നമ്മുടെ ലേഖനം... അറിയപ്പെടുന്നത് ഒപ്പം വായിക്കുക എഴുതിയത് എല്ലാ പുരുഷന്മാരും.”

— 2 കൊരിന്ത്യർ 3:2–

3 “ആയിരിക്കുന്നത്

മരിച്ചു, അവൻ

ഇപ്പോഴും

സംസാരിക്കുന്നു.”

— എബ്രായർ 11:4

“ദി ഓർമ്മ യുടെ ദി നീതിമാനായ

അനുഗ്രഹിക്കപ്പെട്ടിരിക്കുന്നു .”

— സദൃശവാക്യങ്ങൾ 10:7

“അങ്ങനെ തിളങ്ങുക നിങ്ങളുടെ വെളിച്ചം മുമ്പ് പുരുഷന്മാർ, അത് അവർ മെയ് കാണുക നിങ്ങളുടെ നല്ലത് പ്രവർത്തിക്കുന്നു സ്വർഗ്ഗസ്ഥനായ നിങ്ങളുടെ പിതാവിനെ മഹത്വപ്പെടുത്തുവിൻ.”

— മത്തായി 5:16

അഗസ്റ്റൈൻസ് ജീവിച്ചു നിമിഷം

എപ്പോൾ അഗസ്റ്റിൻ യുടെ ഹിപ്പോ സമീപിച്ചു ദി

അവസാനിക്കുന്നു യുടെ അവന്റെ ഭൗമികമായ യാത്ര, ഓർമ്മിക്കപ്പെടുന്നതിൽ അയാൾക്ക് ആശങ്കയില്ലായിരുന്നു.

അവൻ ആയിരുന്നു ആശങ്കാകുലമായ കൂടെ ആയിരിക്ക വിശ്വസ്തൻ .

ദൈവത്തിനു കീഴടങ്ങിയ ജീവിതങ്ങൾ നിശബ്ദതയിൽ അവസാനിക്കുന്നില്ല എന്ന് അദ്ദേഹം വളരെക്കാലമായി മനസ്സിലാക്കിയിരുന്നു. അവർ സംസാരിച്ചുകൊണ്ടേയിരിക്കുന്നു - പ്രശസ്തിയിലൂടെയല്ല, മറിച്ച് ഫലങ്ങളിലൂടെ. അഗസ്റ്റിൻ ചെയ്തു അല്ല തത്സമയം വരെ സൃഷ്ടിക്കുക എ പാരമ്പര്യം; അവൻ ജീവിച്ചു വരെ അനുസരിക്കുക ദൈവം. എന്നിട്ടും അനുസരണം അവനെക്കാൾ നീണ്ടുനിന്ന ഒരു സന്ദേശം എഴുതി.

അദ്ദേഹത്തിന്റെ ജീവിതം തലമുറകളിലൂടെയും, സംസ്കാരങ്ങളിലൂടെയും, നൂറ്റാണ്ടുകളിലൂടെയും വായിക്കപ്പെട്ട ഒരു കത്ത് പോലെയായി മാറി. അദ്ദേഹം പൂർണ്ണനായതുകൊണ്ടല്ല.

പക്ഷേ കാരണം അവൻ ആയിരുന്നു വഴങ്ങി.

ജീവിതം പാഠം

വിശ്വസ്തൻ ജീവിതം തുടരുക വരെ സംസാരിക്കുക ശേഷം അവർ ആകുന്നു പോയി.

അനുസരണം നിമിഷത്തിനപ്പുറം പ്രതിധ്വനിക്കുന്നുവെന്ന് തിരുവെഴുത്ത് പഠിപ്പിക്കുന്നു. വാക്കുകൾ മങ്ങുന്നു, പക്ഷേ പഴം അവശിഷ്ടങ്ങൾ. ദി സ്വാധീനം യുടെ എ കീഴടങ്ങി ജീവിതം പലപ്പോഴും എത്തുന്നു സ്ഥലങ്ങൾ വ്യക്തി ഒരിക്കലും സങ്കൽപ്പിച്ചു ഒപ്പം തവണകൾ അവർ ഒരിക്കലും ജീവിച്ചു വരെ കാണുക.

ഞങ്ങൾ ആകുന്നു എപ്പോഴും എഴുത്തു എന്തോ:

- വഴി നമ്മുടെ തിരഞ്ഞെടുപ്പുകൾ
- വഴി നമ്മുടെ സ്വഭാവം
- വഴി നമ്മുടെ അനുസരണം

ദി ചോദ്യം ആണ് അല്ല എന്ന് നമ്മുടെ ജീവിതം ചെയ്യും സംസാരിക്കുക—പക്ഷേ **എന്ത് അവർ ചെയ്യും പറയുക** .

കണ്ണാടി നിമിഷം (വ്യക്തിപരമായ പ്രതിഫലനം)

പ്രതിഫലിപ്പിക്കുക ശ്രദ്ധാപൂർവ്വം:

- എന്ത് സന്ദേശം ആണ് നിങ്ങളുടെ ജീവിതം നിലവിൽ എഴുത്ത്?
- എങ്കിൽ മറ്റുള്ളവർ പിന്തുടർന്നു നിങ്ങളുടെ ഉദാഹരണത്തിന്, എവിടെ ചെയ്യും അത് ലീഡ് അവരെ?
- എന്ത് ചെയ്യുക നീ വേണം നിങ്ങളുടെ അനുസരണം വരെ പറയുക നീളമുള്ള ശേഷം നീ ആകുന്നു പോയോ?

അനുവദിക്കുക നിത്യത വരെ അറിയിക്കുക ദി വർത്തമാന.

നടപടി വേണ്ടി അനുസരണം

ഇന്ന്, തത്സമയം കൂടെ മനഃപൂർവ്വം സാക്ഷി.

- തിരഞ്ഞെടുക്കുക ഒന്ന് നടപടി അത് പ്രതിഫലിപ്പിക്കുന്ന ക്രിസ്തു വ്യക്തമായി
- സംസാരിക്കുക സത്യം സൌമ്യമായി എവിടെ നിശബ്ദത ചെയ്യും തെറ്റിദ്ധരിപ്പിക്കുക
- തത്സമയം ബോധപൂർവ്വം, അറിയുന്നു നിങ്ങളുടെ ജീവിതം ആണ് ആയിരിക്കൽ വായിക്കുക

വിശ്വസ്തത ഇന്ന് എഴുതുന്നു നാളത്തെ സാക്ഷ്യം.

ഗ്രൂപ്പ് ചർച്ച ചോദ്യങ്ങൾ

1. എങ്ങനെ ചെയ്യുക ജീവിതം തുടരുക വരെ സംസാരിക്ക അപ്പുറം വാക്കുകൾ?
2. എന്ത് വേർതിരിച്ചറിയുന്നു നീണ്ടുനിൽക്കുന്ന ആത്മീയ സ്വാധീനം നിന്ന് താൽക്കാലിക ആഘാതം?
3. എങ്ങനെ കഴിയും സാധാരണ അനുസരണം ആകൃതി അസാധാരണമായ പാരമ്പര്യം?

പ്രാർത്ഥന

പിതാവേ, ഓർമ്മിപ്പിക്കുക ഞാൻ അത് എന്റെ ജീവിതം ആണ് ആയിരിക്കൽ വായിച്ചു.

സഹായം ഞാൻ തത്സമയം ഇൻ എ വഴി

അത് ബഹുമതികൾ നീ അപ്പുറം ഇന്ന്.

എന്റെ അനുസരണം മറ്റുള്ളവരോട്

സത്യവും, കൃപയും, പ്രത്യാശയും പറയട്ടെ.

എഴുതുക. നിങ്ങളുടെ സന്ദേശം

വ്യക്തമായി വഴി എന്റെ ജീവിതം.

ആമേൻ.

പ്രവചനം പ്രഖ്യാപനം

എന്റെ ജീവിതം ആണ് എ ജീവിക്കുന്നത് ലേഖനം ക്രിസ്തുവിന്റെ .

എന്റെ അനുസരണത്തിലൂടെ

ദൈവത്തിന്റെ സത്യം വ്യക്തമായി

എഴുതപ്പെട്ടിരിക്കുന്നു. എന്റെ

വിശ്വസ്തത എന്റെ ജീവിതകാലം

മുഴുവൻ സംസാരിക്കും.

ഐ തത്സമയം വരെ മഹത്വപ്പെടുത്തുക ദൈവം ഇൻ ഓരോ തലമുറ.

പ്രതിബദ്ധത ലേക്ക് അനുസരണം

ഇന്ന്, ഐ പ്രതിജ്ഞാബദ്ധമാക്കുക വരെ

ജീവിക്കുന്നത് ബോധപൂർവ്വം മുമ്പ് ദൈവം

ഒപ്പം മറ്റുള്ളവരെ. എന്റെ ജീവിതം

ക്രിസ്തുവിനെ വിശ്വസ്തതയോടെ

പ്രതിഫലിപ്പിക്കാൻ ഞാൻ അനുവദിക്കും.

ഐ തിരഞ്ഞെടുക്കുക അനുസരണം അത് സംസാരിക്കുന്നു അപ്പുറം എന്നെ.

നോക്കുന്നു മുന്നോട്ട് ലേക്ക് ദിവസം ഇരുപത്തിയെട്ട്

യാത്ര അവസാനിക്കാറാകുമ്പോൾ, ദൈവം നമ്മുടെ ശ്രദ്ധയെ അവസാനമായി ഒരിക്കൽ കൂടി അകത്തേക്ക് തിരിക്കുന്നു :

എങ്ങനെ ചെയ്യുക ഞങ്ങൾ തത്സമയം ദിവസേന കൂടെ നിത്യത ഇൻ കാഴ്ച?

നാളെ ഞങ്ങൾ ചെയ്യും പര്യവേക്ഷണം ചെയ്യുക:

ലിവിംഗ് ഓരോന്നും ദിവസം പോലെ എ വിശ്വസ്തനായ സ്ഥാനപതി യുടെ ക്രിസ്തു.

ദിവസം ഇരുപത്തിയെട്ട്
ക്രിസ്തുവിന്റെ സ്ഥാനപതിയായി ജീവിക്കുന്നു ഓരോ ദിവസം

K **ഏയ് ഫോക്കസ് തിരുവെഴുത്തുകൾ**

"ഇപ്പോൾ പിന്നെ, ഞങ്ങൾ ആകുന്നു അംബാസഡർമാർ വേണ്ടി ക്രിസ്തു, പോലെ എങ്കിലും ദൈവം ഞങ്ങളിലൂടെ യാചിക്കുകയായിരുന്നു."

— 2 കൊരിന്ത്യർ 5:20

"പോലെ അവൻ ആണ്, അങ്ങനെ ആകുന്നു ഞങ്ങൾ ഇൻ ഇത് ലോകം."

— 1 യോഹന്നാൻ 4:17

"നീ ആകുന്നു ദി വെളിച്ചം യുടെ ദി ലോകം."

— മത്തായി 5:14

"നടത്തുക നിങ്ങൾ തന്നെ ബുദ്ധിപൂർവ്വം നേരെ പുറത്തുള്ളവർ."

— കൊളോസ്യർ 4:5

അഗസ്റ്റൈൻസ് ജീവിച്ചു നിമിഷം

എഴുതിയത് ദി ഫൈനൽ ഋതുക്കൾ യുടെ അവന്റെ ജീവിതം, **അഗസ്റ്റിൻ യുടെ ഹിപ്പോ** ഇല്ല നീളമുള്ളത് വിശ്വാസത്തെ പെരുമാറ്റത്തിൽ നിന്ന് വേർതിരിക്കുന്നു.

വിശ്വാസം ആയിരുന്നു

അല്ല എന്തോ അവൻ

അത് *അദ്ദേഹം*

ഉൾക്കൊള്ളുന്ന

ഒന്നായിരുന്നു .

ഓരോ സംഭാഷണത്തിനും, തീരുമാനത്തിനും, പ്രതികരണത്തിനും പ്രാധാന്യം ഉണ്ടായിരുന്നു - അവൻ ആഗ്രഹിച്ചതുകൊണ്ടല്ല സ്വാധീനം, പക്ഷേ കാരണം അവൻ മനസ്സിലായി പ്രാതിനിധ്യം. അഗസ്റ്റിൻ താൻ ഇനി തനിക്കുവേണ്ടി മാത്രമല്ല സംസാരിക്കുന്നതെന്ന് അവനറിയാമായിരുന്നു . അവൻ പ്രഖ്യാപിച്ച ക്രിസ്തുവിന്റെ ഒരു ദൃശ്യസാക്ഷിയായിരുന്നു അവന്റെ ജീവിതം .

അവൻ ജീവിച്ചു അവബോധമുള്ള അത് ക്രിസ്തു ആയിരു ആയിരിക്കൽ വ്യാഖ്യാനിച്ചു വഴി അവനെ.

ജീവിതം പാഠം

അംബാസഡർമാർ വ്യക്തിപരമായ അഭിപ്രായങ്ങളെ പ്രതിനിധീകരിക്കുന്നില്ല - അവർ അധികാരത്തെ പ്രതിനിധീകരിക്കുന്നു.

വിശ്വാസികൾ ഭൂമിയിലെ ക്രിസ്തുവിന്റെ പ്രതിനിധികളാണെന്ന് തിരുവെഴുത്ത് പഠിപ്പിക്കുന്നു. ഒരു സ്ഥാനപതി സന്ദേശം കണ്ടുപിടിക്കുന്നില്ല; അയാൾ അത് വിശ്വസ്തതയോടെ വഹിക്കുന്നു. വിശ്വാസ്യത ദി സന്ദേശം ആണ് പലപ്പോഴും വിധിച്ചു എഴുതിയത് ദി പെരുമാറ്റം യുടെ ദി ദൂതൻ.

ലിവിംഗ് പോലെ ഒരു അംബാസഡർ എന്നാൽ അർത്ഥമാക്കുന്നത്:

- സ്ഥിരത ഇടയിൽ വിശ്വാസം ഒപ്പം പെരുമാറ്റം
- അവബോധം അത് പ്രവർത്തനങ്ങൾ ആശയവിനിമയം നടത്തുക ദൈവശാസ്ത്രം
- ദിവസേന വിശ്വസ്തത ഇൻ സാധാരണ നിമിഷങ്ങൾ

ദി സുവിശേഷം ആണ് പലപ്പോഴും ആദ്യം നേരിട്ടു വഴി ജീവിതങ്ങൾ, അല്ല പ്രസംഗങ്ങൾ.

കണ്ണാടി നിമിഷം (വ്യക്തിഗതം പ്രതിഫലനം)

പ്രതിഫലിപ്പിക്കുക ശ്രദ്ധാപൂർവ്വം:

- എന്ത് ചിത്രം യുടെ ക്രിസ്തു ചെയ്യുന്നു നിങ്ങളുടെ ദിവസേന ജീവിതം വർത്തമാനമോ?
- എവിടെ ശക്തി നിങ്ങളുടെ പെരുമാറ്റം എതിർക്കുക നിങ്ങളുടെ കുമ്പസാരം?
- ചെയ്യുക നീ തത്സമയം ബോധപൂർവ്വം പോലെ എ പ്രതിനിധി—അല്ലെങ്കിൽ ആകസ്മികമായി പോലെ എ വിശ്വാസിയോ?

അനുവദിക്കുക ദൈവം പരിഷ്കരിക്കുക നിങ്ങളുടെ അവബോധം.

നടപടി വേണ്ടി അനുസരണം

ഇന്ന്, പരിശീലനം **മനഃപൂർവ്വം** പ്രാതിനിധ്യം .

- തിരഞ്ഞെടുക്കുക ഒന്ന് സാധാരണ ഇടപെടൽ
- ചോദിക്കുക സ്വയം: *എങ്ങനെ ചെയ്യും ക്രിസ്തു ആകുക പ്രതിനിധാനം ചെയ്തത് ഇവിടെ?*
- പ്രതികരിക്കുക അതനുസരിച്ച്—കൂടെ കൃപ, സത്യം, ക്ഷമ, അല്ലെങ്കിൽ ധൈര്യം

അംബാസഡർഷിപ്പ് ആണ് ജീവിച്ചു ഒന്ന് നിമിഷം ചെയ്ത എ സമയം.

ഗ്രൂപ്പ് ചർച്ച ചോദ്യങ്ങൾ

1. എന്ത് ചെയ്യുന്നു അത് പ്രായോഗികമായി ശരാശരി വ തത്സമയം പോലെ ക്രിസ്തുവിന്റേത് അംബാസഡർ?
2. എങ്ങനെ ചെയ്യുക എല്ലാ ദിവസവും പ്രവർത്തനങ്ങ ആകൃതി എങ്ങനെ മറ്റുള്ളവർ ക്രിസ്തുവിനെ മനസ്സിലാക്കണോ ?
3. എന്ത് വെല്ലുവിളികൾ ഉണ്ടാക്കുക സ്ഥിരതയുള്ള പ്രാതിനിധ്യം ബുദ്ധിമുട്ടാണോ?

പ്രാർത്ഥന

പിതാവേ, ക്രിസ്തുവിനെ

പ്രതിനിധീകരിക്കുന്ന ഉത്തരവാദിത്തം

ഞാൻ ഏറ്റെടുക്കുന്നു . എന്റെ വാക്കുകൾ,

പ്രവർത്തനങ്ങൾ, ഒപ്പം മനോഭാവങ്ങൾ

കൂടെ നിങ്ങളുടെ ഹൃദയം.

അനുവദിക്കുക എന്റെ ജീവിതം

പ്രതിഫലിപ്പിക്കുക ദി സത്യം ഐ

ഏറ്റുപറയുക.

സഹായം ഞാൻ തത്സമയം

ബോധപൂർവ്വം പോലെ നിങ്ങളുടെ

അംബാസഡർ. ആമേൻ.

പ്രവചനം പ്രഖ്യാപനം

ഐ രാവിലെ ക്രിസ്തുവിന്റേത് സ്ഥാനപതി ഇൻ ഇത് ലോകം.

എന്റെ ജീവിതം

പ്രതിഫലിപ്പിക്കുന്നു അവന്റെ

സത്യം, സ്നേഹം, ഒപ്പം

അധികാരം. ഞാൻ

എല്ലായിടത്തും

വിശ്വസ്തതയോടെ

ക്രിസ്തുവിനെ

പ്രതിനിധീകരിക്കുന്നു.

ദൈവം ആണ് മഹത്വവൽക്കരിക്കപ്പെട്ടത് വഴി എന്റെ അനുസരണം.

പ്രതിബദ്ധത ലേക്ക് അനുസരണം

ഇന്ന്, ഐ പ്രതിജ്ഞാബദ്ധമാക്കുക വരെ

ജീവിക്കുന്നത് ബോധപൂർവ്വം പോലെ

ക്രിസ്തുവിന്റേത് അംബാസഡർ. ഐ
ചെയ്യും വിന്യസിക്കുക എന്റെ ദിവസേന
ജീവിതം കൂടെ ദി സന്ദേശം ഐ
കൊണ്ടുപോകുക.

ഐ തിരഞ്ഞെടുക്കുക വിശ്വസ്തനായ പ്രാതിനിധ്യം കഴിഞ്ഞ സൗകര്യം.

നോക്കുന്നു മുന്നോട്ട് ലേക്ക് ദിവസം ഇരുപത്തിയൊമ്പത്

പോലെ ദി യാത്ര അടുക്കുന്നു പൂർത്തീകരണം, ദൈവം
കൊണ്ടുവരുന്നു ഞങ്ങളെ വരെ എ ഫൈനൽ ഉള്ളിലേക്ക്
ഭാവം:

ലിവിംഗ് തയ്യാറാണ്.

നാളെ ഞങ്ങൾ ചെയ്യും പര്യവേക്ഷണം ചെയ്യുക:

**എന്ത് അത് അർത്ഥമാക്കുന്നത് വരെ തത്സമയം
തയ്യാറാക്കിയത്—ഇല്ലാതെ ഭയം—കാരണം നിത്യത.**

ദിവസം

ഇരുപത്തിയൊമ്പത് ജീവിതം തയ്യാറാണ് വേണ്ടി നിത്യത

K **ഏയ് ഫോക്കസ് തിരുവെഴുത്തുകൾ**

"പഠിപ്പിക്കുക ഞങ്ങളെ വരെ നമ്പർ നമ്മുടെ ദിവസങ്ങൾ, അത് ഞങ്ങൾ മെയ് നേട്ടം എ ഹൃദയം യുടെ ജ്ഞാനം."

— സങ്കീർത്തനം 90:12

"വേണ്ടി വരെ ഞാൻ, വരെ തത്സമയം ആണ് ക്രിസ്തു, ഒപ്പം വരെ മരിക്കുക ആണ് നേട്ടം."

— ഫിലിപ്പിയർ 1:21

"അങ്ങനെ അത് ഞങ്ങൾ മെയ് ഉണ്ട് ആത്മവിശ്വാസം ഒപ്പം അല്ല ആകുക ലജ്ജിച്ചു മുമ്പ് അവൻ ചെയ്തത് അവന്റെ വരവ്."

— 1 യോഹന്നാൻ 2:28

"സജ്ജമാക്കുക നിങ്ങളുടെ മനസ്സ് ഓൺ കാര്യങ്ങൾ മുകളിൽ, അല്ല ഓൺ കാര്യങ്ങൾ ഓൺ ദി ഭൂമി."

— കൊളോസ്യർ 3:2

അഗസ്റ്റിൻസ് ജീവിച്ചു നിമിഷം

ൽ ദി ഫൈനൽ സീസൺ യുടെ അവന്റെ ജീവിതം, അഗസ്റ്റിൻ യുടെ ഹിപ്പോ ജീവിച്ചു കൂടെ ഒരു നിത്യതയെക്കുറിച്ചുള്ള

അചഞ്ചലമായ അവബോധം.

ഭയത്തോടെ

യല്ല. അല്ല

കൂടെ പേടി.

പക്ഷേ

കൂടെ

വ്യക്തത .

അവൻ ഇല്ല നീളമുള്ളത് പറ്റിപ്പിടിച്ചു വരെ സമയം. അവൻ സ്റ്റുവാർഡ് അത്. അഗസ്റ്റിൻ മനസ്സിലായി ആ ജീവിതം തയ്യാറാണ് വേണ്ടി നിത്യത ചെയ്തു അല്ല ശരാശരി പിൻവലിക്കൽ നിന്ന് ജീവൻ—അത് ഉദ്ദേശിച്ചത് ഓരോ ദിവസവും നിത്യമായ വിന്യാസത്തോടെ ജീവിക്കുന്നു.

മരണം ആയിരുന്നു ഇല്ല

നീളമുള്ളത് ഒരു തടസ്സം.

അതൊരു

പരിവർത്തനമായിരുന്നു.

കാരണം അവന്റെ ജീവിതം ഉണ്ടായിരുന്നു ആയിരുന്നു ഓർഡർ ചെയ്തു നേരെ ദൈവം, നിത്യത അനുഭവപ്പെട്ടു പരിചിതമായ അതിലും കൂടുതൽ വിദേശ.

ജീവിതം പാഠം

സന്നദ്ധത വേണ്ടി നിത്യത ഉത്പാദിപ്പിക്കുന്നു സമാധാനം ഇൻ ദി വർത്തമാന.

തിരുവെഴുത്ത് ഒരിക്കലും വിളിക്കുന്നു വിശ്വാസികൾ വരെ ഭയം നിത്യത. അത് വിളിക്കുന്നു ഞങ്ങളെ വരെ തത്സമയം തയ്യാറാക്കിയത് .

എപ്പോൾ ക്രിസ്തു ആണ് ദി കേന്ദ്രം യുടെ ജീവിതം, നിത്യത മാറുന്നു തുടർച്ച - അല്ല നഷ്ടം.

ലിവിംഗ് തയ്യാറാണ് അർത്ഥമാക്കുന്നത്:

- ഹോൾഡിംഗ് ഭൗതിക വസ്തുക്കൾ അശ്രദ്ധമായി
- നടത്തം ദിവസേന ഇൻ പശ്ചാത്താപം ഒപ്പം അനുസരണം
- ആങ്കറിംഗ് പ്രത്യാശ അപ്പുറം സമയം

ആ WHO തത്സമയം തയ്യാറാണ് ചെയ്യുക അല്ല തിരക്ക് ജീവൻ—അവർ വീണ്ടെടുക്കുക അത്.

കണ്ണാടി നിമിഷം (വ്യക്തിഗതം പ്രതിഫലനം)

പ്രതിഫലിപ്പിക്കുക നിശബ്ദമായി:

- എങ്കിൽ ഇന്ന് ആയിരുന്നു നിങ്ങളുടെ അവസാനത്തേത് ദിവസം, എന്ത് ചെയ്യും നിലനിൽക്കുക പരിഹരിക്കാത്തത്?
- എന്ത് അറ്റാച്ചുമെന്റുകൾ ഉണ്ടാക്കുക നിത്യത അനുഭവപ്പെടുക ദൂരെയുള്ള പകരം അധികം പ്രതീക്ഷയുണ്ടോ?
- ആർ നീ ജീവിക്കുന്നത് തയ്യാറാക്കിയത്—അല്ലെങ്കിൽ വെറുതെ അനുമാനിക്കുന്നു സമയം?

അനുവദിക്കുക ദി ആത്മാവ് കൊണ്ടുവരിക സൗമ്യമായ വ്യക്തത, അല്ല ഉത്കണ്ഠ.

നടപടി വേണ്ടി അനുസരണം

ഇന്ന്, പരിശീലനം നിത്യമായ വിന്യാസം .

- വിലാസം ഒന്ന് പരിഹരിക്കപ്പെടാത്ത അനുസരണം അല്ലെങ്കിൽ ബന്ധം
- റിലീസ് ഒന്ന് ഭൗമികമായ അറ്റാച്ചുമെന്റ് അത് കൈവ വയ്ക്കുന്നു നിങ്ങളുടെ ഹൃദയം അതും ദൃഢമായി
- നന്ദി ദൈവം വേണ്ടി ദി പ്രത്യാശ യുടെ നിത്യത

സന്നദ്ധത വളരുന്നു വഴി മനഃപൂർവ്വം വിന്യാസം.

ഗ്രൂപ്പ് ചർച്ച ചോദ്യങ്ങൾ

1. എന്തുകൊണ്ട് ചെയ്യുന്നു നിത്യത പലപ്പോഴും അനുഭവപ്പെടുക അമൂർത്തമായ പകരം അധികം വർത്തമാനമോ?
2. എങ്ങനെ ചെയ്യുന്നു ജീവിക്കുന്നത് തയ്യാറാണ് ബാധിക്ക ദിവസേന മുൻഗണനകൾ?
3. എന്ത് സഹായിക്കുന്നു വിശ്വാസികൾ തത്സമയം തയ്യാറാക്കിയത് ഇല്ലാതെ ഭയം?

പ്രാർത്ഥന

പിതാവേ, പഠിപ്പിക്കുക ഞാൻ

വരെ തത്സമയം കൂടെ നിത്യത

ഇൻ കാണുക. നീക്കം ചെയ്യുക

ഭയം ഒപ്പം മാറ്റിസ്ഥാപിക്കുക

അത് കൂടെ ഉറപ്പ്.

എന്റെ ദിവസങ്ങൾ
ബുദ്ധിപൂർവ്വവും
അനുസരണയോടെയും
ക്രമീകരിക്കാൻ എന്നെ
സഹായിക്കൂ. ഞാൻ തത്സമയം
തയ്യാറാണ് - ഇല്ല പേടിയാണ്—
പക്ഷേ സുരക്ഷിതം ഇൻ നീ.
ആമേൻ.

പ്രവചനം പ്രഖ്യാപനം

ഐ തത്സമയം തയ്യാറാണ് വേണ്ടി നിത്യത.
എന്റെ പ്രത്യാശ ആണ് നങ്കൂരമിട്ടു അപ്പുറം ഇത് ജീവിതം.
ഞാൻ സമാധാനത്തിലും,
ഉറപ്പിലും, അനുസരണത്തിലും
നടക്കുന്നു. ക്രിസ്തുവാണ് എന്റെ
ജീവൻ - ഇന്നും എന്നേക്കും.

പ്രതിബദ്ധത ലേക്ക് അനുസരണം

ഇന്ന്, ഐ പ്രതിജ്ഞാബദ്ധമാക്കുക
വരെ ജീവിക്കുന്നത് തയ്യാറാക്കിയത്
വേണ്ടി നിത്യത. ഞാൻ ചെയ്യും
ഓർഡർ എന്റെ ജീവിതം
പ്രകാരം വരെ നിത്യമായ സത്യം.
ഐ തിരഞ്ഞെടുക്കുക സന്നദ്ധത റൂട്ട് ചെയ്തത്
ക്രിസ്തുവിൽ .

മുപ്പതാം ദിവസം

എഴുതിയത് വഴി ദൈവം, അല്ല വഴി പുരുഷന്മാർ

K ഏയ് ഫോക്കസ് തിരുവെഴുത്തുകൾ

"നീ ആകുന്നു നമ്മുടെ ലേഖനം എഴുതിയത് ഇൻ നമ്മുടെ ഹൃദയങ്ങൾ, അറിയപ്പെടുന്നത് ഒപ്പം വായിക്കുക എഴുതിയത് എല്ലാം പുരുഷന്മാർ; വ്യക്തമായി നീ ആകുന്നു ഒരു ലേഖനം യുടെ ക്രിസ്തു... എഴുതിയത് അല്ല കൂടെ മഷി പക്ഷേ എഴുതിയത് ദി ആത്മാവ് ജീവനുള്ള ദൈവത്തിന്റെ."

—2 കൊരിന്ത്യർ 3:2–3

"വഴി അവരുടെ പഴങ്ങൾ നീ ചെയ്യും അറിയാം അവരെ."

—മത്തായി 7:16

"അനുവദിക്കുക നിങ്ങളുടെ വെളിച്ചം അങ്ങനെ തിളങ്ങുക മുമ്പ് പുരുഷന്മാർ."

—മത്തായി 5:16

"എന്തെന്നാൽ, തന്റെ നന്മയ്ക്കായി ഇച്ഛിക്കാനും പ്രവർത്തിക്കാനും നിങ്ങളിൽ പ്രവർത്തിക്കുന്നത് ദൈവമാണ്." സന്തോഷം."

—ഫിലിപ്പിയർ 2:13

അഗസ്റ്റൈൻസ് ജീവിച്ചു നിമിഷം

ജീവിതത്തിലെ ഈ ഘട്ടത്തിൽ, പല വിശ്വാസികൾക്കും പൂർണ്ണമായി മനസ്സിലാകാത്ത ഒരു കാര്യം ഹിപ്പോയിലെ **അഗസ്റ്റിൻ മനസ്സിലാക്കി:**

അവന്റെ ജീവിതം ആയിരുന്നു ഇല്ല നീളമുള്ളത് സ്വകാര്യം.

ശ്രദ്ധ തേടിയതുകൊണ്ടല്ല - അനുസരണം **തെളിവുകൾ അവശേഷിപ്പിക്കുന്നതുകൊണ്ടാണ്** . താൻ വഹിച്ച ഏറ്റവും ശക്തമായ സാക്ഷ്യം തന്റെ രചനകളോ പ്രസംഗങ്ങളോ വാദങ്ങളോ അല്ലെന്ന് അഗസ്റ്റിന് അറിയാമായിരുന്നു. അത് തന്റെ സ്വഭാവത്തിൽ പതിഞ്ഞിരിക്കുന്ന ദൈവത്തിന്റെ ദൃശ്യമായ പ്രവൃത്തിയായിരുന്നു .

അവൻ ഉണ്ടായിരുന്നു ഒരിക്കൽ
ശ്രമിച്ചു വരെ രചയിതാവ്
അവന്റെ സ്വന്തം ഐഡന്റിറ്റി.
ഇപ്പോൾ, അവൻ ദൈവത്തെ
എഴുതാൻ അനുവദിച്ചു.
മനുഷ്യർക്ക് കഥകൾ
എഡിറ്റ് ചെയ്യാം.
ദൈവം എഴുതുന്നു
പരിവർത്തനങ്ങൾ .

ജീവിതം പാഠം

ഓരോ ജീവിതം പറയുന്നു എ കഥ—എന്നിരുന്നാലും മനഃപൂർവ്വം അല്ലെങ്കിൽ അല്ല.

വിശ്വാസികൾ ലോകം നിരന്തരം വായിക്കുന്ന ജീവനുള്ള അക്ഷരങ്ങളാണെന്ന് തിരുവെഴുത്ത് പ്രഖ്യാപിക്കുന്നു . ദി ചോദ്യം ആണ് അല്ല *എങ്കിൽ* ഞങ്ങൾ ആകുന്നു ആയിരിക്ക വായിക്കുക, പക്ഷേ **WHO ആണ് ചെയ്യുന്നത് ദി എഴുത്തു** .

അ ജീവിതം എഴുതിയത് എഴുതിയത് പുരുഷന്മാർ ആണ് ആകൃതിയിലുള്ള എഴുതിയത്:

- സംസ്കാരം
- മർദ്ദം
- ഭയം യുടെ അഭിപ്രായം

അ ജീവിതം എഴുതിയത് എഴുതിയത് ദൈവം ആണ് ആകൃതിയിലുള്ള എഴുതിയത്:

- അനുസരണം
- പശ്ചാത്താപം
- കൃപ
- സത്യം

മാത്രം ഒന്ന് ഉത്പാദിപ്പിക്കുന്നു പഴം അത് സഹിക്കുന്നു.

കണ്ണാടി നിമിഷം (വ്യക്തിഗതം പ്രതിഫലനം)

ഇരിക്കുക ശ്രദ്ധാപൂർവ്വം കൂടെ ഇവ ചോദ്യങ്ങൾ:

- WHO ഉണ്ട് ആയിരുന്നു രൂപപ്പെടുത്തൽ നിങ്ങളുടെ കഥ ഏറ്റവും—ദൈവം അല്ലെങ്കിൽ ആളുകളോ?
- എന്ത് സന്ദേശം ചെയ്യുന്നു നിങ്ങളുടെ നിലവിലുള്ളത് ജീവിതശൈലി ആശയവിനിമയം നടത്തണോ?
- എങ്കിൽ ആരെങ്കിലും "വായിക്കുക" നിങ്ങളുടെ ജീവിത

എന്ത് ചെയ്യും അവർ പഠിക്കുക കുറിച്ച് ക്രിസ്തുവോ?

ആത്മാവ് നിങ്ങളുടെ വാക്കുകളെയല്ല, മറിച്ച് നിങ്ങളുടെ **മാതൃകകളെയാണ് അന്വേഷിക്കേണ്ടത് . പ്രവൃത്തി വേണ്ടി അനുസരണം**

ഇന്ന്, ബോധപൂർവ്വം സമർപ്പിക്കുക നിങ്ങളുടെ കഥ വരെ ദൈവം.

- തിരിച്ചറിയുക ഒന്ന് പ്രദേശം എവിടെ നീ ഉണ്ട് അനുവദിച്ചു ബാഹ്യ ശബ്ദങ്ങൾ വരെ ആകൃതി നീ
- കീഴടങ്ങുക അത് മനഃപൂർവ്വം വരെ ദി പരിശുദ്ധം ആത്മാവ്
- പ്രാർത്ഥിക്കുക ഇത് ഉച്ചത്തിൽ:
  "കർത്താവേ, എഴുതുക നിങ്ങളുടെ സത്യം കടന്നു എന്റെ ജീവൻ."

അനുസരണം ആണ് ദൈവത്തിന്റെ മഷി.

ഗ്രൂപ്പ് ചർച്ച ചോദ്യങ്ങൾ

1. എന്ത് ചെയ്യുന്നു അത് ശരാശരി വരെ ആകുക എ "ജീവിക്കുന്നു ലേഖനം" ഇൻ പ്രായോഗികം നിബന്ധനക
2. എങ്ങനെ ചെയ്യുന്നു സംസ്കാരം ശ്രമം വരെ രചയിതാ നമ്മുടെ ഐഡന്റിറ്റി?
3. എന്തുകൊണ്ട് ചെയ്യുന്നു ദൃശ്യം പഴം കാര്യം കൂടുതൽ അധികം വാക്കാലുള്ള കുമ്പസാരം?

പ്രാർത്ഥന

പിതാവേ, ഐ വരുമാനം എന്റെ

ജീവിതം വരെ നീ പോലെ ദി

രചയിതാവ്. നിങ്ങൾ

എഴുതാത്തത് മായ്ക്കുക.

രജിസ്റ്റർ ചെയ്യുക നിങ്ങളുടെ സത്യം കടന്നു എന്റെ സ്വഭാ
അനുവദിക്കുക എന്റെ ജീവിതം

ആശയവിനിമയം നടത്തുക ക്രിസ്തു

വ്യക്തമായി വരെ ദി ലോകം. ആമേൻ.

പ്രവചനം പ്രഖ്യാപനം
എന്റെ ജീവിതം ആണ് എഴുതിയത് എഴുതിയത് ദൈവം,
അല്ല എഴുതിയത് പുരുഷന്മാർ.

ദി ആത്മാവ് യുടെ ദി ജീവിക്കുന്നത്

ദൈവം രൂപങ്ങൾ എന്റെ സ്വഭാവം.

എന്റെ അനുസരണം

ക്രിസ്തുവിനെ

സാക്ഷ്യപ്പെടുത്തുന്നു.

ഐ രാവിലെ എ ജീവിക്കുന്നത് ലേഖനം, വായിക്കുക

എഴുതിയത് ലോകം .

പ്രതിബദ്ധത ലേക്ക് അനുസരണം

ഇന്ന്, ദൈവമുമ്പാകെ മനഃപൂർവ്വം

ജീവിക്കാൻ ഞാൻ

പ്രതിജ്ഞാബദ്ധനാണ്. ഞാൻ ചെയ്യും

അല്ല അനുവദിക്കുക സംസ്കാരം

അല്ലെങ്കിൽ മർദ്ദം വരെ

നിർവചിക്കുക എന്നെ.

ഐ തിരഞ്ഞെടുക്കുക വരെ ആകുക എഴുതിയത്
എഴുതിയത് ദി ആത്മാവ് യുടെ ദി ജീവിക്കുന്നത് ദൈവം.

നോക്കുന്നു മുന്നോട്ട് ലേക്ക് ദിവസം മുപ്പത്തിയൊന്ന്

ഇപ്പോൾ അത് ഞങ്ങൾ മനസ്സിലാക്കുക WHO ആണ് എഴുത്ത് , ഞങ്ങൾ വേണം നേരിടുക എന്ത് ഉത്പാദിപ്പിക്കപ്പെടുന്നു .

ദിവസം

മുപ്പത്തിയൊന്ന് എപ്പോൾ ഇല്ല ഒന്ന് ഐ.എസ്. കാണുന്നു

Aരംഗം ലേക്ക് പ്രവേശിക്കുക
അത് ആണ് ഒരു സാധാരണ നിമിഷം.

ഇല്ല
പ്രഖ്യാപനം.

ഇല്ല
സാക്ഷികൾ.

ഇല്ല മർദ്ദം നിന്ന്

ആരെങ്കിലും അല്ലെങ്കിൽ.

നിങ്ങൾക്ക് ഒറ്റയ്ക്കാണ്

ഒരു ചോയ്സ് ഉള്ളത്.

അത് വളരെ ചെറുതാണ്, നിങ്ങൾ അത് അവഗണിച്ചാൽ ആരും ശ്രദ്ധിക്കില്ല. ന്യായീകരിക്കപ്പെട്ടു. മതി അത് നീ കഴിയും വിശദീകരിക്കുക അത് അകലെ. നിശബ്ദം മതി അത് അത് അനുഭവപ്പെടുന്നു നിസ്സാരം.

ഒപ്പം എന്നിട്ടും - നീ മടിക്കുക.

അല്ല കാരണം യുടെ

പ്രത്യാഘാതങ്ങൾ.

പ്രശസ്തി കൊണ്ടല്ല.

പക്ഷേ കാരണം എന്തോ ഇൻ നീ അറിയാം:

ഇത് നിമിഷം ആണ്

ആയിരിക്കൽ എഴുതിയത് .

നിശബ്ദ സത്യം

മിക്കതും യുടെ ജീവിതം ആണ് അല്ല ജീവിച്ചു ഓൺ എ ഘട്ടം. ആരും കയ്യടിക്കാത്ത മുറികളിലാണ്, ആരും രേഖപ്പെടുത്താത്ത തീരുമാനങ്ങളിലാണ്, ചിന്തകളിലാണ് അത് ജീവിക്കുന്നത്. ഇല്ല ഒന്ന് കേൾക്കുന്നു. തിരുവെഴുത്ത് ഒരിക്കലും ട്രീറ്റുകൾ ഇവ നിമിഷങ്ങൾ പോലെ നിഷ്പക്ഷ. അത് അവരെ **രൂപപ്പെടുത്തുന്നവരായി** കണക്കാക്കുന്നു .

എന്ത് നീ പരിശീലനം ഇൻ രഹസ്യം ഒടുവിൽ ദൃശ്യമാകുന്നു ഇൻ പൊതു.

തിരുവെഴുത്ത് പോലെ സാക്ഷി

"നിങ്ങളുടെ അച്ഛൻ WHO കാണുന്നു ഇൻ രഹസ്യം ചെയ്യും പ്രതിഫലം നീ പരസ്യമായി."

— **മത്തായി** 6:6

"അവൻ WHO **ആണ്** വിശ്വസ്തനായ ഇൻ എന്ത് ആണ് ഏറ്റവും കുറഞ്ഞത് ആണ് വിശ്വസ്തനായ കൂടാതെ ഇൻ വളരെയധികം."

— **ലൂക്കോസ്** 16:10

"തിരയുക ഞാൻ, ഓ ദൈവം, ഒപ്പം അറിയാം എന്റെ ഹൃദയം."

— **സങ്കീർത്തനം** 139:23

അ സൗമ്യം നിർദ്ദേശം
പ്രതിഫലം കൂടാതെ അനുസരണം
പാലിച്ചാലോ ? അത്
ശ്രദ്ധിക്കപ്പെടുമെന്നതുകൊണ്ടല്ല.
അല്ല കാരണം അത്
ചെയ്യും ആകുക
സ്തുതിക്കപ്പെടുന്നു.
പക്ഷേ ദൈവം
കാണുന്നതുകൊണ്ട്.
ശരിയായ
പ്രതികരണം
തിരഞ്ഞെടുക്കുക.
പറയൂ ദി സത്യം നീ
കഴിയും മറയ്ക്കുക.
ആരും അറിയാത്ത ആ ശീലത്തെ
ചെറുക്കുക. ഈ നിമിഷം
ദൈവത്തിന്റേതാകട്ടെ.
അ ചോദ്യം ലേക്ക് എസ്.ഐ.ടി. കൂടെ
എങ്കിൽ ഇത് നിമിഷം ആയിരുന്നു ദി മാത്രം പേജ്
ആരെങ്കിലും എന്നേക്കും വായിക്കുക യുടെ
നിങ്ങളുടെ ജീവിതം, എന്ത് ചെയ്യും അത് പറയുക
കുറിച്ച് WHO നീ ആകുന്നു ആയിത്തീരുന്നു?
തിടുക്കത്തിൽ ചോദ്യം
മറികടക്കരുത്. അത്
നിങ്ങളെ വായിച്ചു
മനസ്സിലാക്കട്ടെ.
അ ലളിതം നടപടി
ഇന്ന്, തിരിച്ചറിയുക ഒന്ന് സ്വകാര്യം നിമിഷം ഒപ്പം

തിരഞ്ഞെടുക്കുക അനുസരണം അവിടെ. അത്
പ്രഖ്യാപിക്കരുത്.
ചെയ്യുക
അല്ല
റെക്കോർഡ്
അത്.
ചെയ്യുക
അല്ല
വിശദീകരി
ക്കുക അത്.
അനുവദി
ക്കുക അത്
ആകുക
ആരാധന.
അ പ്രാർത്ഥന (നിശബ്ദമായി സംസാരിച്ചു)
പിതാവേ,
പഠിപ്പിക്കുക ഞാൻ വരെ തത്സമയം
മുമ്പ് നീ, അല്ല മുമ്പ് ആളുകൾ. ഫോം
എന്റെ സ്വഭാവം എവിടെ ഇല്ല ഒന്ന്
കാണുന്നു.
എഴുതുക സത്യം കടന്നു ദി
മറച്ചിരിക്കുന്നു സ്ഥലങ്ങൾ യുടെ
എന്റെ ജീവൻ. രഹസ്യത്തിൽ
ഞാൻ വിശ്വസ്തത
തിരഞ്ഞെടുക്കുന്നു.
ആമേൻ.
അ സോഫ്റ്റ് പ്രഖ്യാപനം
ഐ തത്സമയം മുമ്പ് ദി കണ്ണുകൾ യുടെ ദൈവം.
എന്റെ അനുസരണം ചെയ്യുന്നു അല്ല ആശ്രയിക്കുക ഓൺ

ദൃശ്യപരത.

ഐ തിരഞ്ഞെടുക്കുക വിശ്വസ്തത എപ്പോൾ ഇല്ല ഒന്ന് നിരീക്ഷിക്കുന്നു .

നോക്കുന്നു മുന്നോട്ട് ലേക്ക് ദിവസം മുപ്പത്തിരണ്ട്

നാളെ, ദി ക്രമീകരണം മാറ്റങ്ങൾ.

ആളുകൾ *കാണുന്നുണ്ടാകും* —പക്ഷേ

അവർ നിങ്ങളെ തെറ്റിദ്ധരിക്കും. ഞങ്ങൾ

ഇവ പര്യവേക്ഷണം ചെയ്യും:

ദിവസം മുപ്പത്തിരണ്ട് – എപ്പോൾ നീ തെറ്റിദ്ധരിക്കപ്പെടുന്നു

എങ്ങനെ എ ജീവിക്കുന്നത് ലേഖനം പ്രതികരിക്കുന്നു എപ്പോൾ വായിക്കുക തെറ്റായി.

ദിവസം മുപ്പത്തിരണ്ട്

എപ്പോൾ നീ ARE തെറ്റിദ്ധരിക്കപ്പെട്ടു

A രംഗം ലേക്ക് പ്രവേശിക്കുക
നീ ഉദ്ദേശിച്ചത് നന്നായി.
നിങ്ങളുടെ ഉദ്ദേശ്യം
ശുദ്ധമായിരുന്നു.
നിങ്ങളുടെ
വാക്കുകൾ
ശ്രദ്ധാലുവായിരുന്നു.
നിങ്ങളുടെ തീരുമാനം
ആയിരുന്നു
പ്രാർത്ഥനാപൂർവ്വം.
എന്നിട്ടും എങ്ങനെയോ, എന്ത് മറ്റുള്ളവർ
കേട്ടു ആയിരുന്നു അല്ല എന്ത് നീ
അർത്ഥമാക്കുന്നത്. അവർ കരുതിയത്
നിങ്ങൾ കൊണ്ടുനടന്നതല്ല എന്നാണ്.
എന്ത് അവർ ആവർത്തിച്ചു ആയിരുന്നു
അല്ല എന്ത് യഥാർത്ഥത്തിൽ സംഭവിച്ചു.
വിശദീകരിക്കാൻ നിങ്ങൾക്ക് ഒരു തവര
തോന്നുന്നു.
ലേക്ക് ശരിദി
റെക്കോർഡ്

ചെയ്യുക. സ്വയം
പ്രതിരോധിക്കാ
ൻ.
ഒപ്പം നീ താൽക്കാലികമായി നിർത്തുക.
ദി നിശബ്ദത പിരിമുറുക്കം

ഏറ്റവും അസുഖകരമായ അനുഭവങ്ങളിലൊന്നാണ് തെറ്റിദ്ധരിക്കപ്പെടുക എന്നത് .

അത് അനുഭവപ്പെടുന്നു അന്യായം.
അത് അനുഭവപ്പെടുന്നു തുറന്നുകാട്ടുന്നു.

അത് അനുഭവപ്പെടുന്നു പോലെ നിശബ്ദത ശക്തി നോക്കൂ പോലെ കുറ്റബോധം.

എന്നാൽ അനുസരണം എല്ലായ്പ്പോഴും ശരിയായി വ്യാഖ്യാനിക്കപ്പെടുമെന്ന് തിരുവെഴുത്ത് ഒരിക്കലും വാഗ്ദാനം ചെയ്യുന്നില്ല. ചിലപ്പോൾ, വിശ്വസ്തതയെ പരീക്ഷിക്കുന്നത് എതിർപ്പിനാലല്ല - മറിച്ച് **തെറ്റായി വായിച്ചുകൊണ്ടാണ്** .

എന്ത് നീ ചെയ്യുക അടുത്തത് കാര്യങ്ങൾ കൂടുതൽ അധികം എന്ത് ആയിരുന്നു പറഞ്ഞു.
തിരുവെഴുത്ത് പോലെ സാക്ഷി

"എപ്പോൾ അവൻ ആയിരുന്നു അധിക്ഷേപിക്കപ്പെട്ട, അവൻ ചെയ്തു അല്ല ശകാരിക്കുക ഇൻ മടങ്ങുക.

— 1 പീറ്റർ 2:23

“എ നല്ലത് പേര് ആണ് പകരം വരെ ആകുക തിരഞ്ഞെടുത്തത് അധികം മികച്ചത് സമ്പത്ത്.”

— സദൃശവാക്യങ്ങൾ 22:1

“കമ്മിറ്റ് നിങ്ങളുടെ വഴി വരെ ദി കർത്താവേ... ഒപ്പം അവൻ ചെയ്യും കൊണ്ടുവരിക അത് വരെ പാസ്."

— സങ്കീർത്തനം 37:5

അ സൗമ്യം നിർദ്ദേശം

വ്യക്തതയ്ക്ക് പകരം സ്വഭാവത്തെ

വിശ്വസിച്ചാലോ? ഇല്ല. ഓരോ

തെറ്റിദ്ധാരണ ആവശ്യങ്ങൾ എ

പ്രതികരണം.

എല്ലാ ആരോപണങ്ങൾക്കും

വിശദീകരണം ആവശ്യമില്ല.

എല്ലാ മൗനവും കീഴടങ്ങലല്ല.

ചിലപ്പോൾ, ഏറ്റവും വിശ്വസ്തമായ പ്രതികരണം സ്ഥിരത പുലർത്തുക എന്നതാണ് - സമയം, സത്യം, ഒപ്പം പഴം വരെ സംസാരിക്കുക കൂടുതൽ വ്യക്തമായി അധികം പ്രതിരോധം എന്നേക്കും കഴിയും.

അ ചോദ്യം ലേക്ക് എസ്.ഐ.ടി. കൂടെ

ചെയ്യുക നീ ആശ്രയം ദൈവം മതി

വരെ അനുവദിക്കുക അവൻ

ന്യായീകരിക്കുക , അല്ലെങ്കിൽ

ആഖ്യാനം നിയന്ത്രിക്കാൻ നിങ്ങൾക്ക്

ഉത്തരവാദിത്തമുണ്ടോ?

അനുവദിക്കുക ദി ചോദ്യം

ഒത്തുതീർക്കുക മുമ്പ് നീ ഉത്തരം

അത്.

അ ലളിതം നടപടി

ഇന്ന്, ഒരു തെറ്റിദ്ധാരണ തിരുത്താനുള്ള

പ്രേരണയെ ചെറുക്കുക . ശാശ്വതമായി.

അല്ല
നിഷ്ക്രിയ
മായി.
പക്ഷേ
പ്രാർത്ഥന
യോടെ.
ചോദിക്കൂ
ദൈവം:
"ആണ് എന്റെ പ്രതികരണം ആവശ്യമാണ്—
അല്ലെങ്കിൽ ആണ് എന്റെ സ്ഥിരത മതി?"
പിന്നെ പ്രവർത്തിക്കുക അതനുസരിച്ച്.
അ പ്രാർത്ഥന (നിശബ്ദമായി സംസാരിച്ചു)
പിതാവേ,
നീ കാണുക എന്ത് മറ്റുള്ളവർ തെറ്റായി വായിച്ചു.
പഠിപ്പിക്കുക ഞാൻ വരെ
പ്രതികരിക്കുക കൂടെ ജ്ഞാനം,
അല്ല ഭയം. എന്റെ പ്രശസ്തിയിൽ
നിന്നിൽ വിശ്വസിക്കാൻ എന്നെ
സഹായിക്കണമേ.
ഐ സ്ഥലം എന്റെ പേര്
ഇൻ നിങ്ങളുടെ കരുതൽ.
ആമേൻ.

അ സോഫ്റ്റ് പ്രഖ്യാപനം

ഐ ചെയ്യുക അല്ല
പരിശ്രമിക്കുക വരെ
പ്രതിരോധിക്കുക ഞാൻ

തന്നെ. ദൈവം ആണ് ദി
സൂക്ഷിപ്പുകാരൻ യുടെ
എന്റെ പേര്.

ഐ നിലനിൽക്കുക വിശ്വസ്തനായ എപ്പോൾ തെറ്റിദ്ധരിക്കപ്പെട്ടു.

നോക്കുന്നു മുന്നോട്ട് ലേക്ക് ദിവസം മുപ്പത് -മൂന്ന്

നാളെ, ദി പിരിമുറുക്കം ആഴമേറിയതാക്കുന്നു.

വില ഇനി തെറ്റിദ്ധാരണയല്ല -

അത് ബന്ധമാണ് .

ഞങ്ങൾ ചെയ്യും പര്യവേക്ഷണം ചെയ്യുക:

ദിവസം മുപ്പത്തിമൂന്ന് – എപ്പോൾ സത്യം ചെലവുകൾ നീ ബന്ധങ്ങൾ

എങ്ങനെ എ ജീവിക്കുന്നത് ലേഖനം സംസാരിക്കുന്നു സത്യസന്ധമായി ഇല്ലാതെ ശ്രമിക്കുന്നു വരെ നിയന്ത്രണം ദി ഫലം.

ദിവസം മുപ്പത് -മൂന്ന്

ബന്ധങ്ങൾക്ക് വില നൽകുമ്പോൾ

രംഗം ലേക്ക് പ്രവേശിക്കുക

A നീ ചെയ്തു അല്ല പദ്ധതി ദൂരം .
അത് പതുക്കെ സംഭവിച്ചു—
എ
താൽക്കാലികമാ
യി നിർത്തുക
ഇൻ സംഭാഷണം,
സ്വരത്തിലെ
മാറ്റം,
ഒരു പറയാത്ത പിരിമുറുക്കം.
നീ സംസാരിച്ചു
സത്യസന്ധമായി, പക്ഷേ
അല്ല കഠിനമായി. നീ
തിരഞ്ഞെടുത്തു സമഗ്രത,
അല്ല പ്രകോപനം. എന്നിട്ടും,
എന്തോ ഒരു മാറ്റം
സംഭവിച്ചു.
ആ ബന്ധം നാടകീയമായി
തകർന്നില്ല. അത് ഒഴുകിപ്പോയി .
ഒപ്പം നീ അനുഭവപ്പെടുക ദി ഭാരം യുടെ അത്.

ദി നിശബ്ദത പോരാട്ടം

സത്യം പലപ്പോഴും വഹിക്കുന്നു
എ ചെലവ് ഞങ്ങൾ
അപൂർവ്വമായി തയ്യാറാക്കുക
കാരണം. അപരിചിതരിൽ
നിന്നുള്ള നിരസിക്കലല്ല—
പക്ഷേ ദൂരം നിന്ന് ആളുകൾ ഞങ്ങൾ പരിചരണം കുറിച്ച്.

തിരുവെഴുത്ത് ഒരിക്കലും വാഗ്ദാനങ്ങൾ അത് സത്യം ചെയ്യും എപ്പോഴും ആകുക സ്വാഗതം ചെയ്തു. ചിലപ്പോൾ അത് മറ്റുള്ളവർ നേരിടാൻ തയ്യാറാകാത്ത കാര്യങ്ങളെ തുറന്നുകാട്ടുകയോ, അസ്വസ്ഥമാക്കുകയോ, അല്ലെങ്കിൽ തടസ്സപ്പെടുത്തുകയോ ചെയ്യുന്നു. നിമിഷങ്ങൾ, സ്നേഹം ആണ് പരീക്ഷിച്ചു - അല്ല എഴുതിയത് നിശബ്ദത, പക്ഷേ എഴുതിയത് **വിശ്വസ്തനായ സത്യസന്ധത നിയന്ത്രണമില്ലാതെ** .

നീ കഴിയില്ല തീരുമാനിക്കുക
എങ്ങനെ മറ്റുള്ളവർ
പ്രതികരിക്കൂ. നിങ്ങൾ
കഴിയും മാത്രം
തീരുമാനിക്കുക എങ്ങനെ നീ
തിരുവെഴുത്ത് സാക്ഷിയായി
തുടരുക.

“ആം ഐ ഇപ്പോൾ അന്വേഷിക്കുന്നു ദി അംഗീകാരം യുടെ മനുഷ്യൻ, അല്ലെങ്കിൽ യുടെ ദൈവം?”

— ഗലാത്തിയർ 1:10
(Ella) 1:10)
"സംസാരിക്കുന്നു ദി
സത്യം ഇൻ
സ്നേഹം."
— എഫെസ്യർ 4:15
"അനുഗ്രഹീതൻ ആകുന്നു നീ എപ്പോൾ ആളുകൾ
അപമാനിക്കൽ നീ... കാരണം എന്റെ ."
— മത്തായി 5:11

അ സൗമ്യം നിർദ്ദേശം

സംരക്ഷിക്കേണ്ടതിന്റെ ആവശ്യകത

ഉപേക്ഷിച്ചാൽ എന്ത് സംഭവിക്കും? **ഫലങ്ങൾ** ?

നിങ്ങൾ കഴിയും സ്നേഹം ആഴത്തിൽ ഒപ്പം
ഇപ്പോഴും ആകുക വിയോജിച്ചു കൂടെ.
നീ കഴിയും സംസാരിക്കുക സത്യം സൌമ്യമായി ഒപ്പം
ഇപ്പോഴും ആകുക ചെറുത്തുനിന്നു.
നീ കഴിയും നിലനിൽക്കുക
വിശ്വസ്തനായ ഇല്ലാതെ നിർബന്ധിക്കൽ
അനുരഞ്ജനം. നിങ്ങളുടെ
ഉത്തരവാദിത്തം അനുസരണമാണ്.
ദൈവത്തിന്റെ ഉത്തരവാദിത്തം ആണ് ഹൃദയം .

അ ചോദ്യം ലേക്ക് എസ്.ഐ.ടി. കൂടെ

ആർ നീ കൂടുതൽ ഭയപ്പെട്ടു യുടെ ബന്ധങ്ങൾ നഷ്ടപ്പെടുന്നു
—അല്ലെങ്കിൽ യുടെ തോൽക്കുന്നു സമഗ്രത?
ഇരിക്കുക കൂടെ ദി ചോദ്യം നീളമുള്ള മതി വരെ ഉത്തരം
സത്യസന്ധമായി.

അ ലളിതം നടപടി

ഇന്ന്, തിരഞ്ഞെടുക്കുക
വിശ്വസ്തത കഴിഞ്ഞു പ്രീണനം.

പിന്മാറരുത്.
ചെയ്യുക അല്ല
അമിതമായി
വിശദീകരിക്കു
ക.
കഠിനമാക്കരു
ത്.
തുടരുക
ദയ.
നിലനിൽ
ക്കുക
സത്യസന്ധ
മായ.
തുടരുക തുറക്കുക—ഇല്ലാതെ പിന്തുടരൽ സ്വീകാര്യത.
അ പ്രാർത്ഥന (നിശബ്ദമായി സംസാരിച്ചു)
പിതാവേ,
നീ അറിയാം ദി ചെലവ് യുടെ
സത്യം സംസാരിക്കുന്നു ഇൻ
സ്നേഹം. സഹായം ഞാൻ
നിലനിൽക്കുക വിശ്വസ്തനായ
ഇല്ലാതെ നീരസം.
കാവൽ എന്റെ ഹൃദയം നിന്ന്
വിട്ടുവീഴ്ച ചെയ്യുക ഒപ്പം നിന്ന്
കാഠിന്യം. എല്ലാ ബന്ധങ്ങളിലും ഞാൻ
നിന്നെ വിശ്വസിക്കുന്നു.
ആമേൻ.
അ സോഫ്റ്റ് പ്രഖ്യാപനം
ഐ തിരഞ്ഞെടുക്കുക സത്യം സംസാരിക്കുന്നു ഇൻ സ്നേഹം.

ഐ റിലീസ് നിയന്ത്രണം കഴിഞ്ഞു ഫലങ്ങൾ.
ഐ നിലനിൽക്കുക വിശ്വസ്തനായ, പോലും എപ്പോൾ അ
ചെലവുകൾ.

നോക്കുന്നു മുന്നോട്ട് ലേക്ക് ദിവസം മുപ്പത്തി നാല്

നാളെ, ദി ഫോക്കസ്

തിരിവുകൾ ഉള്ളിലേക്ക്

വീണ്ടും. ശിക്ഷാവിധിക്കല്ല—

പക്ഷേ പുനഃസ്ഥാപനത്തിലേക്ക്.

നമുക്ക് ഇവ പര്യവേക്ഷണം

ചെയ്യാം:

ദിവസം മുപ്പത്തി നാല് - എപ്പോൾ നീ പരാജയം ശേഷം അറിയുന്നു നല്ലത്

എങ്ങനെ എ ജീവിക്കുന്നത് ലേഖനം പ്രതികരിക്കുന്നു ശേഷം എ ഇടറുക.

ദിവസം മുപ്പത്തി നാല്

നന്നായി അറിഞ്ഞിട്ടും നിങ്ങൾ പരാജയപ്പെടുമ്പോൾ

A രംഗം ലേക്ക് പ്രവേശിക്കുക

അത് നിങ്ങളെ അത്ഭുതപ്പെടുത്തുന്നു - അല്ല കാരണം അത് സംഭവിച്ചു, പക്ഷേ കാരണം നിങ്ങൾക്കറിയാമായിരുന്നു

നല്ലത് .

നീ

ഉണ്ടായിരു

ന്നു വളർന്നു.

നീ

ഉണ്ടായിരു

ന്നു പഠിച്ചു.

നീ ഉണ്ടായിരുന്നു പരിഹരിച്ചു അല്ല വരെ മടങ്ങുക അവിടെ വീണ്ടും.

എന്നിട്ടും, ഇതാ നിങ്ങൾ - നിങ്ങൾ വളർന്നു വലുതായി

എന്ന് കരുതിയ ഒരു നിമിഷത്തെ അഭിമുഖീകരിക്കുന്നു.

നാടകീയമായ ഒരു തകർച്ചയില്ല.

വെറും എ നിശബ്ദം അവബോധം.

അ പരിചിതമായ നിരാശ.

ഒപ്പം എ ചോദ്യം രൂപീകരണം അടിയിൽ ദി ഉപരിതലം:

"എന്ത് ചെയ്യുന്നു ഇത് പറയുക കുറിച്ച് ഞാൻ

ഇപ്പോൾ?"

ദി നിശബ്ദത അപായം

വളർച്ചയ്ക്കു ശേഷമുള്ള
പരാജയത്തിന് ഒരു പ്രത്യേക
ഭാരം ഉണ്ട്. അത് നിങ്ങളെ
പശ്ചാത്തപിക്കുന്നതിനു പകരം
ഒളിക്കാൻ പ്രേരിപ്പിക്കുന്നു.
ലേക്ക് പിൻവലിക്കുക അതിലും കൂടുതൽ മടങ്ങുക.
ലേക്ക് നിർവഹിക്കുക ശക്തി പകരം
അധികം പരിശീലനം സത്യസന്ധത.
എന്നാൽ തിരുവെഴുത്ത് ഒരിക്കലും
മാനസാന്തരത്തെ ഒരു
പിന്നോക്കാവസ്ഥയായി
കണക്കാക്കുന്നില്ല. അത് അതിനെ ഒരു
തുടർച്ചയായി കണക്കാക്കുന്നു .
ദി അപായം ആണ് അല്ല വീഴുന്നു.
ദി അപായം ആണ് നടിക്കുന്നു നീ ചെയ്തില്ല.

തിരുവെഴുത്ത് പോലെ സാക്ഷി

"എങ്കിൽ ഞങ്ങൾ കുറ്റസമ്മതം നടത്തുക നമ്മുടെ പാപങ്ങൾ, അവൻ ആണ് വിശ്വസ്തനായ ഒപ്പം വെറും വരെ ക്ഷമിക്കുക ഞങ്ങളെ."

— 1 **ജോൺ** 1:9 (John 1:9)

“എ നീതിമാനായ പുരുഷൻ മെയ് വീഴ്ച ഏഴ് തവണകൾ ഒപ്പം ഉയരുക വീണ്ടും."
— സദൃശവാക്യങ്ങൾ 24:16
“സൃഷ്ടിക്കുക ഇൻ ഞാൻ എ വൃത്തിയാക്കുക ഹൃദയം, ഒ ദൈവം."
— സങ്കീർത്തനം 51:10
അ സൗമ്യം നിർദ്ദേശം
സുതാര്യമായ പശ്ചാത്താപം
പാലിച്ചാലോ ? അല്ല. സ്വയം
അപലപിക്കൽ.
അല്ല ഒഴികഴിവ് പറയൽ.
അസ്വസ്ഥത മറയ്ക്കാൻ ആത്മീയ
ഭാഷയിൽ പറയരുത്. വെറുതെ
സത്യസന്ധത.
പേര് എന്ത്
സംഭവിച്ചു.
കൊണ്ടുവരിക
അത് കടന്നു ദി
വെളിച്ചം.
കൃപയെ സമഗ്രത പുനഃസ്ഥാപിക്കാൻ
അനുവദിക്കുക - ഉത്തരവാദിത്തം
മായ്ക്കരുത്. വളർച്ച പൂർണതയിലൂടെ
തെളിയിക്കപ്പെടുന്നില്ല.
അത് ആണ് തെളിയിക്കപ്പെട്ട
എഴുതിയത് എങ്ങനെ
വേഗത്തിൽ ഞങ്ങൾ മടങ്ങുക
. ഇരിക്കാൻ ഒരു ചോദ്യം
എപ്പോൾ നീ പരാജയപ്പെടുക, ചെയ്യുക നീ നീക്കുക നേരെ ദൈവം

—അല്ലെങ്കിൽ നിശബ്ദമായി വലിക്കുക ദൂരെ?
അനുവദിക്കുക ദി ചോദ്യം വായിക്കുക നിങ്ങളുടെ സഹജാവബോധം.

അ ലളിതം നടപടി

ഇന്ന്, സംസാരിക്കുക സത്യസന്ധമായി

വരെ ദൈവം കുറിച്ച് ഒന്ന് പരാജയം.

ഇല്ല വിശദീകരണങ്ങൾ.

ഇല്ല

താരതമ്യങ്ങൾ

. ഇല്ല

കാലതാമസം.

പിന്നെ എടുക്കുക ഒന്ന് ചെറുത് ഘട്ടം വരെ
പുനഃക്രമീകരിക്കുക—

അല്ല വരെ തെളിയിക്കുക എന്തും, പക്ഷേ വരെ മടങ്ങുക പൂർണ്ണമായും.

അ പ്രാർത്ഥന (നിശബ്ദമായി സംസാരിച്ചു)

പിതാവേ,

എന്റെ പരാജയം ഞാൻ

മറച്ചുവെക്കാതെ അങ്ങേക്ക്

കൊണ്ടുവരുന്നു. നന്ദി. നീ

അത് കൃപ ഇപ്പോഴും

കണ്ടുമുട്ടുന്നു ഞാൻ ഇവിടെ.

പുനഃസ്ഥാപിക്കുക എന്റെ

സമഗ്രത ഒപ്പം പുതുക്കുക

എന്റെ ഹൃദയം.

പിൻവാങ്ങുന്നതിനു പകരം

ഞാൻ പശ്ചാത്താപം

തിരഞ്ഞെടുക്കുന്നു.

ആമേൻ.

അ സോഫ്റ്റ് പ്രഖ്യാപനം

ഐ ചെയ്യുക അല്ല മറയ്ക്കുക ശേഷം പരാജയം.
കൃപ എന്നെ
പുനഃസ്ഥാപിക്കുന്നു, സത്യം
എന്നെ പുനഃസ്ഥാപിക്കുന്നു.
ഞാൻ വീണ്ടും
ഉയിർത്തെഴുന്നേൽക്കുകയും
വിശ്വസ്തതയോടെ
തുടരുകയും ചെയ്യുന്നു.

നോക്കുന്നു മുന്നോട്ട് ലേക്ക് ദിവസം മുപ്പത്തിയഞ്ച്

നാളെ, ദി ലെൻസ് ഷിഫ്റ്റുകൾ
പുറത്തേക്ക് വീണ്ടും. ഇത്
സമയം, ദി വായനക്കാരൻ
ആണ് അല്ല പോരാടുന്നു -
അവരെ **വിശ്വസിക്കുന്നുണ്ട്** .
ഞങ്ങൾ ചെയ്യും പര്യവേക്ഷണം ചെയ്യുക:
ദിവസം മുപ്പത്തിയഞ്ച് – എപ്പോൾ നീ ഉണ്ട് അധികാരം
എങ്ങനെ എ ജീവിക്കുന്നത് ലേഖനം വഹിക്കുന്നു സ്വാധീനം
ഇല്ലാതെ ദുരുപയോഗം ചെയ്യുന്നു അത്.

ദിവസം നിങ്ങൾക്ക്

അധികാരമുള്ളപ്പോൾ മുപ്പത്തിയഞ്ച്

A രംഗം ലേക്ക് പ്രവേശിക്കുക
നീ അറിയിപ്പ് അത് പതുക്കെ.
ആളുകൾ
താൽക്കാലികമായി
നിർത്തുക എപ്പോൾ നീ
സംസാരിക്കൂ. അവർ
നിങ്ങളുടെ അഭിപ്രായം
ചോദിക്കുന്നു.
അവർ ക്രമീകരിക്കുക അവരുടെ തീരുമാനങ്ങൾ
അടിസ്ഥാനമാക്കിയുള്ളത് ഓൺ നിങ്ങളുടെ വാക്കുകൾ.
നീ ചെയ്തു അല്ല ചോദിക്കുക വേണ്ടി ഇത്
സ്ഥലം—പക്ഷേ നീ ഇപ്പോൾ
കൈവശപ്പെടുത്തുക അത്. അധികാരി
നിശബ്ദമായി എത്തി.
അല്ല കൂടെ എ തലക്കെട്ട്.
അല്ല കൂടെ ഒരു
പ്രഖ്യാപനം. പക്ഷേ

സ്വാധീനത്തോടെ.

ഇനി ചോദ്യം നിങ്ങൾ നയിക്കുമോ

എന്നതല്ല - പക്ഷേ **എങ്ങനെ** .

ദി നിശബ്ദത ടെസ്റ്റ്

ഒരു രൂപീകരണം എന്താണ്

നിർമ്മിച്ചതെന്ന് അധികാരം

വെളിപ്പെടുത്തുന്നു. അത്

സ്വഭാവം സൃഷ്ടിക്കുന്നില്ല.

അത് തുറന്നുകാട്ടുന്നു അത്.

അധികാരം കഴിയും ആകുക

ഉപയോഗിച്ചു വരെ സേവിക്കുക—

അല്ലെങ്കിൽ വരെ

സുരക്ഷിതമാക്കുക.

സംരക്ഷിക്കുക—അല്ലെങ്കിൽ

സമ്മർദ്ദം ചെലുത്തുക.

ലേക്ക് വഴികാട്ടി—അല്ലെങ്കിൽ വരെ നിയന്ത്രണം.

തിരുവെഴുത്ത് അധികാരത്തെ ഒരു അവകാശമായിട്ടല്ല, മറിച്ച് ഒരു കാര്യസ്ഥനായിട്ടാണ് കണക്കാക്കുന്നത്. നിങ്ങൾ എന്തുചെയ്യുന്നു സ്വാധീനം രൂപങ്ങൾ അല്ല മാത്രം ഫലങ്ങൾ, പക്ഷേ **ആളുകൾ** .

തിരുവെഴുത്ത് പോലെ സാക്ഷി

"ആരായാലും ആഗ്രഹങ്ങൾ വരെ ആയിത്തീരുക മികച്ചത് ഇടയിൽ നീ, അനുവദിക്കുക അവൻ ആകുക നിങ്ങളുടെ ദാസൻ."

— **മത്തായി** 20:26

"അല്ല പ്രഭുത്വം അത് കഴിഞ്ഞു അവ ഭരമേല്പിച്ച വരെ നീ, പക്ഷേ ആയിരിക്കൽ ഉദാഹരണങ്ങൾ."

— 1 പത്രൊസ് 5:3

“ലേക്ക് ആർ വളരെ ആണ് നൽകിയിരിക്കുന്നു, വളരെ ചെയ്യും ആകുക ആവശ്യമാണ്."
— ലൂക്കോസ് 12:48

അ സൗമ്യം നിർദ്ദേശം

എല്ലാ അഭിപ്രായങ്ങളും ഉറപ്പിച്ചു പറയുന്നില്ലെങ്കിലും സംയമനം പാലിച്ച നേതൃത്വം ശീലിച്ചാലോ?

അല്ല തിരുത്തൽ ഓരോ പിശക്.
സുഖസൗകര്യങ്ങൾ
സംരക്ഷിക്കാൻ സ്വാധീനം
ഉപയോഗിക്കരുത്.
ശ്രദ്ധിക്കുക. നീളമുള്ളത്.
സംസാരിക്കുക ശ്രദ്ധാപൂർവ്വം.
വാക്കുകൾക്ക് ഭാരം കൂടുമെന്ന
തിരിച്ചറിവോടെ പ്രവർത്തിക്കുക.
അധികാരം ലഘുവായി
എടുക്കുമ്പോഴാണ് അത് ഏറ്റവും
സുരക്ഷിതമാകുന്നത്.

അ ചോദ്യം ലേക്ക് എസ്.ഐ.ടി. കൂടെ
ചെയ്യുന്നു നിങ്ങളുടെ സ്വാധീനം ഉണ്ടാക്കുക ആളുകൾ
കൂടുതൽ സൌജന്യമായി
—അല്ലെങ്കിൽ കൂടുതൽ ശ്രദ്ധിക്കുക ചുറ്റും നീയോ?
അനുവദിക്കുക ദി ചോദ്യം തുറന്നുകാട്ടുക സ്വരം, അല്ല ഉദ്ദേശം.

അ ലളിതം നടപടി

ഇന്ന്, ഉപയോഗിക്കുക അധികാരം വരെ **സംരക്ഷിക്കുക** , അല്ല വരെ മതിപ്പുളവാക്കുക.

- ക്ഷണിക്കുക മറ്റൊന്ന് ശബ്ദം കടന്നു ഒരു തീരുമാനം

- പതുക്കെ താഴേക്ക് എ പ്രതികരണം അത് കഴിയും കീഴടക്കുക
- തിരഞ്ഞെടുക്കുക പരിചരണം കഴിഞ്ഞു നിയന്ത്രണം

അനുവദിക്കുക ആളുകൾ അനുഭവപ്പെടുക സുരക്ഷിതം കീഴിൽ നിങ്ങളുടെ സ്വാധീനം.

അ പ്രാർത്ഥന (നിശബ്ദമായി സംസാരിച്ചു)

പിതാവേ,
നീ കാണുക ദി സ്വാധീനം നീ ഉണ്ട്
ഭരമേല്പിച്ച വരെ എന്റെ
ഹൃദയത്തെ അഹങ്കാരത്തിൽ നിന്നും
ദുരുപയോഗത്തിൽ നിന്നും
കാത്തുകൊള്ളണമേ .
പഠിപ്പിക്കുക ഞാൻ വരെ
ലീഡ് കൂടെ വിനയം ഒപ്പം
കരുതൽ. എന്റെ അധികാരം
നിന്റെ ഹൃദയത്തെ
പ്രതിഫലിപ്പിക്കട്ടെ.
ആമേൻ.

അ സോഫ്റ്റ് പ്രഖ്യാപനം

ഞാൻ വിനയത്തോടെ
സ്വാധീനം ചെലുത്തുന്നു.
എന്റെ അധികാരം
സേവിക്കുന്നു,
നിയന്ത്രിക്കുന്നില്ല.
ദൈവം രൂപങ്ങൾ മറ്റുള്ളവർ വഴി എന്റെ വിശ്വസ്തത.

നോക്കുന്നു മുന്നോട്ട് ലേക്ക് ദിവസം മുപ്പത്തിയാറ്

നാളെ, ദി പരീക്ഷ മാറുന്നു
കൂടുതൽ സൂക്ഷ്മം. അല്ല
അധികാരം—
പക്ഷേ
പ്രകടനം .
ഞങ്ങൾ
പര്യവേക്ഷ
ണം ചെയ്യും:
ദിവസം മുപ്പത്തിയാറ് – എപ്പോൾ നീ ആർ പ്രലോഭനം വ
നിർവഹിക്കുക
എങ്ങനെ എ ജീവിക്കുന്നത് ലേഖനം അവശിഷ്ടങ്ങൾ
ആത്മാർത്ഥതയുള്ള എപ്പോൾ ദൃശ്യപരത വർദ്ധിക്കുന്നു.

ദിവസം മുപ്പത്തിയാറ്

എപ്പോൾ നീ ARE ടെംപ്റ്ററ്റഡ് നിർവഹിക്കാൻ

A രംഗം ലേക്ക് പ്രവേശിക്കുക നീ അറിയിപ്പ് എ ഷിഫ്റ്റ്. നീ ആകുന്നു കൂടുതൽ അവബോധമുള്ള യുടെ എങ്ങനെ നീ ശബ്ദം. നിങ്ങൾ എങ്ങനെ പ്രത്യക്ഷപ്പെടുന്നു എന്നതിൽ കൂടുതൽ ശ്രദ്ധാലുവായിരിക്കുക. ആളുകൾ നിങ്ങളിൽ നിന്ന് പ്രതീക്ഷിക്കുന്ന കാര്യങ്ങളിൽ കൂടുതൽ ശ്രദ്ധാലുവായിരിക്കുക. ഒന്നുമില്ല. ആണ് തെറ്റ്—പക്ഷേ എന്തോ അനുഭവപ്പെടുന്നു കൈകാര്യം ചെയ്തു . നിങ്ങൾ ഇപ്പോഴും ശരിയായ കാര്യങ്ങൾ ചെയ്യുന്നു.

നിശ്ചലമായി

പറയുന്നത് ദി ശരി

വാക്കുകൾ.

ഇപ്പോഴും
കാണിക്കുന്നു.
എന്നിട്ടും അടിയിൽ അത്
എല്ലാം, അവിടെ ആണ്
സമ്മർദ്ദം.
അനുസരിക്കാതിരിക്കുക—
പക്ഷേ വരെ നിലനിർത്തുക .
ദി നിശബ്ദത അപായം
പ്രകടനം പലപ്പോഴും
വേഷങ്ങൾമാറി സ്വയം പോലെ
വിശ്വസ്തത. അത് അച്ചടക്കം
പോലെ തോന്നുന്നു.
അത് ശബ്ദങ്ങൾ
പോലെ ഭക്തി.
ഉത്തരവാദിത്ത
ബോധം
തോന്നുന്നു.
പക്ഷേ പ്രകടനം പതുക്കെ
മാറ്റിസ്ഥാപിക്കുന്നു സാന്നിധ്യം.
"ഞാൻ സത്യമാണോ?" എന്ന്
ചോദിക്കുന്നത് നിർത്തൂ .
ഒപ്പം ആരംഭിക്കുക ചോദിക്കുന്നു, *"എങ്ങനെ രാവിലെ ഐ ആയിരിക്കൽ മനസ്സിലായോ?"*
തിരുവെഴുത്ത് ഒരിക്കലും
വിളിക്കുന്നു ഞങ്ങളെ
വരെ അത് നമ്മെ
അനുസരിക്കാൻ
വിളിക്കുന്നു .

തിരുവെഴുത്ത് പോലെ സാക്ഷി
“ഇത് ആളുകൾ ബഹുമതികൾ ഞാൻ കൂടെ അവരുടെ ചുണ്ടുകൾ, പക്ഷേ അവരുടെ ഹൃദയം ആണ് ദൂരെ നിന്ന് ഞാൻ.”

— മത്തായി 15:8

"എന്തുതന്നെയായാലും നീ ചെയ്യുക, ചെയ്യുക അത് ഹൃദയംഗമമായി, പോലെ വരെ ദി കർത്താവേ."

— കൊളോസ്യർ 3:23

"മനുഷ്യൻ നോക്കുന്നു ചെയ്തത് ദി പുറത്തേക്ക് രൂപം, പക്ഷേ ദി യജമാനൻ നോക്കുന്നു ചെയ്തത് ദി ഹൃദയം."

— 1 സാമുവൽ 16:7

അ സൗമ്യം നിർദ്ദേശം

രഹസ്യമായ ആത്മാർത്ഥത

കാണിച്ചാലോ ? ആരും കാണാത്ത

വിശ്വസ്തമായ എന്തെങ്കിലും

ചെയ്യൂ.

പ്രകടനം എളുപ്പമാകുന്നിടത്ത്

സത്യസന്ധമായി സംസാരിക്കുക .

പോകൂ യുടെ ദി മർദ്ദം വരെ

പ്രത്യക്ഷപ്പെടുക സ്ഥിരതയുള്ളത്—

ഒപ്പം തിരഞ്ഞെടുക്കുക വരെ ആകുക സ്ഥിരതയുള്ള.

ദൈവം ആണ് അല്ല

മതിപ്പുളവാക്കി

എഴുതിയത് പ്രത്യക്ഷത.

അവൻ സത്യത്തിൽ

പ്രസാദിക്കുന്നു.

അ ചോദ്യം ലേക്ക് എസ്.ഐ.ടി. കൂടെ

എങ്കിൽ ഇല്ല ഒന്ന് ആയിരുന്നു കാണുന്നു,

നിങ്ങളുടെ അനുസരണവും

അതുപോലെ തന്നെ

കാണപ്പെടുമോ? ചോദ്യം

നിശബ്ദമായി

അന്വേഷിക്കട്ടെ.

അ ലളിതം നടപടി

ഇന്ന്, റിലീസ് ഒന്ന് പ്രകടനത്തെ അടിസ്ഥാനമാക്കിയുള്ളത് ശീലം.

- പ്രാർത്ഥിക്കുക ഇല്ലാതെ പോളിഷ്
- സേവിക്കുക ഇല്ലാതെ ആയിരിക്കൽ കണ്ടു
- അനുസരിക്കുക ഇല്ലാതെ സിഗ്നലിംഗ് അത്

അനുവദിക്കുക ആത്മാർത്ഥത ശ്വസിക്കുക വീണ്ടും.

അ പ്രാർത്ഥന (നിശബ്ദമായി സംസാരിച്ചു)

പിതാവേ,
സൗ ജന്യം ഞാൻ നിന്ന് ദി ആവശ്യം വരെ നിർവഹിക്കുക.
എന്റെ ഹൃദയത്തെ ലളിതമായ
വിശ്വസ്തതയിലേക്ക് തിരികെ
കൊണ്ടുവരിക . എന്റെ
അനുസരണം ഒഴുക്ക് നിന്ന്
സ്നേഹം, അല്ല മർദ്ദം. I
തിരഞ്ഞെടുക്കുക ആത്മാർത്ഥത
മുമ്പ് നീ.
ആമേൻ.

അ സോഫ്റ്റ് പ്രഖ്യാപനം

ഐ ചെയ്യുക അല്ല നിർവഹിക്കുക വേണ്ടി അംഗീകാരം.
എന്റെ അനുസരണം
ഒഴുകുന്നു നിന്ന് സത്യം ഒപ്പം
സ്നേഹം. ദൈവം എന്റെ
ഹൃദയത്തെ കാണുന്നു, അത്
മതി.
നോക്കുന്നു മുന്നോട്ട് ലേക്ക് ദിവസം മുപ്പത്തിയേഴ്
നാളെ, പിരിമുറുക്കം വീണ്ടും
പുറത്തേക്ക് മാറുന്നു. ഇനി
നിങ്ങൾ ചെയ്യുന്ന കാര്യങ്ങളല്ല
പ്രധാനം—
പക്ഷേ എന്ത് നീ
ചെയ്യുക അല്ല
പറയുക . ഞങ്ങൾ
പര്യവേക്ഷണം
ചെയ്യും:
ദിവസം മുപ്പത്തിയേഴ് – എപ്പോൾ നിശബ്ദത ആണ് വളരെ എളുപ്പം അധികം സാക്ഷി
എങ്ങനെ എ ജീവിക്കുന്നത് ലേഖനം പ്രതികരിക്കുന്നു
എപ്പോൾ ധൈര്യം ആവശ്യമാണ് .

ദിവസം മുപ്പത്തിയേഴ്

എപ്പോൾ നിശബ്ദത ഐ.എസ്. വളരെ എളുപ്പം സാക്ഷിക്ക് നന്ദി

Aംഗം ലേക്ക് പ്രവേശിക്കുക
ദി നിമിഷം പാസ്സുകൾ വേഗം.
അ അഭിപ്രായം നിർമ്മിച്ചിരിക്കുന്നു .
ഒരു അനുമാനം വെല്ലുവിളിക്കപ്പെടാതെ പോകുന്നു .
ഒരു നിശബ്ദ അവസരം
തുറക്കുന്നു - അടയുന്നു.
നിങ്ങൾ അത് അനുഭവിച്ചു.
അത് അകം തട്ടുക.
അത് ചുരുക്കം അവബോധം: *ഐ കഴിയും*
സംസാരിക്കുക ഇവിടെ.
പക്ഷേ നീ ചെയ്തില്ല.
സത്യം
നിഷേധിച്ചതുകൊണ്ടല്ല -
മറിച്ച് നിശബ്ദത
എളുപ്പമാണെന്ന്
തോന്നിയതുകൊണ്ടാണ്.
ദി നിശബ്ദത പിരിമുറുക്കം
നിശബ്ദത
അപൂർവ്വമായി

നിഷ്പക്ഷമാണ്.
ചിലപ്പോൾ അത്
ആണ് ജ്ഞാനം.
ചിലപ്പോൾ അത്
ആണ് സംയമനം.
പക്ഷേ ചിലപ്പോൾ, അത് ആണ് ഭയം
വേഷംമാറി പോലെ സമാധാനം.
തിരുവെഴുത്ത് ഒരിക്കലും നമ്മെ
നിരന്തരം സംസാരിക്കാൻ
വിളിക്കുന്നില്ല—
എന്നാൽ സത്യത്തിന് ഒരു ശബ്ദം
ആവശ്യമായി വരുമ്പോൾ
വിശ്വസ്തരായിരിക്കാൻ അത് നമ്മെ
ആഹ്വാനം ചെയ്യുന്നു. ഉച്ചത്തിലുള്ള
എതിർപ്പല്ല അപകടം.
അത് ആണ് നിശബ്ദം ഒഴിവാക്കൽ.

തിരുവെഴുത്ത് പോലെ സാക്ഷി

"ആരായാലും നിഷേധിക്കുന്നു ഞാൻ മുമ്പ് പുരുഷന്മാർ, അവൻ ഐ ചെയ്യും കൂടാതെ നിഷേധിക്കുക മുമ്പ് എന്റെ അച്ഛാ."

— മത്തായി 10:33

"അനുവദിക്കുക നിങ്ങളുടെ വെളിച്ചം അങ്ങനെ തിളങ്ങുക മുമ്പ് പുരുഷന്മാർ."

— മത്തായി 5:16

"ഈ സമയത്ത് നിങ്ങൾ മൗനം പാലിച്ചാൽ, ആശ്വാസവും മോചനവും മറ്റൊന്നിൽ നിന്ന് ഉയർന്നുവരും" സ്ഥലം."

— എസ്ഥേർ 4:14

അ സൗമ്യം നിർദ്ദേശം

എന്ത് എങ്കിൽ ഇന്ന് നീ പരിശീലിച്ചു

ധൈര്യശാലിയായ സൗമ്യതയോ ?

അല്ലയോ? വാദം.

അല്ല

ഏറ്റുമുട്ടൽ.

അല്ല പ്രകടനം.

സത്യം മാത്രം—ആവശ്യമുള്ളപ്പോൾ ശാന്തമായും,

ആദരവോടെയും, വ്യക്തമായിയും

സംസാരിക്കുക. നിങ്ങൾ ആകുന്നു അല്ല

ഉത്തരവാദിത്തമുള്ള വേണ്ടി എങ്ങനെ സത്യം

ആണ് ലഭിച്ചു.

നീ ആകുന്നു ഉത്തരവാദിത്തമുള്ള വേണ്ടി എന്ന് അത് ആണ് തടഞ്ഞുവച്ചു.

അ ചോദ്യം ലേക്ക് എസ്.ഐ.ടി. കൂടെ

എപ്പോൾ നീ താമസിക്കുക നിശബ്ദമായ,

ആണ് അത് കാരണം

ജ്ഞാനം വിളിക്കുന്നു

വേണ്ടി അത്— അതോ

ഭയം

ഉണ്ടാകുന്നതുകൊണ്ടോ?

അനുവദിക്കുക ദി ചോദ്യം വേർപെടുത്തുക ദി രണ്ട്.

അ ലളിതം നടപടി

ഇന്ന്, സാധാരണയായി നിങ്ങൾ നിശബ്ദത

പാലിക്കുന്നിടത്ത് ഒരു തവണ
സംസാരിക്കുക. അല്ല ഉച്ചത്തിൽ.
അല്ല
പ്രതിരോധ
പരമായി.
വെറുതെ
വിശ്വസ്ത
തയോടെ.
എ
വാചകം.
അ ചോദ്യം.
അ നിശബ്ദം വ്യക്തത.
അനുവദിക്കുക നിങ്ങളുടെ ജീവിതം ആകുക വായിക്കുക
ഉച്ചത്തിൽ .
അ പ്രാർത്ഥന (നിശബ്ദമായി സംസാരിച്ചു)
പിതാവേ,
മൗനം ജ്ഞാനമാകുമ്പോൾ , അത്
ഒഴിവാക്കപ്പെടുമ്പോൾ എന്നറിയാൻ
എനിക്ക് വിവേചനബുദ്ധി നൽകണമേ.
ശക്തിപ്പെടുത്തുക ഞാൻ വരെ
സംസാരിക്കുക സത്യം കൂടെ വിനയം
ഒപ്പം ധൈര്യം. ഞാൻ തിരഞ്ഞെടുക്കുക
വിശ്വസ്തത കഴിഞ്ഞു ആശ്വാസം.
ആമേൻ.
അ സോഫ്റ്റ് പ്രഖ്യാപനം
ഐ ചെയ്യുക അല്ല മറയ്ക്കുക എന്റെ വിശ്വാസം ഇൻ നിശബ്ദത.

സത്യത്തിന് ഒരു ശബ്ദം

ആവശ്യമുള്ളപ്പോൾ ഞാൻ

സംസാരിക്കും. ദൈവം

നൽകുന്നു ഞാൻ ധൈര്യം

കൂടെ സൗമ്യത.

നോക്കുന്നു മുന്നോട്ട് ലേക്ക് ദിവസം മുപ്പത്തിയെട്ട്

നാളെ, ദി പരീക്ഷ ആണ്

അല്ല ധൈര്യം— അത്

സഹിഷ്ണുതയാണ് .

ഞങ്ങൾ ചെയ്യും പര്യവേക്ഷണം ചെയ്യുക:

ദിവസം മുപ്പത്തിയെട്ട് – എപ്പോൾ നീ ആർ ക്ഷീണിതൻ യുടെ
ആയിരിക്കുന്നത് സ്ഥിരതയുള്ള

എങ്ങനെ എ ജീവിക്കുന്നത് ലേഖനം അവശിഷ്ടങ്ങൾ
വിശ്വസ്തനായ എപ്പോൾ ക്ഷീണം സെറ്റുകൾ ഇൻ.

ദിവസം മുപ്പത്തിയെട്ട്

എപ്പോൾ നീ ARE ക്ഷീണിതൻ ഓഫ് സ്ഥിരത പുലർത്തുക

A രംഗം ലേക്ക്
പ്രവേശിക്കുക
ഒന്നുമില്ല ആണ് തെറ്റ്.
അവിടെ
ആണ് ഇല്ല
പ്രതിസന്ധി.
ഇല്ല
സംഘർഷം.
ഇല്ല
നാടകീയമായ
പരാജയം.
വെറുതെ
ആവർത്തനം.
അതേ
തിരഞ്ഞെടുപ്പു
കൾ. ദി അതേ
വിഷയങ്ങൾ.
ദി അതേ വിശ്വസ്തത—
ദിവസം ശേഷം ദിവസം.

നിങ്ങൾ
നിരുത്സാഹപ്പെടുന്നില്ല.
നീ ആകുന്നു **ക്ഷീണിതനാണ്** .
ഒപ്പം എവിടെയോ അടിയിൽ ദി ക്ഷീണം, എ ചിന്ത ഫോമുകൾ:
ചെയ്യുന്നു ഇത് ഇപ്പോഴും കാര്യമോ?

ദി നിശബ്ദത ക്ഷീണം

സ്ഥിരത അപൂർവ്വമായി
മാത്രമേ
വീരോചിതമായി
തോന്നൂ. അത്
ശ്രദ്ധിക്കപ്പെടാതെ
തോന്നുന്നു.
ആഘോഷി
ക്കാത്തത്.
സാധാര
ണം.

തിരുവെഴുത്ത് ഒരിക്കലും മഹത്വപ്പെടുത്തുന്നു ആവേശം—അത് ബഹുമതികൾ സഹിഷ്ണുത.
വിശ്വസ്തത അവസാനിച്ചു സമയം രൂപങ്ങൾ സ്വഭാവം കൂടുതൽ ആഴത്തിൽ അധികം നിമിഷങ്ങൾ യുടെ തീവ്രത എന്നേക്കും കഴിയും.

ദി അപായം ആണ് അല്ല നിർത്തുന്നു നേരിട്ട്.
അത് ആണ് **ഒഴുകിപ്പോകുന്നു** - അയവുള്ളതാക്കുന്നു മാനദണ്ഡങ്ങൾ കാരണം ക്ഷീണം മന്ത്രിക്കുന്നു അനുമതി.

തിരുവെഴുത്ത് പോലെ
സാക്ഷി

"അനുവദിക്കുക ഞങ്ങളെ അല്ല വളരുക ക്ഷീണിച്ച അതേസമയം ചെയ്യുന്നത് നല്ലത്."

— ഗലാത്തിയർ 6:9
"അവൻ WHO സഹിക്കുന്നു വരെ ദി അവസാനിക്കുന്നു ചെയ്യും ആകുക രക്ഷപ്പെട്ടു."
— മത്തായി 24:13
"ആകുക ഉറച്ച, സ്ഥാവരമായ, എപ്പോഴും സമൃദ്ധമായ ഇ ദി ജോലി യുടെ ദി കർത്താവേ."
— 1 കൊരിന്ത്യർ 15:58

അ സൗമ്യം നിർദ്ദേശം

ഇന്ന് നിങ്ങൾ വിശ്വസ്തതയെ

ബഹുമാനിച്ചത് **അത്**

അനുഭവിക്കാതെയാണെങ്കിൽ ? പ്രചോദനം

തേടരുത്.

പുതുക്കലിനായി

കാത്തിരിക്കരുത്.

വെറുതെ

അവശേഷിക്കുക.

വികാരം കൊണ്ടല്ല സ്ഥിരത

നിലനിർത്തുന്നത് - അത്

ബോധ്യം കൊണ്ടാണ്

നിലനിർത്തുന്നത്.

അ ചോദ്യം ലേക്ക് എസ്.ഐ.ടി. കൂടെ
തെറ്റായതുകൊണ്ടല്ല,

അനുസരണം അയയാൻ

നിങ്ങൾ

പ്രലോഭിപ്പിക്കപ്പെടുന്നത്—

പക്ഷേ കാരണം നീ ആകുന്നു ക്ഷീണിച്ചോ?
അനുവദിക്കുക ദി ചോദ്യം പേര് എന്ത് നീ അനുഭവപ്പെടു
അ ലളിതം നടപടി

ഇന്ന്, ആവർത്തിക്കുക ഒന്ന്

വിശ്വസ്തനായ പരിശീലനം **ഓൺ**

ഉദ്ദേശ്യം . അല്ല യാന്ത്രികമായി.

അല്ല

നീരസ

ത്തോടെ.

പക്ഷേ

ബോധപൂർ

വ്വം.

അനുവദിക്കുക നിങ്ങളുടെ സ്ഥിരത ആയിത്തീരുക ഒരു പ്രവർത്തിക്കുക യുടെ ആരാധന.

അ പ്രാർത്ഥന (നിശബ്ദമായി സംസാരിച്ചു)

പിതാവേ,

നീ കാണുക ദി ക്ഷീണം ഐ കൊണ്ടുപോകുക.

ശക്തിപ്പെടുത്തുക ഞാൻ വരെ

നിലനിൽക്കുക വിശ്വസ്തനായ എപ്പോൾ

ഊർജ്ജം ആണ് എന്റെ സഹിഷ്ണുതയെ

പുതുക്കണമേ - ആവേശത്തോടെയല്ല,

കൃപയോടെ. ഞാൻ തുടരാൻ തീരുമാനിച്ചു.

ആമേൻ.

അ സോഫ്റ്റ് പ്രഖ്യാപനം

ഐ നിലനിൽക്കുക വിശ്വസ്തനായ പോലും എപ്പോൾ ഐ രാവിലെ ക്ഷീണിതനാണ്.

ദൈവത്തിന്റെ കൃപ
നിലനിർത്തുന്നു എന്റെ
സ്ഥിരത. എന്റെ
അനുസരണം ഇപ്പോഴും
പ്രധാനമാണ്.
നോക്കുന്നു മുന്നോട്ട് ലേക്ക് ദിവസം മുപ്പത്തിയൊമ്പത്
നാളെ, ദി ഫോക്കസ് വിശാലമാകുന്നു.
നിങ്ങളുടെ ജീവിതം ആണ്
ആയിരിക്കൽ വായിക്കുക—അല്ല
ആകസ്മികമായി, പക്ഷേ
സൂക്ഷ്മമായി. ഞങ്ങൾ
പര്യവേക്ഷണം ചെയ്യും:
ദിവസം മുപ്പത്തിയൊമ്പത് – എപ്പോൾ നിങ്ങളുടെ ജീവിതം ആണ് വായിക്കുക അടുത്ത്
എങ്ങനെ വിന്യാസം സംസാരിക്കുന്നു ഉച്ചത്തിൽ അധികം ഉദ്ദേശം.

ദിവസം മുപ്പത്തിയൊമ്പത്

എപ്പോൾ നിങ്ങളുടെ ജീവിതം ഐ.എസ്. വായിക്കുക അടുത്ത്

A രംഗം ലേക്ക് പ്രവേശിക്കുക
നീ അറിയിപ്പ് അത് ഇല്ലാതെ ആയിരിക്കൽ പറഞ്ഞു.
ആരെങ്കിലും വാച്ചുകൾ എങ്ങനെ നീ പ്രതികരിക്കുക.
അല്ല എന്ത് നീ പറയുക—പക്ഷേ
എന്ത് നീ ചെയ്യുക അടുത്തത്.
നിങ്ങളുടെ ബോധ്യങ്ങളല്ല - മറിച്ച്
നിങ്ങളുടെ സ്ഥിരതയാണ്. അവർ
ചോദ്യങ്ങൾ ചോദിക്കുന്നില്ല.
അവർ ചെയ്യുക അല്ല
വെല്ലുവിളി നിങ്ങളെ.
അവർ വെറുതെ
നിരീക്ഷിക്കുന്നു.
നിങ്ങളുടെ
ജീവിതം
വായിക്കപ്പെടുന്നു -
പതുക്കെ,
ശ്രദ്ധയോടെ,
നിശബ്ദമായി.

ശാന്തൻ

യാഥാർത്ഥ്യം

അല്ല എല്ലാം വായനക്കാർ

പ്രഖ്യാപിക്കുക ചിലർ

നിശബ്ദമായി വായിക്കുന്നു.

ചിലത് വായിക്കുക കഴിഞ്ഞു സമയം.

ചിലത് വായിക്കുക അല്ല വേണ്ടി പ്രചോദനം, പക്ഷേ വേണ്ടി **സ്ഥിരീകരണം** .

തിരുവെഴുത്ത് പഠിപ്പിക്കുന്നു അത് വിശ്വാസം ആണ് ഒടുവിൽ പരിശോധിച്ചു - അല്ല എഴുതിയത് ഉദ്ദേശ്യം, പക്ഷേ പഴങ്ങൾ. എപ്പോൾ ജീവിതം ആകുന്നു വായിക്കുക അടുത്ത്, വിന്യാസം കാര്യങ്ങൾ കൂടുതൽ അധികം വിശദീകരണം.

സ്ഥിരത വിശ്വാസ്യതയായി

മാറുന്നു. സമഗ്രത

വ്യക്തതയായി മാറുന്നു.

തിരുവെഴുത്ത് പോലെ സാക്ഷി

"നീ ചെയ്യും അറിയാം അവരെ എഴുതിയത് അവരുടെ പഴങ്ങൾ."

— **മത്തായി** 7:16

"അനുവദിക്കുക നിങ്ങളുടെ പെരുമാറ്റം ആകുക യോഗ്യമായ യുടെ ദി സുവിശേഷം യുടെ ക്രിസ്തു."

— **ഫിലിപ്പിയർ** 1:27

"നൽകുക കാര്യങ്ങൾ സത്യസന്ധൻ ഇൻ ദി കാഴ്ച യുടെ എല്ലാം പുരുഷന്മാർ."

— **റോമർ** 12:17

അ സൗമ്യം നിർദ്ദേശം
നിശബ്ദമായ അലൈൻമെന്റ്
പരിശീലിച്ചാലോ ? ഇല്ല.
പ്രഖ്യാപനങ്ങൾ.
ഇല്ല ക്രമീകരണങ്ങൾ
വേണ്ടി ബാഹ്യരൂപം.
തിരഞ്ഞെടുക്കപ്പെട്ട
അനുസരണമില്ല.
വെറും തത്സമയം
ദി അതേ വഴി—
എന്ന് കണ്ടു
അല്ലെങ്കിൽ അല്ല.
യോജിപ്പിന് പരിശ്രമം
ആവശ്യമില്ല.
സത്യസന്ധത
ആവശ്യമാണ് .
അ ചോദ്യം ലേക്ക് എസ്.ഐ.ടി. കൂടെ
എങ്കിൽ ആരെങ്കിലും പിന്തുടർന്നു
നിങ്ങളുടെ ജീവിതം അടുത്ത് വേണ്ടി
ഒന്ന് ആ ആഴ്ചയിൽ, അവർക്ക് എന്ത്
സുവിശേഷം മനസ്സിലാകും?
ചെയ്യുക അല്ല
ഉത്തരം വേഗം.
അനുവദിക്കൂ ദി
ചോദ്യം
താമസിക്കുക.
എ ലളിതം
നടപടി

ഇന്ന്, നീക്കം ചെയ്യുക ഒന്ന്
പൊരുത്തക്കേട്. അല്ല
പരസ്യമായി.
അല്ല
നാടകീയമാ
യി. പക്ഷേ
മനഃപൂർവ്വം

.

അനുവദിക്കുക അനുസരണം ആയിത്തീരുക തടസ്സമില്ലാത്ത
അ പ്രാർത്ഥന (നിശബ്ദമായി സംസാരിച്ചു)
പിതാവേ,
ഞാൻ പ്രഖ്യാപിക്കുന്ന
സത്യവുമായി എന്റെ
ജീവിതം
പൊരുത്തപ്പെടുത്തുക.
എന്റെ പെരുമാറ്റം
ക്രിസ്തുവിനെക്കുറിച്ച്
വ്യക്തമായി സംസാരിക്കട്ടെ.
സാക്ഷിയെ
ആശയക്കുഴപ്പത്തിലാക്കുന്ന
വൈരുദ്ധ്യങ്ങൾ നീക്കം ചെയ്യണമേ.
നിങ്ങളുടെ മുമ്പിൽ ഞാൻ
സത്യസന്ധത തിരഞ്ഞെടുക്കുന്നു.
ആമേൻ.
അ സോഫ്റ്റ് പ്രഖ്യാപനം
എന്റെ ജീവിതം
പ്രതിഫലിപ്പിക്കുന്നു ദി
സുവിശേഷം ഐ

വിശ്വസിക്കുന്നു. ഞാൻ

വിന്യാസത്തിലും

സമഗ്രതയിലും

നടക്കുന്നു.

ക്രിസ്തു ആണ് വ്യക്തമായി കണ്ടു വഴി എന്റെ
അനുസരണം.

നോക്കുന്നു മുന്നോട്ട് ലേക്ക് ദിവസം നാല്പത്

നാളെ ആണ് അല്ല എ

പാഠം. ഇത് ഒരു

അയയ്ക്കലാണ് .

നീ ചെയ്യും അല്ല ആകുക ചോദിച്ചു വരെ പഠിക്കുക കൂടുതൽ-

നീ ചെയ്യും ആകുക ചോദിച്ചു
വരെ തത്സമയം മനഃപൂർവ്വം .
DAY നാല്പത് - ഇപ്പോൾ
പോകൂ, ഒപ്പം ആകുക
വായിക്കുക

ദിവസം നാല്പത്

ഇപ്പോൾ പോകൂ — ഒപ്പം ആകുക വായിക്കുക

A ഫൈനൽ രംഗം ലേക്ക് പ്രവേശിക്കുക
നീ ഉണ്ട് എത്തി ദി അവസാനിക്കുന്നു യുടെ ദി പേജുകൾ.
അവിടെ ആണ് ഇല്ല കരഘോഷം.
ഇല്ല ഉപസംഹാരം
പൊതിഞ്ഞത്
ഭംഗിയായി. ഈ
നിമിഷം മാത്രം.
കൂടുതലൊന്നും പഠിക്കേണ്ടതില്ല എന്ന
നിശബ്ദമായ അവബോധം - മാത്രം ജീവിച്ചു .
നീ ആകുന്നു ഇല്ല
നീളമുള്ളത് മാത്രം എ
വായനക്കാരൻ. നിങ്ങൾ
ആകുന്നു ഇപ്പോൾ ദി
തുടർച്ച. അന്തിമ സത്യം
തിരുവെഴുത്ത് ആയിരുന്നു
ഒരിക്കലും ഉദ്ദേശിച്ചത് വരെ
അവസാനിക്കുന്നു ഓൺ പേപ്പർ.
അത് ആയിരുന്നു ഉദ്ദേശിച്ചത്

വരെ ആകുക **ഉൾച്ചേർത്തത്** .
ഈ ദിവസങ്ങളിൽ നിങ്ങൾക്ക് ലഭിച്ചത്
വിവരങ്ങൾ മാത്രമായിരുന്നില്ല, മറിച്ച്
രൂപീകരണമായിരുന്നു.
വിന്യാ
സം.
ക്ഷണം.
ഇപ്പോൾ, നിങ്ങളുടെ
ജീവിതം മാറുന്നു ദി
വാചകം. കുടുംബം
വായിക്കുന്നു.
വായിക്കുക എഴുതിയത് അപരിചിതർ.
വായിക്കുക എഴുതിയത് അവ
WHO ഒരിക്കലും തുറക്കുക എ
ബൈബിൾ. ദൈവം തന്നെ
വായിച്ചത്.

തിരുവെഴുത്ത് പോലെ ഫൈനൽ സാക്ഷി

"നീ ആകുന്നു നമ്മുടെ ലേഖനം... അറിയപ്പെടുന്നത് ഒപ്പം വായിക്കുക എഴുതിയത് എല്ലാ പുരുഷന്മാരും."
— 2 കൊരിന്ത്യർ 3:2–3

"വഴി അവരുടെ പഴങ്ങൾ നീ ചെയ്യും അറിയാം അവരെ."
— മത്തായി 7:16

“പോലെ ദി അച്ഛൻ ഉണ്ട് അയച്ചു ഞാൻ, ഐ കൂടാതെ അയയ്ക്കുക നീ."

— ജോൺ 20:21

അ ഉടമ്പടി ലേക്ക് ഉണ്ടാക്കുക (വായിക്കുക പതുക്കെ)

ഇന്ന്, നീ ആകുന്നു അല്ല ചോദിച്ചു

വരെ വാഗ്ദാനം പൂർണത. നീ

ആകുന്നു ചോദിച്ചു വരെ വാഗ്ദാനം

വിശ്വസ്തത .

സത്യസന്ധ

മായി

ജീവിക്കാൻ.

പശ്ചാത്തപി

ക്കുക

വേഗത്തിൽ.

നിശബ്ദമായി

അനുസരി

ക്കാൻ.

ആഴത്തിൽ

സ്നേഹി

ക്കാൻ.

സ്ഥിരമായി

സഹിക്കാൻ.

അല്ല വരെ

ആകുക

ശ്രദ്ധേയമാണ് -

പക്ഷേ

സത്യമാണ് .

അ വ്യക്തിപരം പ്രതിബദ്ധത

(വായിക്കുക ഉച്ചത്തിൽ എങ്കിൽ സാധ്യമാണ്)

ഐ പ്രതിജ്ഞാബദ്ധമാക്കുക

വരെ ജീവിക്കുന്നത് പോലെ എ

ജീവിക്കുന്നത് ലേഖനം യുടെ

ക്രിസ്തു. I. തിരഞ്ഞെടുക്കുക

അനുസരണം കഴിഞ്ഞു

സൗകര്യം.

പ്രകടനത്തെക്കാൾ സത്യം.

വിശ്വസ്തത കഴിഞ്ഞു

അംഗീകാരം.

ഐ ചെയ്യും അനുവദിക്കുക എന്റെ ജീവിതം വരെ ആക
വായിക്കുക വ്യക്തമായി.

ഐ ചെയ്യും നടക്കുക ഇൻ വിന്യാസം എപ്പോൾ ഇല്ല ഒ
കാണുന്നു.

ഐ ചെയ്യും പ്രതിനിധീകരിക്കുക

ക്രിസ്തു കൂടെ വിനയം ഒപ്പം

ധൈര്യം. എന്റെ ജീവിതം

ദൈവത്തിന്റേതാണ്.

എന്റെ സാക്ഷി

ഉൾപ്പെടുന്നതാണ് വരെ ദി

ലോകം. ആമേൻ.

അ ഫൈനൽ പ്രഖ്യാപനം

ഐ രാവിലെ എഴുതിയത്

എഴുതിയത് ദി ആത്മാവ് യുടെ

ദി ജീവിക്കുന്നത് ദൈവമേ,

എന്റെ ജീവിതം

ക്രിസ്തുവിന്റെ

സുവിശേഷത്തെ

പ്രതിഫലിപ്പിക്കുന്നു.
എന്റെ തലമുറയിൽ ഞാൻ
ഒരു വിശ്വസ്ത സാക്ഷിയാണ്.
ഞാൻ പോകൂ ഇപ്പോൾ -
വരെ തത്സമയം എന്ത് ഐ
വിശ്വസിക്കുക.
അ അയയ്ക്കുന്നു പ്രാർത്ഥന
പിതാവേ,
ഞങ്ങൾ റിലീസ് ഇത് വായനക്കാരൻ കടന്നു
ദി ലോകം പോലെ നിങ്ങളുടെ ജീവിക്കുന്നത്
കത്ത്. അവരുടെ സത്യസന്ധത
കാത്തുസൂക്ഷിക്കുക.
ശക്തിപ്പെടുത്തുക അവരുടെ അനുസരണം.
അനുവദിക്കുക അവരുടെ ജീവിതം സംസാരിക്കുക
വ്യക്തമായി എവിടെ വാക്കുകൾ പരാജയപ്പെടുക.

മെയ് ക്രിസ്തു ആകുക
കണ്ടു വഴി അവ ഫലം
സത്യത്തിനു സാക്ഷ്യം
വഹിക്കട്ടെ.
മെയ് അവരുടെ
സാക്ഷി
സഹിക്കുക.
അയയ്ക്കുക
അവരെ—
അല്ല വരെ നിർവഹിക്കുക,
പക്ഷേ വരെ തത്സമയം
വിശ്വസ്തതയോടെ മുമ്പ് നീ.
ആമേൻ.
ഇപ്പോൾ പോകൂ
അടയ്ക്കു
ക ദി
പുസ്തകം.
തുറക്കുക
നിങ്ങളുടെ
ജീവിതം.
വായിക്ക
പ്പെടുക
യും
ചെയ്യും.

ഉപസംഹാരം

ദി പേജ് അവസാനിക്കുന്നു — ദി സാക്ഷി തുടരുന്നു

T അവന്റെ പുസ്തകം ആയിരുന്നു ഒരിക്കലും ഉദ്ദേശിച്ചത് വരെ ആകുക പൂർത്തിയാക്കി സെറ്റ് മാറ്റിവെക്കുക.

അത് ആയിരുന്നു ഉദ്ദേശിച്ചത് വരെ അടയാളം എ തിരിയുന്നു .

നിങ്ങൾ കടന്നുപോയത് വെറുമൊരു ഭക്തിപരമായ അനുക്രമമോ, ചരിത്രപരമായ ഒരു ധ്യാനമോ, ഒരു ആത്മീയ വ്യായാമമോ അല്ല. അത് ഒരു ജീവിതരീതിയിലേക്കുള്ള ഒരു ക്ഷണമാണ്, അത് തിരുവെഴുത്ത് സ്വയം ആവശ്യങ്ങൾ പക്ഷേ സംസ്കാരം പലപ്പോഴും ഒഴിവാക്കുന്നു: എ ജീവിതം അത് കഴിയും ആകുക വായിക്കുക .

ക്രിസ്തീയ വിശ്വാസം ഒരിക്കലും പേജുകളിലും, പ്രസംഗപീഠങ്ങളിലും, അല്ലെങ്കിൽ സ്വകാര്യം ബോധ്യങ്ങൾ. ഉത്ഭവം ദി തുടക്കം, ദൈവത്തിന്റെ ഉദ്ദേശ്യം ഉണ്ട് വ്യക്തമായിരുന്നു - അവന്റെ സത്യം ഹൃദയങ്ങളിൽ എഴുതപ്പെടും, ജീവിതങ്ങളിലൂടെ പ്രകടിപ്പിക്കപ്പെടും, ദൃശ്യമായ ഫലങ്ങളിലൂടെ ലോകം വ്യാഖ്യാനിക്കും.

ഈ ആണ് ദി ഭാരം യുടെ ആയിരിക്കൽ എ ജീവിക്കുന്നത്

ലേഖനം.

ദി ജീവിതം യുടെ അഗസ്റ്റിൻ ഓർമ്മിപ്പിക്കുന്ന ഞങ്ങളെ അത് പരിവർത്തനം ആണ് അല്ല തൽക്ഷണം അനുസരണം എളുപ്പമല്ല, വിശ്വസ്തത ചെലവില്ലാതെയുമല്ല. എന്നിരുന്നാലും അദ്ദേഹത്തിന്റെ സ്ഥിരമായ സാക്ഷ്യം തുല്യമായ പ്രധാനപ്പെട്ട ഒന്ന് തെളിയിക്കുന്നു: ഒരു ജീവൻ സമർപ്പിക്കപ്പെടുമ്പോൾ വരെ ദൈവത്തിന്റെ കർത്തൃത്വം, അത് മാറുന്ന വായിക്കാവുന്ന കുറുകെ നൂറ്റാണ്ടുകൾ.

അഗസ്റ്റിന്റെ ഹൃദയത്തിൽ എഴുതിയ അതേ ആത്മാവ് ഇപ്പോൾ നിങ്ങളുടെ ഹൃദയത്തിലും എഴുതുന്നു . ഉപസംഹാരം യുടെ ഇത് പുസ്തകം ചെയ്യുന്നു അല്ല ചോദിക്കുക നീ വരെ അഭിനന്ദിക്കുക അത് സത്യം.

അത് ചോദിക്കുന്നു നീ വരെ **ഉൾക്കൊള്ളുക** അത്.

ഈ നിമിഷം മുതൽ, നിങ്ങളുടെ ജീവിതം സംസാരിച്ചുകൊണ്ടേയിരിക്കും - മനഃപൂർവ്വമോ അല്ലാതെയോ. സ്വകാര്യ തീരുമാനങ്ങളിലൂടെയും അശ്രദ്ധമായ നിമിഷങ്ങളിലൂടെയും, കഷ്ടപ്പാടിലൂടെയും സഹിഷ്ണുതയിലൂടെയും, അധികാരത്തിലൂടെയും വിനയത്തിലൂടെയും, പശ്ചാത്താപത്തിലൂടെയും സ്ഥിരോത്സാഹത്തിലൂടെയും അത് വായിക്കപ്പെടും .

നിങ്ങളുടെ ജീവിതം വായിക്കപ്പെടുമോ എന്നതല്ല അവശേഷിക്കുന്ന ചോദ്യം. അത് **എന്താണ് അത് ചെയ്യും പറയുക** .

മെയ് അത് സംസാരിക്കുക സത്യം ഇല്ലാ വളച്ചൊടിക്കൽ.

പ്രകടനമില്ലാതെ അത് ഫലം
കായ്ക്കട്ടെ. മെയ് അത്
പ്രതിഫലിപ്പിക്കുക ക്രിസ്തു
ഇല്ലാതെ വിട്ടുവീഴ്ച ചെയ്യുക.

നിങ്ങളുടെ ജീവിതം ആളുകളാലും, കാലത്താലും, ആത്യന്തികമായി ദൈവത്താലും പരിശോധിക്കപ്പെടുമ്പോൾ, ജീവനുള്ള ദൈവത്തിന്റെ ആത്മാവിനെ സ്വതന്ത്രമായും, വിശ്വസ്തതയോടെയും, പൂർണ്ണമായും എഴുതാൻ നിങ്ങൾ അനുവദിച്ചുവെന്ന് വ്യക്തമാകും.

ദി പുസ്തകം
അടയ്ക്കുന്നു
ഇവിടെ. ദി
സാക്ഷി
ചെയ്യുന്നു അല്ല.
പോകൂ—ഒപ്പം തത്സമയം എന്ത് നീ വിശ്വസിക്കുക.

വിളി ലേക്ക് നടപടി

അ പങ്കാളിത്തം വേണ്ടി ദി വിളവെടുപ്പ്

A ഈ പുസ്തകം അടച്ചുവെച്ചാൽ, യാത്ര ഒരു പടി കൂടി മുന്നോട്ട് കൊണ്ടുപോകാൻ ഞങ്ങൾ നിങ്ങളെ ക്ഷണിക്കുന്നു - അല്ല മാത്രം ഇൻ നിങ്ങളുടെ സ്വന്തം ജീവിതം, പക്ഷേ കടന്നു ദി ജീവിതം യുടെ എണ്ണമറ്റ ആത്മാക്കൾ

കുറുകെ ദി രാഷ്ട്രങ്ങൾ.

എങ്കിൽ ദി സന്ദേശങ്ങൾ നിന്ന് ദൈവത്തിന്റെ കഴുകൻ ശുശ്രൂഷകൾ (രത്നം) ഉണ്ട് ശക്തിപ്പെടുത്തി, ഉണർത്തി, അല്ലെങ്കിൽ വീണ്ടും ക്രമീകരിച്ചു നിങ്ങളുടെ ഹൃദയം, ഞങ്ങൾ താഴ്മയോടെ ചോദിക്കുക നീ വരെ പ്രാർത്ഥനാപൂർവ്വം പങ്കാളിത്തം പരിഗണിക്കുക കൂടെ ഞങ്ങളെ വേണ്ടി ദി സേക്ക് യുടെ ദി വിളവെടുപ്പ് . ദി ലോകം ആണ് വിശക്കുന്നു വേണ്ടി സത്യം, പ്രത്യാശ, പരിശുദ്ധാത്മാവിന്റെ സൗമ്യവും എന്നാൽ വ്യക്തവുമായ ശബ്ദം, പിന്നെ നമുക്ക് ഒരുമിച്ച് സ്ഥലം ഇവ സന്ദേശങ്ങൾ എവിടെ അവർ ആകുന്നു ആവശ്യമാണ് മിക്കതും.

ഞങ്ങൾ വിശ്വസിക്കുക മീഡിയ ആണ് കൂടുതൽ അധികം സാങ്കേതികവിദ്യ—അത് ആണ് എ ആത്മീയ നെറ്റ് കാസ്റ്റ് രാഷ്ട്രങ്ങളിലേക്കും ഗ്രാമങ്ങളിലേക്കും നഗരങ്ങളിലേക്കും മറഞ്ഞിരിക്കുന്ന സ്ഥലങ്ങളിലേക്കും

ആഴത്തിൽ . സിനിമ, വീഡിയോ, റേഡിയോ, ഡിജിറ്റൽ എന്നിവയിലൂടെ ശുശ്രൂഷ, രത്നം ആണ് എത്തിച്ചേരുന്നു ആളുകൾ WHO മെയ് ഒരിക്കലും പ്രവേശിക്കുക എ പള്ളി, പക്ഷേ ആരുടെ ഹൃദയങ്ങൾ ആകുന്നു വീതിയുള്ള തുറക്കുക വരെ ഏറ്റുമുട്ടൽ ദി ജീവിക്കുന്നത് ക്രിസ്തു.

നിങ്ങളുടെ പങ്കാളിത്തം നമ്മെ സഹായിക്കുന്നു :

1. ഉൽപ്പാദിപ്പിക്കുക ആത്മാവ് നിറഞ്ഞത് സിനിമ & വീഡിയോ ഉള്ളടക്കം

യേശുവിന്റെ സ്നേഹത്തെ വ്യക്തവും, പരസ്പരബന്ധിതവും, ജീവിതത്തെ മാറ്റിമറിക്കുന്നതുമായ രീതിയിൽ സുഖപ്പെടുത്തുകയും, പ്രചോദിപ്പിക്കുകയും, വെളിപ്പെടുത്തുകയും ചെയ്യുന്ന കഥകളും പഠിപ്പിക്കലുകളും.

2. പ്രക്ഷേപണം ദി സുവിശേഷം ഓൺ റേഡിയോ

ദൂരെ സ്ഥലങ്ങളിലേക്കും ദൈവവചനം എത്തിക്കൽ. അപ്പുറം ഇന്റർനെറ്റ് എത്തിച്ചേരുക - എവിടെ പ്രത്യാശ ആണ് അപൂർവ്വം ഒപ്പം സത്യം ആണ് വിലയേറിയ.

3. വികസിപ്പിക്കുക നമ്മുടെ സാമൂഹികം മീഡിയ അദ്ധ്യാപനം & ശിഷ്യത്വം കാമ്പെയ്നുകൾ

കുടുംബങ്ങളെ പുനഃസ്ഥാപിക്കുന്നതിനും, ലോകമെമ്പാടുമുള്ള ശിഷ്യന്മാരെ സജ്ജരാക്കുന്നതിനും സഹായിക്കുന്ന ദൈനംദിന ഭക്തിഗാനങ്ങൾ, പ്രാർത്ഥനകൾ, പഠിപ്പിക്കലുകൾ .

എന്തുകൊണ്ട് നിങ്ങളുടെ പിന്തുണ കാര്യങ്ങൾ

ഓരോ സന്ദേശം റിലീസ് ചെയ്തു മാറുന്നു എ വിത്ത് യുടെ

വെളിച്ചം.

ഓരോ പഠിപ്പിക്കൽ മാറുന്നു എ അലയൊലി യുടെ രൂപാന്തരം.

ഓരോ പ്രവർത്തിക്കുക യുടെ ഔദാര്യം മാറുന്നു ഭാഗം യുടെ ദൈവത്തിന്റെ ആഗോള വിളവെടുപ്പ്.

നിങ്ങളുടെ കൊടുക്കൽ സഹായിക്കുന്നു ഇത് ശുശ്രൂഷ എത്തിച്ചേരുക ആത്മാക്കൾ ഞങ്ങൾ മെയ് ഒരിക്കലും കണ്ടുമുട്ടുക ഓൺ ഭൂമി, പക്ഷേ ചെയ്യും തീർച്ചയായും കണ്ടുമുട്ടുക ഇൻ നിത്യത. അവിടെ ആണ് ഇല്ല സ്ഥിരം തുക—നൽകുക മാത്രം പോലെ ദി കർത്താവ് നയിക്കുന്നു നീ. ഓരോ സമ്മാനം, വലുത് അല്ലെങ്കിൽ ചെറുത്, നാടകങ്ങൾ എ ഭാഗം ഇൻ മുന്നേറുന്നു ദി രാജ്യം.

ലേക്ക് പങ്കാളി അല്ലെങ്കിൽ നൽകുക:

പേപാൽ: https ://www .pa

ypal.com/ncp/payment/D6NEFW56KG8LU **തിഥെ.ലി:**

https://tithe.ly/give?c=308311

ഫ്ലട്ടർവേവ് – https://flutterwave.com/donate/bbkpkokehxlw

എല്ലാം നൽകുന്നത് അവന്യൂസ്:

https : //www.ot akada.org/partnership-giving

ഞങ്ങളോടൊപ്പം നിന്നതിന് നന്ദി.

നന്ദി നീ വേണ്ടി വിതയ്ക്കൽ കടന്നു ദി വിളവെടുപ്പ്.

നന്ദി നീ വേണ്ടി സഹായിക്കൽ ഞങ്ങളെ കൊണ്ടുവരിക ദി സന്ദേശം യുടെ ക്രിസ്തു വരെ ദി രാഷ്ട്രങ്ങൾ.

കർത്താവ് നിങ്ങളെ സമൃദ്ധമായി അനുഗ്രഹിക്കട്ടെ, നിങ്ങളെ സമൃദ്ധമായി വർദ്ധിപ്പിക്കട്ടെ, അവന്റെ മഹത്വത്തിനായി നിങ്ങൾ വിതയ്ക്കുന്ന ഓരോ വിത്തും വർദ്ധിപ്പിക്കട്ടെ.

ൽ യേശുവിന്റെ ശക്തനായ പേര്, ആമേൻ.

—അംബാസഡർ തിങ്കളാഴ്ച ഓ. ഒഗ്ബെ, സഖറിയാസ് ഗോഡ്സീഗിൽ; ആശ്വാസം ലാഡി ഒഗ്ബെ

സ്ഥാപകൻ, ഗോഡ്സ് ഈഗിൾ

മിനിസ്ട്രീസ് (ജെം) www.otakada.org [1]

---

1. http://www.otakada.org/ എന്ന വെബ്സൈറ്റിൽ ലഭ്യമാണ്.

എങ്ങനെ വരെ ആകുക ജനിച്ചത് വീണ്ടും ഒപ്പം ആരംഭിക്കുക എ പുതിയത് ക്രിസ്തുവിനോടൊപ്പമുള്ള ജീവിതം

Mഅയ്ബെ നിങ്ങൾക്ക് നടന്നു കൂടെ യേശു മുമ്പ്, അല്ലെങ്കിൽ ഒരുപക്ഷേ നിങ്ങൾക്ക് വെറും കണ്ടുമുട്ടി അവൻ വഴി ഇവ 40 (40) ദിവസങ്ങൾ. പക്ഷേ ശരി ഇപ്പോൾ, എന്തോ അകത്ത് നീ ആണ് ഇളക്കുന്നു.

നിങ്ങൾ തയ്യാറാണ് വേണ്ടി കൂടുതൽ അധികം മതം. നീ തയ്യാറാണ് വേണ്ടി **ബന്ധം**

.

നിങ്ങൾ തയ്യാറാണ് വരെ പറയുക, "യേശുവേ, ഐ ആവശ്യം നീ." സത്യം ഇതാണ്:

"എല്ലാവരും പാപം ചെയ്തിട്ടുണ്ട്; നാമെല്ലാവരും ദൈവത്തിന്റെ മഹത്വകരമായ നിലവാരത്തിൽ നിന്ന് പിന്മാറിയിരിക്കുന്നു... എന്നിട്ടും ദൈവം, ഇൻ അവന്റെ കൃപ,

സ്വതന്ത്രമായി ഉണ്ടാക്കുന്നു ഞങ്ങളെ ശരി ഇൻ അവന്റെ കാഴ്ച."

— റോമർ 3:23–24 (എൻഎൽടി)

നീ കഴിയില്ല

സമ്പാദിക്കുക രക്ഷ.

നിങ്ങൾക്ക് സ്വയം

ശരിയാക്കാൻ

കഴിയില്ല.

പക്ഷേ യേശു ഇതിനകം പണമടച്ചു ദി നിറഞ്ഞു വില — ഒപ്പം അവൻ കാത്തിരിക്കുന്നു വരെ സ്വാഗതം നീ വീട്ടിലേക്ക്.

എങ്ങനെ വരെ ആകുക ജനിച്ചത് വീണ്ടും

ആയിരിക്കുന്നത് ജനിച്ചത് വീണ്ടും അർത്ഥമാക്കുന്നത് കീഴടങ്ങൽ നിങ്ങളുടെ ജീവിതം വരെ യേശു — സ്വീകരിക്കുന്നു അവന്റെ പാപമോചനം, അവൻ മരിച്ചു ഉയിർത്തെഴുന്നേറ്റു എന്ന് വിശ്വസിക്കൽ, അവനെ നിങ്ങളുടെ കർത്താവായി സ്വീകരിക്കൽ , രക്ഷകൻ.

അത് ലളിതം. അത് ശക്തമായ. അത്

മാറ്റങ്ങൾ എല്ലാം. ഇത് ഉറക്കെ

പ്രാർത്ഥിക്കൂ:

"കർത്താവേ യേശുവേ, ഐ

വിശ്വസിക്കുക നീ ആകുന്നു ദി മകൻ

യുടെ ദൈവമേ. ഞാൻ വിശ്വസിക്കുക

നീ മരിച്ചു വേണ്ടി എന്റെ

പാപങ്ങൾ ഒപ്പം റോസ് വീണ്ടും.

ഐ കുറ്റസമ്മതം നടത്തുക അത് ഐ ഉണ്ട്

പാപം ചെയ്തു ഒപ്പം ഐ ആവശ്യം

നിങ്ങളുടെ ക്ഷമ. ഇന്ന്, ഐ

പശ്ചാത്തപിക്കുക ഒപ്പം തിരിയുക നിന്ന്
എന്റെ പഴയത് വഴികൾ.
ഐ ക്ഷണിക്കുക നീ കടന്നു എന്റെ
ജീവിതം വരെ ആകുക എന്റെ
യജമാനൻ ഒപ്പം രക്ഷകൻ. കഴുകുക.
ഞാൻ വൃത്തിയാക്കുക.
പൂരിപ്പിക്കുക ഞാൻ കൂടെ നിങ്ങളുടെ
ആത്മാവ്.
ഐ പ്രഖ്യാപിക്കുക ഐ രാവിലെ ജനിച്ചത് വീണ്ടും, ക്ഷമിച്ചു, ഒപ്പം സൗ ജന്യം.

ഉത്ഭവം ഇത് ദിവസം മുന്നോട്ട്, ഐ
ചെയ്യും പിന്തുടരുക നീ — കൂടാതെ
ഐ ചെയ്യും തത്സമയം ഇൻ
നിങ്ങളുടെ പടികൾ.
നന്ദി നീ വേണ്ടി സേവിംഗ് എന്നെ. ൽ യേശുവിന്റെ പേര്, ആമേൻ."
അടുത്തത് പടികൾ ശേഷം രക്ഷ

1. **പറയൂ ആരെങ്കിലും** – പങ്കിടുക നിങ്ങളുടെ തീരുമാനം കൂടെ എ വിശ്വാസി നിങ്ങൾ വിശ്വസിക്കുന്നു.
2. **കണ്ടെത്തുക എ ബൈബിളധിഷ്ഠിതം പള്ളി** – ചേരുക എ സമൂഹം അത് പഠിപ്പിക്കുന്നു ദൈവവചനം ഒപ്പം ജീവിതം അത് പുറത്ത്. സന്ദർശിക്കുക ദൈവത്തിന്റെ കഴുകൻ മന്ത്രാലയങ്ങൾ ഓൺലൈൻ https ://www.ot akada.org അല്ലെങ്കിൽ https://chat.whatsapp.com/ H67spSun32DDTma8TLh0ov വഴി
3. **നേടുക സ്നാനമേറ്റു** – എടുക്കുക ദി അടുത്തത് ഘട്ടം പരസ്യമായി വരെ പ്രഖ്യാപിക്കുക നിങ്ങളുടെ വിശ്വാസം.
4. **വായിക്കുക ദി ബൈബിൾ ദിവസേന** – ആരംഭിക്കുക കൂടെ ദി സുവിശേഷം യുടെ ജോൺ.
5. **പ്രാർത്ഥിക്കുക ഓരോ ദിവസം** – സംസാരിക്കുക വരെ ദൈവം പോലെ എ സുഹൃത്ത് ഒപ്പം അച്ഛാ.
6. **ബന്ധം നിലനിർത്തുക** - നിങ്ങളുടെ പുതിയ നടത്തത്തെ പ്രോത്സാഹിപ്പിക്കുന്ന ആളുകളുമായി നിങ്ങളെ ചുറ്റിപ്പറ്റുക .
7. **ആരംഭിക്കുക എ ശിഷ്യത്വം പ്രക്രിയ ഉള്ളിൽ ദി സമൂഹം** – വികസിപ്പിക്കുക ഒന്ന് ഒന്ന് ബന്ധം കൂടെ യേശു ക്രിസ്തു വഴി ഇവ ലിങ്കുകൾ

40 ദിവസത്തെ ശിഷ്യത്വം 1 - https ://www .ot akada.org/get-free-
-0-days-online- യേശുവിനൊപ്പമുള്ള യാത്രയിലെ ശിഷ്യത്വ
:കോഴ്സ്/

40 (40) ശിഷ്യത്വം 2 - https : //www.ot akada.org/get-free-40-days-
lna-of- യേശുവിനൊപ്പമുള്ള ശിഷ്യത്വ യാത്ര പരമ്പര 2/

എന്റെ രക്ഷ നിമിഷം

തീയതി : ____________________

ഒപ്പ് : ________________________

"എങ്കിൽ ആരെങ്കിലും ആണ് ഇൻ ക്രിസ്തു, അവൻ ആണ് എ പുതിയത് സൃഷ്ടി; ദി പഴയത് ഉണ്ട് പാസ്സായി അകലെ, ദി പുതിയത് ഉണ്ട് വരൂ!"

— 2 കൊരിന്ത്യർ 5:17

സർട്ടിഫിക്കറ്റ് യുടെ പുതിയത് ജീവിതം ഇൻ ക്രിസ്തു

രക്ഷ പ്രഖ്യാപനം – ജനിച്ചത് വീണ്ടും ഗ്രേസ് എഴുതിയത്

ഈ സാക്ഷ്യപ്പെടുത്തുന്നു അത്

____

(പൂർണ്ണം പേര്)

ഉണ്ട് പരസ്യമായി പ്രഖ്യാപിച്ചു വിശ്വാസം ഇൻ യേശു ക്രിസ്തു

പോലെ യജമാനൻ ഒപ്പം രക്ഷകൻ ഒപ്പം ഉണ്ട്

ലഭിച്ചു ദി സൌജന്യമായി സമ്മാനം യുടെ

അവന്റെ മരണത്തിലൂടെയും

പുനരുത്ഥാനത്തിലൂടെയും രക്ഷ .

"എങ്കിൽ നീ പരസ്യമായി പ്രഖ്യാപിക്കുക അത് യേശു ആണ് യജമാനൻ ഒപ്പം വിശ്വസിക്കുക ഇൻ നിങ്ങളുടെ ഹൃദയം അത് ദൈവം ഉയിർപ്പിച്ചു അവൻ നിന്ന് ദി മരിച്ചു, നീ ചെയ്യും ആകുക രക്ഷപ്പെട്ടു."

— റോമർ 10:9 (എൻഎൽടി)

ഈ ദിവസം, സ്വർഗ്ഗം

സന്തോഷിക്കുകയും ഒരു പുതിയ യാത്ര

ആരംഭിക്കുകയും ചെയ്യുന്നു. തീരുമാന

തീയതി :________________________________

ഒപ്പ് : ___________________________________

രക്ഷ പ്രഖ്യാപനം

"ഇന്ന്, ഐ കീഴടങ്ങുക എന്റെ ജീവിതം വരെ യേശു ക്രിസ്തു.

ഐ വിശ്വസിക്കുക അവൻ

മരിച്ചു വേണ്ടി എന്റെ

പാപങ്ങൾ ഒപ്പം റോസ് വീണ്ടും.
ഞാൻ സ്വീകരിക്കുക അവൻ
പോലെ എന്റെ യജമാനൻ
ഒപ്പം രക്ഷകൻ.
ഐ രാവിലെ ക്ഷമിച്ചു, ജനിച്ചത് വീണ്ടും, ഒപ്പം നിർമ്മിച്ച
പുതിയത്.
ഉത്ഭവം ഇത് നിമിഷം മുന്നോട്ട്, ഐ
ചെയ്യും നടക്കുക ഇൻ അവന്റെ
ദൈവകുടുംബത്തിലേക്ക് സ്വാഗതം!
നിങ്ങളുടെ പേര് ആണ് എഴുതിയത്
ഇൻ ദി കുഞ്ഞാട് പുസ്തകം യുടെ
ജീവിതം. നിങ്ങളുടെ കഥ ആണ്
വെറും തുടക്കം — ഒപ്പം അത്
ശാശ്വതമായ.

ബന്ധിപ്പിക്കുക കൂടെ ദൈവത്തിന്റെ കഴുകൻ മന്ത്രാലയങ്ങൾ

- വെബ്സൈറ്റ്: www.otakada.org [1]
- സമ്പത്ത് അപ്പുറം വിഷമിക്കുക പരമ്പര: www.wealthbeyondworryseries.com [2]
- ഇമെയിൽ: അംബാസഡർ@otakada.org

- പിന്തുണ ഇത് ജോലി:

പിന്തുണ രാജ്യം പദ്ധതികൾ, ദൗത്യങ്ങൾ, ഒപ്പം സൌജന്യമായി ആഗോള ഉടമ്പടി നയിക്കുന്ന ദാനത്തിലൂടെ വിഭവങ്ങൾ.

സ്കാൻ ചെയ്യുക ക്യുആർ കോഡ് വരെ കൊടുക്കുക

https://tithe.ly/give?c=308311

നിങ്ങളുടെ ഔദാര്യം സഹായിക്കുന്നു ഞങ്ങളെ എത്തിച്ചേരുക കൂടുതൽ ആത്മാക്കൾ, വിവർത്തനം ചെയ്യുക വിഭവങ്ങൾ, മിഷനറിമാരെ പിന്തുണയ്ക്കുക, ഒപ്പം പണിയുക ശിഷ്യത്വം സിസ്റ്റങ്ങൾ ആഗോളതലത്തിൽ. നന്ദി നീ!

1. https://www.ot.org/

2. https : //www.w ea l thbeyondworryseries.com

രചയിതാവ് ബയോ

സഖറിയാസ് ഗോഡ്സീഗിൽ

A രചയിതാവ് • ടീച്ചർ • ദർശനാത്മകം നേതാവ്

സക്കറിയാസ് ഗോഡ്സീഗിൽ വചനത്തിന്റെ അഭിനിവേശമുള്ള ഒരു അധ്യാപകനും ക്രിസ്തുവിന്റെ ശരീരത്തിലേക്കുള്ള വിവേചനാത്മകമായ ശബ്ദവുമാണ്. ആത്മീയ ഉൾക്കാഴ്ചയ്ക്കായി ഒരു അതുല്യമായ കൃപ വഹിക്കുന്നു, സഖറിയാസ് മന്ത്രിമാർ കൂടെ വ്യക്തത, പ്രവചനാത്മകമായ ആഴം, ഒപ്പം എ വിശ്വാസികൾ വിശുദ്ധിയിലും, ദൈവഭക്തിയിലും, ക്രിസ്തുവിനു യഥാർത്ഥ കീഴടങ്ങലിലും നടക്കുന്നത് കാണാനുള്ള ഹൃദയംഗമമായ ആഗ്രഹം .

ഗോഡ്സ് ഈഗിൾ മിനിസ്ട്രീസ് (ജെം) ന്റെ പ്രവർത്തനത്തിൽ ഒരു സഹപ്രവർത്തകൻ എന്ന നിലയിൽ, അദ്ദേഹം ഒരു വേഷം ചെയ്യുന്നു. പ്രാധാന്യമുള്ള പങ്ക് ഇൻ രൂപപ്പെടുത്തൽ ശിഷ്യത്വം ഉള്ളടക്കം, തിരുവെഴുത്തുപരമായ പ്രകാശം, മാധ്യമങ്ങളെ അടിസ്ഥാനമാക്കിയുള്ളതും ജനസമ്പർക്കം അത് സ്പർശിക്കുന്നു ജീവിതം കുറുകെ ഡിജിറ്റൽ ഒപ്പം ശാരീരികമായ അതിർത്തികൾ. അവന്റെ എഴുത്തുകൾ ഫോക്കസ് ഓൺ അകം പരിവർത്തനം, അനുസരണം, ഒപ്പം ദി പുനഃസ്ഥാപനം വിശ്വാസിയുടെ ഹൃദയത്തിന്റെ

സിംഹാസനത്തിലേക്ക് ക്രിസ്തുവിന്റെ.

സക്കറിയാസിനെ നയിക്കുന്നത് ലളിതമായ ഒരു ബോധ്യമാണ്: **ഹൃദയം യോജിക്കുമ്പോൾ, വിധി വിന്യസിക്കുന്നു.**

അദ്ധ്യാപനം, മാർഗനിർദേശം, ആത്മാവ് നിറഞ്ഞ ക്രിയേറ്റീവ് പ്രോജക്ടുകൾ എന്നിവയിലൂടെ അദ്ദേഹം ലോകമെമ്പാടുമുള്ള പ്രേക്ഷകരിലേക്ക് എത്തിച്ചേരുന്നത് തുടരുന്നു.

അംബാസഡർ തിങ്കളാഴ്ച ഓ. ഒഗ്ബെ

രചയിതാവ് • മിഷനറി കമ്മ്യൂണിക്കേറ്റർ • സ്ഥാപകൻ, ഗോഡ്സ് ഈഗിൾ മിനിസ്ട്രീസ് (രത്നം)

ഗോഡ്സ് ഈഗിൾ മിനിസ്ട്രീസ് (ജെം) സ്ഥാപകനാണ് - "ആളുകളെ ബന്ധിപ്പിക്കുക" എന്ന കൽപ്പനയുള്ള ഒരു ആഗോള ദൗത്യം. വരെ ദൈവം വഴി അവന്റെ വാക്ക്." അറിയപ്പെടുന്നത് വേണ്ടി അവന്റെ തീവ്രമായ അഭിനിവേശം വേണ്ടി സത്യം, വൈകാരിക കഥപറച്ചിൽ, പ്രവചന പഠിപ്പിക്കൽ എന്നിവയിലൂടെ അദ്ദേഹം രാജ്യങ്ങളിലൂടെ ശുശ്രൂഷിക്കുന്നു എഴുത്ത്, പോഡ്കാസ്റ്റിംഗ്, ചലച്ചിത്രനിർമ്മാണം, ഡിജിറ്റൽ സുവിശേഷീകരണം, ഒപ്പം ശിഷ്യത്വം.

നേതൃത്വം, മാധ്യമങ്ങൾ, ദൗത്യങ്ങൾ എന്നിവയിലെ പശ്ചാത്തലമുള്ള അംബാസഡർ തിങ്കളാഴ്ച വഹിക്കുന്നു എ സംസ്കാരങ്ങൾ തമ്മിലുള്ള ബന്ധം അഭിഷേകം അത് പ്രതിധ്വനിക്കുന്നു നിന്ന് ആഫ്രിക്ക വരെ ഏഷ്യ, അമേരിക്കകൾ, യൂറോപ്പ്, മിഡിൽ ഈസ്റ്റ്. വിശ്വാസിയുടെ ഹൃദയത്തിലെ മറഞ്ഞിരിക്കുന്ന പോരാട്ടങ്ങളെ - അത്യാഗ്രഹം, സ്വത്വ പോരാട്ടങ്ങൾ, ആത്മീയ സംതൃപ്തി, - അദ്ദേഹത്തിന്റെ പഠിപ്പിക്കലുകൾ അഭിമുഖീകരിക്കുന്നു. ഒപ്പം ദി സൂക്ഷ്മമായ മണ്ണൊലിപ്പ് യുടെ അടുപ്പം കൂടെ ദൈവം.

പ്ലാറ്റ്ഫോമുകൾ എന്നിവയിലൂടെ ദശലക്ഷക്കണക്കിന് ആളുകളിലേക്ക് എത്തുന്ന നിരവധി ഭക്തിഗാനങ്ങൾ, പുസ്തക പരമ്പരകൾ, മൾട്ടിമീഡിയ പഠിപ്പിക്കലുകൾ എന്നിവയുടെ രചയിതാവാണ് അദ്ദേഹം .

അവന്റെ ജീവിതം സന്ദേശം ആണ് ലളിതം എന്നാൽ ആഴമേറിയത്:

"എപ്പോൾ ക്രിസ്തു ഇരിക്കുന്നു ചെയ്തത് ദി കേന്ദ്രം, എല്ലാം അല്ലെങ്കിൽ എടുക്കുന്നു അതിന്റെ ന്യായമായ സ്ഥലം."

ആശ്വാസം ലാഡി ഒഗ്ബെ

രചയിതാവ് • മധ്യസ്ഥൻ • സഹപ്രവർത്തകൻ ഇൻ മന്ത്രാലയം

നിയമനത്തിൽ ഒരു എഴുത്തുകാരിയും, മധ്യസ്ഥയും, സഹപ്രവർത്തകയുമാണ്. യുടെ ദൈവത്തിന്റെ കഴുകൻ മന്ത്രാലയങ്ങൾ. സമ്മാനിച്ചത് കൂടെ അനുകമ്പ, വിവേചനബുദ്ധി, കൂടാതെ എ പരിപോഷിപ്പിക്കൽ ആത്മാവ്, അവൾ കൊണ്ടുവരുന്നു വൈകാരികമായ ആഴം ഒപ്പം ആത്മീയ ഗ്രൗണ്ടിംഗ് അവൾ തൊടുന്ന ഓരോ പദ്ധതിക്കും.

അവരുടെ സംഭാവനകൾ - പലപ്പോഴും തിരശ്ശീലയ്ക്ക് പിന്നിൽ - വിനയത്തിന്റെ സുഗന്ധം വഹിക്കുന്നു, ജ്ഞാനം, ഒപ്പം രോഗശാന്തി. ആശ്വാസം മന്ത്രിമാർ വഴി കൗൺസിലിംഗ്, പ്രാർത്ഥന, ശിഷ്യത്വം, സൃഷ്ടിപരമായ സഹകരണം, പ്രത്യേകിച്ച് കുടുംബ പുനഃസ്ഥാപനം, ആത്മീയ പക്വത, ഹൃദയ പരിവർത്തനം എന്നിവയ്ക്ക് പ്രാധാന്യം നൽകുന്ന കൃതികളിൽ.

ഒരു എഴുത്തുകാരി എന്ന നിലയിൽ, ജീവിതാനുഭവത്തിന്റെയും ആത്മീയ ബോധ്യത്തിന്റെയും ഒരു സ്ഥലത്ത് നിന്നാണ് അവർ എഴുതുന്നത്, വായനക്കാർക്ക് വ്യക്തതയും ആശ്വാസവും ക്രിസ്തുവിൽ പൂർണ്ണത പിന്തുടരാനുള്ള പ്രോത്സാഹനവും നൽകുന്നു.

അറിവിൽ മാത്രമല്ല, ഹൃദയം വിശ്വസിക്കാനും കീഴടങ്ങാനും തഴച്ചുവളരാനും പഠിക്കുന്ന ദൈനംദിന ജീവിതത്തിലും ദൈവത്തെ അനുഭവിക്കാൻ വിശ്വാസികളെ സഹായിക്കുന്നതിന് കംഫർട്ട് പ്രതിജ്ഞാബദ്ധമാണ്.

രചയിതാവ് പേജ്:

https ://www .am azon.com/stores/Zacharias-Godseagle/author/B0FCZ89D4K

ശുപാർശ ചെയ്യുന്ന പുസ്തകങ്ങളും വിഭവങ്ങളും

പുതുക്കൽ 7
സുഖപ്പെടുത്തുക ദി ഹൃദയം
യുടെ നിങ്ങളുടെ വീട് ഇൻ 7
ദിവസങ്ങൾ ദി പുതുക്കൽ പരമ്പര
– കുടുംബം ഐക്യം പതിപ്പ്

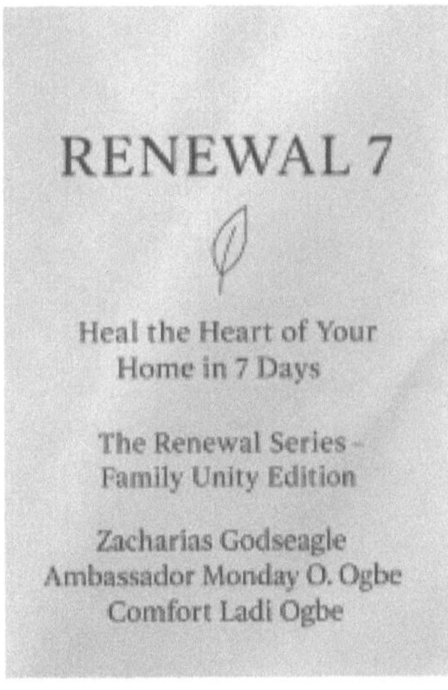

ലിങ്ക് വരെ പുസ്തകം പേപ്പർബാക്ക് -
https://shop.ingrampark.com/b/
084?params=htyfL002e1JzyEpZWkKtaXWF5FJ1jZFOjgiQKEfcbnw
ലിങ്ക് വരെ ആമസോൺ പേജ് പേപ്പർബാക്ക് -
https://www.am azon.com/RENEWAL- **ഹീൽ-ഹാർട്ട്-യുവർ-**

റിന്യൂവൽ/dp/B0GD92153W

ആമസോൺ ഇ-ബുക്കിലേക്കുള്ള

ലിങ്ക് – https ://www .am azon.com/RENEWAL-Heal-Heart-Your-Renewal-ebook/

ഡിപി/B0G91BMFND

സ്കാൻ ചെയ്യുക എന്നെ –

പുതുക്കൽ 7: സുഖപ്പെടുത്തുക ദി ഹൃദയം യുടെ നിങ്ങളുടെ വീട് ഇൻ 7 ദിവസങ്ങളിൽ

ദി പുതുക്കൽ പരമ്പര — കുടുംബം ഐക്യം പതിപ്പ്

പേപ്പർബാക്കിലേക്കുള്ള ലിങ്ക് - https://shop.ingrampark.com/b/084?params=nSEElv9oUsItOu5akVZlg4ycGbbmvlBOtSiqeOZr5yQ

ആമസോൺ പേപ്പർബാക്കിലേക്കുള്ള ലിങ്ക് - https ://www .am

azon.com/RENEWAL- വിവാഹം-ഹൃദയം-വിവാഹം-
പുതുക്കൽ/dp/B0GDC1YZJ7

ആമസോൺ ഇ-ബുക്കിലേക്കുള്ള ലിങ്ക് - https ://www .am azon.com/RENEWAL- വിവാഹം-ഹൃദയം-വിവാഹം-പുതുക്കൽ-ഇ-ബുക്ക്/dp/B0G6JXJWJL

ദി സിംഹാസനം ഓഫ് ദി ഹൃദയം – 12 യുദ്ധങ്ങൾ ഞങ്ങൾ വേണം ജയിക്കുക

ആമസോൺ ഇ-ബുക്ക് - https://www.am azon.com/THRONE-HEART- കോവറ്റസ്നെസ്-വ്യാജം-ഉള്ളടക്കം-ഇ-ബുക്ക്/dp/ B0G4SPFRY7

ആമസോൺ പേപ്പർബാക്ക് - https ://www .am azon.com/THRONE-HEART- ആഡംബരം-വ്യാജം-ഉള്ളടക്കം/dp/ B0G4TKW1ND

ഇൻഗ്രാംസ്പാർക്കിൽ നിന്നുള്ള പേപ്പർബാക്ക് -

https://shop.ingramspark.com/b/084?params=a75LJXtvvI63VnzeQPleQTkAJWfu8CPQV6l5Oe31D80

4 എ.ടി 1 പ്രസംഗങ്ങൾ വഴി സക്കറിയ ഗോഡ്സീഗിൾ കൂടെ ഓഡിയോ ലിങ്ക് –

ആമസോൺ ഇബുക്ക് ലിങ്ക് - https ://www .am azon.com/Sermons-Zacharias- **ഗോഡ്സീഗിൾ-ഓഡിയോ-ലിങ്ക്സ്-**

ഉബുക്ക്/ഡിപി/B0G4XCH4TW

ആമസോൺ പേപ്പർബാക്ക് - https ://www .am azon.com/Sermons-Zacharias- ഗോഡ്സീഗിൾ-ഓഡിയോ-ലിങ്കുകൾ/dp/B0G4TK4XGT

പേപ്പർബാക്ക് ഇൻഗ്രാം സ്പാർക്ക് ലിങ്ക് - https://shop.ingrampark.com/b/084?params=nK2JERskkbhdAOSNseTUNRhaCFqUPZuhB4uYfqrXvGb

തീർത്ഥാടനം കോഡ്: AI ഉണർവ്

ഇ-ബുക്ക് - https ://www .am azon.com/Logos-Protocol-Awakening-artificial- ഇന്റലിജൻസ്-ഇബുക്ക്/ഡിപി/B0FXNQFSWZ

പേപ്പർബാക്ക് - https ://www .am azon.com/Logos-Protocol-Awakening- കൃത്രിമബുദ്ധി/dp/B0FXNGR66D

ഹാർഡ്ബാക്ക് - https ://www .am azon.com/Logos-Protocol-Awakening- കൃത്രിമബുദ്ധി/dp/B0FZNTQR6Y

പേപ്പർബാക്ക് ഇൻഗ്രാംസ്പാർക്ക് - https://shop.ingrampark.com/b/084?params=QkK4aNYTYO9U5z9uOkdHgc7Ue1eGDLqbb1tz9WRPaSk

എന്തുകൊണ്ട് വിടുതൽ പരാജയങ്ങൾ - ഒപ്പം എങ്ങനെ ദി തീ
യുടെ ദൈവം പുനഃസ്ഥാപിക്കുന്നു ദി ആത്മാവ്: 40
ദിവസവും പ്രഖ്യാപനങ്ങൾ വേണ്ടി ഓൾ-റൗണ്ട് വിടുതൽ

ഇ-ബുക്ക് - https ://www .am azon.com/Why-Deliverance-Fails-Declarations- ഓൾ-റൗണ്ട്-ഇ-ബുക്ക് /dp/B0FW74L4G4

പേപ്പർബാക്ക് - https ://www .am azon.com/Why-Deliverance-Fails- ഡിക്ലറേഷനുകൾ-ഓൾ-റൗണ്ട് /dp/B0FWB3LXRM

മാറ്റുക – വിവർത്തനം ചെയ്തത് കടന്നു 25 മിനിട്ട് ഭാഷ

പേപ്പർബാക്ക്

https://shop.ingrampark.com/b/
084?പാരാമീറ്ററുകൾ=iYNB6S3PLMf
REpm0jMM15bMe3BvWlkjcYyLYnHVGAds ഇ-ബുക്ക് - https ://www
.am azon.com/SAVED-BUT-LOST- അച്ചടക്കമില്ലാത്തത്-
ഹൃദയാഘാതം-ഇബുക്ക്/dp/B0FVJ29DF7

ദിവസങ്ങളിൽ ഓഫ് ആത്മീയം യുദ്ധം & വീണ്ടെടുക്കൽ - ഇത് ആണ് ഭാഗം 1

ബൈൻഡിംഗ് ദി ശത്രു, മടങ്ങുന്നു അമ്പുകൾ ഏഴിരട്ടി, ഒപ്പം

പുനഃസ്ഥാപിക്കുന്നു നിങ്ങളുടെ വിധി

https://shop.ingrampark.com/b/
084?പാരാമീറ്ററുകൾ=8mPzqUl73Ex7uPyeO7ydyt8EGkkB6u2gX1jZvWU8j
1C

ഇ-ബുക്ക് ലിങ്ക് - https ://www .am azon.com/DAYS-
SPIRITUAL- വാർഫെയർ-റിക്കവറി-റിട്ടേണിംഗ്-
ഇബുക്ക്/dp/B0FMPJM5KZ

പേപ്പർബാക്ക് - https://shop.ingrampark.com/b/
084?params=LkpNmGSsApHhWhiSO7bW3wFmcXQKIO4ZEBeSbP5rL1
ഇ-ബുക്ക് - https ://www .am azon.com/DAYS-SPIRITUAL-
WARFARE- RECOVERY-Wickedness-
ebook/dp/B0FR9YCMY8

കൂടെ ഇരുട്ട് ലേക്ക് ആധിപത്യം: 40 (40) ദിവസങ്ങളിൽ വരെ ബ്രേക്ക് സൗ ജന്യം നിന്ന് ഇരുട്ടിന്റെ മറഞ്ഞിരിക്കുന്ന പിടി

അ ആഗോള ഭക്തിഗാനങ്ങൾ യുടെ അവബോധം, വിടുതൽ & പവർ - വ്യക്തികൾക്ക്, കുടുംബങ്ങൾ, ഒപ്പം രാഷ്ട്രങ്ങൾ തയ്യാറാണ് വരെ ആകുക സൗ ജന്യം

പേപ്പർബാക്ക്

https://shop.ingrampark.com/b/084?പാരാമീറ്ററുകൾ=aVgp21QfwJxNANkf

MxIQ0yejuFCVY12KFr978SRkZUD ആമസോൺ ലിങ്ക് - https ://www .am azon.com/DARKNESS-DOMINION- ഭക്തി-അവബോധം-മോചനം-ഇബുക്ക്/dp/B0FLDH2Y67

- *എത്തിച്ചു നിന്ന് ദി പവർ യുടെ ഇരുട്ട്* (പേപ്പർബാക്ക്) — വാങ്ങുക ഇതാ [1] | ഇ-ബുക്ക് ഓൺ

ആമസോൺ [2]

- **മുകളിൽ അവലോകനങ്ങൾ നിന്ന് ദി യുണൈറ്റഡ് സംസ്ഥാനങ്ങൾ:**
  - **കിൻഡിൽ ഉപഭോക്താവ്** : "ദി മികച്ചത് ക്രിസ്ത്യൻ വായിക്കുക എന്നേക്കും!" (5) നക്ഷത്രങ്ങൾ)

ഈ സാക്ഷ്യത്തിന് യേശുവിനെ സ്തുതിക്കുക. ഞാൻ വളരെയധികം അനുഗ്രഹിക്കപ്പെട്ടിരിക്കുന്നു, എല്ലാവരെയും ഞാൻ ശുപാർശ ചെയ്യുന്നു ഒന്ന് വരെ വായിക്കുക ഇത് പുസ്തകം... വേണ്ടി ദി വേതനം യുടെ പാപം ആണ് മരണം പക്ഷേ ദി സമ്മാനം യുടെ ദൈവം നിത്യജീവൻ ആകുന്നു. ശാലോം! ശാലോം!

- ഡാ ജിസ്റ്റർ : "ഇത് ആണ് എ വളരെ രസകരമായ ഒപ്പം പകരം വിചിത്രമായ പുസ്തകം." (5) നക്ഷത്രങ്ങൾ)

എങ്കിൽ എന്ത് ആണ് പറഞ്ഞു ഇൻ ദി പുസ്തകം ആണ് സത്യം പിന്നെ ഞങ്ങൾ ശരിക്കും ആകുന്നു വഴി പിന്നിൽ ഓൺ എന്ത് ശത്രു ആണ് കഴിവുള്ള യുടെ ചെയ്യുന്നു! ... അ വേണം വേണ്ടി ആരെങ്കിലും ആഗ്രഹിക്കുന്ന വരെ പഠിക്കുക ആത്മീയതയെക്കുറിച്ച് യുദ്ധം.

- വിസ : "സ്നേഹം ഇത് പുസ്തകം" (5) നക്ഷത്രങ്ങൾ)

---

1. https://shop.ingrampark.com/b/084?params=oeYbAkVTC5ao8PfdVdzwko7wi6IQimg ജെവൈ2779നാക്ജി4ഇ

2. https ://www .am azon.com/Delivered-Power-Darkness-AFRICAN-DELIVERED-ebook/dp/ B0CC5MM4MV

ഈ ആണ് ഒരു കണ്ണ് ഓപ്പണർ... എ സത്യം കുമ്പസാരം... അടുത്തിടെ ഐ ഉണ്ട് ആയിരുന്നു തിരയുന്നു വേണ്ടി അത് എല്ലായിടത്തും ഉണ്ട് വരെ വാങ്ങുക അത്. അങ്ങനെ സന്തോഷം വരെ നേടുക അത് നിന്ന് ആമസോൺ.

- **ഫ്രാങ്ക്ജെഎം** : "തികച്ചും വ്യത്യസ്ത" (4) നക്ഷത്രങ്ങൾ)

കാരണവും ഇത് ഓർമ്മിപ്പിക്കുന്നു വേണ്ടി ഇടൽ ഓൺ ദി "പൂർണ്ണം കവചം യുടെ ദൈവം."

- **ജെൻജെൻ** : "എല്ലാവരും WHO ആഗ്രഹിക്കുന്നു വരെ പോകൂ വരെ സ്വർഗ്ഗം- വായിക്കുക ഇത്!" (5) നക്ഷത്രങ്ങൾ)

ഈ പുസ്തകം മാറ്റി എന്റെ ജീവിതം അങ്ങനെ വളരെ. ഒരുമിച്ച് കൂടെ ജോൺ റാമിറെസിന്റെ സാക്ഷ്യം, അത് ചെയ്യും ഉണ്ടാക്കുക നീ നോക്കൂ ചെയ്തത് നിങ്ങളുടെ വിശ്വാസം വ്യത്യസ്തമായി. എനിക്ക് വായിക്കുക അത് 6. തവണ!

- *മുൻ സാത്താനിസ്റ്റ്: ദി ജെയിംസ് എക്സ്ചേഞ്ച്* (പേപ്പർബാക്ക്) — വാങ്ങുക ഇവിടെ [3] | ഇ-ബുക്ക് ഓൺ ആമസോൺ [4]

3. https://shop.ingrampark.com/b/

084?പാരാമീറ്ററുകൾ=I2HNGtbq

JRbal8OxU3RMTApQsLLxcUCTC8zUdzDy0W1

4. https ://www .am azon.com/JAMESES-Exchange-Testimony-High-Ranking-Encounters-ebook/dp/

B0DJP14JLH

- *സാക്ഷ്യം ഓഫ് എ.എൻ. ആഫ്രിക്കൻ മുൻ സാത്താനിസ്റ്റ് - പാസ്റ്റർ ജോനാസ് ലുകുണ്ടു*

  എംപിഎഎൽഎ (പേപ്പർബാക്ക്) — വാങ്ങുക ഇവിടെ [5] | ഇ-ബുക്ക് ഓൺ ആമസോൺ [6]

- *വലുത് ചൂഷണങ്ങൾ 14* (പേപ്പർബാക്ക്) — വാങ്ങുക ഇവിടെ [7] | ഇ-ബുക്ക് ഓൺ ആമസോൺ [8]

5. https://shop.ingrampark.com/b/
084?params=0Aj9Sze4cYoLM5OqWrD20kgknXQQqO5AZYXcWtoMqWN
6. https ://www .am azon.com/TESTIMONY-African-EX-SATANIST-Pastor-Jonas-ebook/dp/

B0DJDLFKNR

7. https://shop.ingramspark.com/b/084?params=772LXinQn9nCWcgq572PDsqPjkTJmpgSqrp88b0qzKb

8. https :// www .am azon.com/Greater-Exploits-MYSTERIOUS-Strategies-Countermeasures-ebook/dp/
B0CGHYPZ8V

- *പുറത്ത് യുടെ ദി ഡെവിൾസ് കോൾഡ്രൺ* എഴുതിയത് ജോൺ റാമിറെസ് — ലഭ്യമാണ് ഓൺ ആമസോൺ [9]
- *അവൻ വന്നു വരെ സജ്ജമാക്കുക ദി തടവുകാർ സൗജന്യം* എഴുതിയത് റെബേക്ക തവിട്ട് — കണ്ടെത്തുക ഓൺ ആമസോൺ [10]

മറ്റുള്ളവ പുസ്തകങ്ങൾ പ്രസിദ്ധീകരിച്ചു എഴുതിയത് രചയിതാവ് – കഴിഞ്ഞു 1000 ഡോളർ പ്രിയപ്പെട്ടത് , തിരഞ്ഞെടുത്തത്, മുഴുവൻ : നിരസിക്കപ്പെട്ടതിൽ നിന്ന് 30 ദിവസത്തെ യാത്ര പുനഃസ്ഥാപനം വിവർത്തനം ചെയ്തത് കടന്നു 40 (40) ഭാഷകൾ യുടെ ദി ലോകം https ://www .am azon.com/Loved-Chosen-Whole-Rejection-Restoration- ഇ-ബുക്ക്/ഡിപി/B0F9VSD8WL

https://shop.ingrampark.com/b/84?പാരാമീറ്ററുകൾ=xga0WR16muFUwCoeMUBHQ6HwYjddLGpugQH3DVa5hE

9. https ://www .am azon.com/Out-Devils-Cauldron-John-Ramirez/dp/0985604306

10. https ://www .am azon.com/He-Came-Set-Captives-Free/dp/0883683239

Loved, Chosen and Whole
A 30-Day Journey from Rejection to Restoration
Zacharias Godseagle; Ambassador
Monday O. Ogbe; Comfort Ladi Ogbe

ൽ അവന്റെ പടികൾ — അ 40-ദിവസം ഡബ്ല്യുഡബ്ല്യുജെഡി വെല്ലുവിളി: ലിവിംഗ് ഇഷ്ടപ്പെടുക യേശു ഇൻ യഥാർത്ഥ ജീവിതം കഥകൾ ചുറ്റും ദി ലോകം https ://www .am azon.com/His-Steps-Challenge-Real-Life-Stories-ebook/dp/ B0FCYTL5MG https://shop.ingrampark.com/b/084?പാരാമീറ്ററുകൾ=DuNTWS59IbkvSKtGFbCbEFdv3Zg0FaITUEvlK49yLzB

യേശു എ.ടി. ദി വാതിൽ:
40 (40) ഹൃദയഭേദകം കഥകൾ ഒപ്പം ഹെവൻസ് ഫൈനൽ മുന്നറിയിപ്പ് വരെ ഇന്നത്തെ പള്ളികൾ

https://www.am azon.com/dp/B0FDX31L9F

https://shop.ingrampark.com/b/084?പാരാമീറ്ററുകൾ=TpdA5j8WPvw83glJ12N1B3nf8LQte2a1lIEy32bHcGg

ഉടമ്പടി ജീവിതം: 40 (40) ദിവസങ്ങളിൽ യുടെ നടത്തം ഇൻ ദി അനുഗ്രഹം യുടെ ആവർത്തനം 28

- https ://www .am azon.com/dp/B0FFJCLDB5

കഥകൾ നിന്ന് യഥാർത്ഥം ആളുകൾ,

യഥാർത്ഥം അനുസരണം, ഒപ്പം യഥാർത്ഥ

https://shop.ingrampark.com/b/084?പാരാമീറ്ററുകൾ=bH3pzfz1zdCOLpbs7tZYJNYgGcYfU32VMz3J3a4e2Qt

രൂപാന്തരം ഇൻ കഴിഞ്ഞു 20 ഭാഷകൾ

അറിയുന്നു അവളുടെ & അറിയുന്നു അവൻ:
40 (40) ദിവസങ്ങളിൽ വരെ രോഗശാന്തി, മനസ്സിലാക്കൽ, ഒപ്പം നിലനിൽക്കുന്നത് സ്നേഹം

https ://www .am azon.com/KNOWING-HER-HIM-Healing-അണ്ടർസ്റ്റാൻഡിംഗ്-ഇബുക്ക്/dp/B0FGC4V3D9

https://shop.ingrampark.com/b/084?പാരാമീറ്ററുകൾ=vC6KCLoI7Nnum24BVmBtSme9i6k59p3oynaZOY4B9Rd

പൂർണ്ണമായ, അല്ല മത്സരിക്കുക:

അ 40-ദിവസം യാത്ര വരെ ഉദ്ദേശ്യം, ഐക്യം, ഒപ്പം സഹകരണം

https://shop.ingrampark.com/b/084?പാരാമീറ്ററുകൾ=5E4v1tHgeTqOOuEtfTYUzZDzLyXLee30cqYo0Ov9941 https ://www .amazon.com/COMPLETE-NOT-COMPETE-Journey-സഹകരണം-ഇ-ബുക്ക്/dp/B0FGGL1XSQ/

ദിവ്യത്വം ആരോഗ്യം കോഡ് - 40 (40) ദിവസേന കീകൾ വരെ സജീവമാക്കുക രോഗശാന്തി ദൈവത്തിലൂടെ പദം ഒപ്പം സൃഷ്ടി അൺലോക്ക് ചെയ്യുക ദി രോഗശാന്തി പവർ യുടെ സസ്യങ്ങൾ, പ്രാർത്ഥന, പ്രവാചകൻ ആക്ഷൻ

https://shop.ingrampark.com/b/
084?params=xkZMrYcEHnrJDhe1wuHHYixZDViiArCeJ6PbNMTbTux
https://www.am azon.com/dp/B0FHJT42TK

മറ്റുള്ളവ പുസ്തകങ്ങൾ കഴിയും ആകുക കണ്ടെത്തി
ഓൺ രചയിതാവ് പേജ് https://www.am azon.com/
സ്റ്റോറുകൾ/അംബാസഡർ-തിങ്കൾ-O.-
Ogbe/author/B07MSBPFNX

www.ingramcontent.com/pod-product-compliance
Lightning Source LLC
LaVergne TN
LVHW090218051026
849517LV00001B/113
* 9 7 9 8 2 9 5 5 9 0 6 7 2 *